झरा

'दिलीपराज प्रकाशन प्रा. लि.'च्या नवीन पुस्तकांची यादी व माहिती हवी असल्यास आपला पत्ता, दूरध्वनी क्रमांक किंवा *Email* आमच्या *diliprajprakashan@yahoo.in* या *Email address* वर पाठवावा किंवा आमच्याशी दूरध्वनी क्रमांक फॅक्ससहित : ०२०-२४४८३९९५/२४४९५३१४ /२४४७१७२३ यावर संपर्क साधावा. आमच्या वेबसाईटला एकदा अवश्य भेट द्या.

Website: *www.diliprajprakashan.com*

झरा

(कथासंग्रह)

भा. ल. महाबळ

 दिलीपराज प्रकाशन प्रा. लि.
२५१ क, शनिवार पेठ, पुणे - ४११ ०३०

झरा / Zara

प्रकाशक
राजीव दत्तात्रय बर्वे,
मॅनेजिंग डायरेक्टर,
दिलीपराज प्रकाशन प्रा. लि.,
२५१ क, शनिवार पेठ,
पुणे - ४११ ०३०

प्रथमावृत्ती : १५ सप्टेंबर २०१२

प्रकाशन क्रमांक : १९६७

ISBN : 978-81-7294-959-4

टाईपसेटिंग
पितृछाया मुद्रणालय,
९०९, रविवार पेठ,
पुणे - ४११ ००२

मुखपृष्ठ - सागर नेने

मनोगत

आसपास कितीतरी घटना घडत असतात. घटनांचे वृत्तांत सविस्तरपणे वर्तमानपत्रातून वाचायला मिळतात, टीव्हीवरून पुन्हा पुन्हा दाखवले जातात. घटनांचे पडसाद मनावर उमटतात. यातूनच कथा निर्माण होतात.

उदाहरणार्थ, लिव्ह इन रिलेशनशिप म्हणजे तरुणतरुणींनी, लग्नाशिवाय, कंत्राटी पद्धतीने राहणे, हे योग्य की अयोग्य यावर चर्चा घडतात. श्रीमंतांची किंवा राजकीय वरदहस्त असलेली तरुण, बेफाम पोरे दारू पिऊन कार चालवतात. फुटपाथवरची माणसे मारतात. राजकीय लागेबांधे असलेले सावकार कुळांना नाडतात व त्यांच्यावर आत्महत्या करण्याची पाळी आणतात. पुरुष स्त्रीला वचने देऊन तोंडघशी पाडतात. शिकली सवरलेली माणसे बुवाबाजीला बळी पडतात. निवडणुका केवळ आश्वासनांच्या जोरावर जिंकल्या जातात. किरकोळ कौटुंबिक कुरबुरी गैरसमजामुळे धुमसतात व आत्महत्येपर्यंत पोचतात. मुले अमेरिकेला जातात, वृद्ध आईवडिलांना विसरतात व एकाकी पडलेले आईवडील हताश जीवन जगतात. चांगल्या घरातील मुले अपघाताने गुन्हेगारी जगतात ओढली जातात. कोणी सहृदय हवालदार घरातून पळालेली, रिक्शावाल्याची मुले, रिक्शावाल्या बापापर्यंत पोचवण्यासाठी धडपडतो वगैरे वगैरे कितीतरी.

या घटनांना कथेतून मांडताना, मला घटनेपलीकडे जावे व काही अधिक सांगावे असे वाटत असते. माझ्या या धडपडीला प्रसिद्धी देणाऱ्या नियतकालिकांच्या संपादकांचा मी आभारी आहे.

या कथांना संग्रहाचे देखणे रूप देणाऱ्या श्री. राजीव बर्वे या प्रकाशकांचा मी ऋणी आहे.

हा कथासंग्रह मी अर्थात, वाचकांनाच अर्पण करणे योग्य ठरेल.

अनुक्रमणिका

१.	कबाब में हड्डी	७
२.	खणखणीत नाणं	१८
३.	प्रेमाची परीक्षा	२८
४.	झरा	३९
५.	सावकारीला टाळा	५०
६.	एकमेव चूक	५८
७.	खुराडं	७०
८.	सावध हो बाई, सावध हो!	८१
९.	नराधम	९१
१०.	एका वेळी एकानं...	११८
११.	रुसा-हसी	१२७
१२.	मैत्री	१३७
१३.	पेरणी	१५१
१४.	आजीचा थयथयाट	१६०
१५.	अपघात	१६६
१६.	विस्मरण	१७५
१७.	चेन	१७९

.१.

कबाब में हड्डी

"रविवारी जागा ताब्यात आली की मी जाणार. मी क्रिशबरोबर लग्नाशिवाय राहणार आहे. कोणाकडून काही तरी तुम्हाला नंतर वेडंवाकडं ऐकायला लागू नये, म्हणून मीच आगाऊ सांगते आहे." असं नेहानं शांत स्वरात ठामपणे सांगितलं, त्या गोष्टीला तीन दिवस उलटले होते. त्या दिवसापासून घरात भडका उडाला होता. नेहाच्या भडक निर्णयामुळं विजय व वंदना प्रक्षुब्ध झाली होती.

पोटचं पोर बेतालपणं वागू लागलं की, आई-वडील अखेरचं शस्त्र उपसतात— "तुला तुझ्या मनाप्रमाणं वागायचं आहे. होय ना? आमचं ऐकायचं नाही? ठीक. दरवाजा उघडा आहे. तू घर सोड, स्वतंत्र राहा. पाहिजे तसं वाग. पण ध्यानात ठेव, यापुढं तुला आमच्याकडून एक पैसाही मिळणार नाही." हे ऐकून नाठाळातील नाठाळ पोरसुद्धा मान खाली घालतं व आई-वडिलांचं मुकाट ऐकतं. बिच्चारं! करील काय? घराबाहेर जा, म्हणजे कुठं जा? आणि पैसा कोठून आणणार?

पण विजय-वंदना यांचा नेहापुढं दुहेरी नाइलाज झाला होता. 'तुला आमच्याकडून एक पैसाही मिळणार नाही,' हे वाक्य नेहापुढं उच्चारणं निरर्थक होतं. नेहा गलेलठ्ठ पगार कमवीत होती. ती चांगल्या कंपनीत डेप्युटी मॅनेजर होती. कंपनीनं तिला कार दिली होती. 'तू घरातून चालती हो', या वाक्यात काहीच दम नव्हता; कारण नेहा घर सोडूनच चालली होती. 'तिनं घर सोडून जाऊ नये', अशी विजय-वंदना यांची इच्छा होती.

विजय-वंदना यांना लेकीच्या पैशाचा मोह नव्हता. आपलं जे-जे आहे ते आपल्या माघारी आपल्या एकुलत्या एक नेहाला मिळावं, अशीच त्यांची इच्छा होती. कन्या ही विवाहानंतर आई-वडिलांचं घर सोडून नवऱ्याच्या घरी जाते, हे

त्यांना माहीत होतं. खरं तर ती दोघं नेहाच्या लग्नाच्या खटपटीत होती. दोघांनी नेहासाठी एकाहून एक उत्तम स्थळं पाहिली होती. नेहा स्थळं नाकारीत होती, याचंही विजय-वंदना यांना कौतुक वाटत होतं. 'नेहा नको एवढी चोखंदळ आहे; हिच्या मनातील राजपुत्र शोधायचा तरी कुठे?' अशा प्रकारच्या त्राग्याचा विचार विजय-वंदनाच्या मनात कधीही आला नाही. उलट; आपल्या गुणी, देखण्या व कर्तबगार मुलीला मुलग्यांमागून मुलगे नाकारण्याचा हक्कच आहे, असं विजय-वंदनाला वाटत होतं!

तात्या-माईंनी आपल्यातर्फे वेळोवेळी विरोध नोंदवला होता. नेहा बी.कॉम. झाली, तेव्हाच सुनेला माई, म्हणाल्या होत्या, "वंदना, तू नेहाकरता स्थळं पाहायला प्रारंभ कर. नेहा एकदम हुषार आहे. विद्यापीठात दुसरी आली आहे. ती आणखी शिकायचं म्हणते आहे. ती शिकेल आणि पहिलीसुद्धा येईल; पण मग तिच्या नवऱ्याविषयीच्या तुझ्या आणि विजयच्या अपेक्षा वाढतील, त्याचं काय? नंतर लग्न होणं अवघड होऊन बसतं. नेहाला काय शिकायचं आहे, ते ती लग्नानंतर शिकू दे."

"माई, तू म्हणजे अश्शी आहेस!" असं म्हणत नेहा प्रत्येक वेळी आजीच्या गळ्यात पडे आणि आजीचा पापा घेई.

आजी विरघळायच्या आणि रागवायच्या पण! "तू तुझी ही पापा घेण्याची खोड सोडून दे. आता तू लहान आहेस का? तू वंदनाचाही पापा घेतेस! छी, कोणी पाहिलं, तर तो हसेल. अशा पोरकट वागण्यानं तुझं लग्न होणार नाही!"

"नको होऊ दे. मला लग्न करायचंच नाही. मी तुझा पापा घेणार. माई, तू खरंच गोड आहेस. मी आजोबांची साक्ष काढू का?"

तात्यांना नेहाचा आगाऊपणा मुळीच आवडत नसे. पण आजी आणि नात यांच्या वादात, संवादात भाग घेण्यात अर्थ नाही, हे तात्यांना अनुभवानं समजलं होतं. दोघी एक होतील आणि आपल्याला एकटं व उघडं पाडतील!

तात्यांनी वृत्तपत्रातील आपली नजर जराही हलवली नव्हती. या संवादातील एक अक्षरही आपल्याला ऐकू आलं, असं दाखवलं नव्हतं. तात्यांनी अलीकडे अलीकडे "मला कमी ऐकू येतं, कानांच्या डॉक्टरकडे गेलं पाहिजे" ही वाक्यं उच्चारायला आरंभ केला होता. परिणामी, सर्व ऐकू येत असूनही, जे नको ते ऐकू आलं नाही, हे म्हणण्याची पळवाट तात्यांनी तयार करून ठेवली होती!

नेहा कोणा क्रिशबरोबर विवाह न करता तशीच राहणार आहे, हे तात्यांच्या कानांना ऐकू आलं होतं. तात्या पराकोटीचे अस्वस्थ झाले होते. घरात उडालेला

शब्दांचा धुरळा त्यांच्या कानांपर्यंत पोचला होता. तात्या विचार करीत होते— या नेहाला कसं समजवावं? खाणं, झोप घेणं, संकट आलं की घाबरणं आणि प्रजोत्पादन करणं हे पशू व माणूस यांना समानच आहे. मग माणसाचा विशेष काय, तर त्यानं या क्रिया नीतिनियमांत बसवल्या. आता एखादा म्हणाला की, मला नीती, धर्म वगैरेची पर्वा नाही; तर आपण त्याला खडसावणार– म्हणजे तुला पुन्हा पशू व्हायचं आहे तर! तसं असेल, तर मग तुला समाजात राहता येणार नाही. तुला कोंडवाड्यात म्हणजे तुरुंगातच टाकायला हवं! पण हे नेहाला कसं पटवायचं? 'आहारनिद्राभयमैथुनम् च समान एतद् पशुभि: नराणाम् । धर्म: हि तेषाम् अधिक: विशेष: धर्मेण हीना: पशुभि: समाना:।' हे सुभाषित नेहापर्यंत कसं पोचवायचं? माणूस विवेकानं पशूंच्या वरच्या पातळीवर गेला आहे. माणसानं शहाणपणानं विवाहसंस्था निर्माण केली. नातेसंबंध निर्माण केले. त्यामुळं जन्माला आलेल्या बाळाला जन्माला आल्या-आल्याच नुसती आई मिळत नाही; तर वडील, आजी, आजोबा, काका, मामा, आत्या, मावशी अशी मायेची माणसं मिळतात. विवाहसंस्थेचं मूल्य न समजणारी नवीन पिढी पाश्चात्त्यांच्या मार्गानं का जाते आहे? लग्न न करता राहणं म्हणजे? जबाबदारी टाळून फक्त देहसंबंध ठेवणार? तात्यांच्या मनात ज्वालामुखी उठला होता. तात्यांनी तरीही काही प्रतिक्रिया दिली नव्हती. औषध माहीत नसताना केवळ रोगचिकित्सेचा उपयोग काय?

तात्यांच्या मनाचा एक दुष्ट कोपरा सुखावलाही होता. विजयनं वंदनाबरोबर तात्यांच्या मनाविरुद्ध प्रेमविवाह केला होता. तात्यांनी त्यांचे मित्र अण्णा देवकुळे यांना 'मी रत्नाला सून करून घेईन', असा शब्द दिला होता. रत्ना ही देवकुळ्यांना दोन मुलींवर झालेली तिसरी मुलगी. पुन्हा मुलगीच झाली, म्हणून देवकुळे खिन्न झाले होते. देवकुळेवहिनींना उगीचच अपराधी वाटत होतं. परममित्र देवकुळे यांची समजूत घालण्याकरीता तात्या गेले. तात्या आणि देवकुळे यांच्या काळात 'मुलगा हा म्हातारपणीचा आधार आहे', असा समज होता. हा समज चुकीचा आहे, हे तात्यांना विजयच्या वागणुकीतून पुढं समजलं, हा भाग वेगळा!

त्या प्राचीन काळी तात्या म्हणाले होते, "अण्णा, तुझी तिसरी मुलगी मी माझ्या विजयसाठी सून म्हणून आताच निवडली आहे. हिचं नाव रत्ना ठेव. तिसरीही मुलगी झाली, म्हणून डोक्यात राख घालू नकोस. मी तुझ्याकडून हुंडा घेणार नाही, दोन्हीकडचा लग्नखर्च मीच करीन; म्हणजे तुला आता दोनच मुली आहेत, असं समजून चाल."

देवकुळे पतीपत्नींना तात्यांच्या शब्दांमुळं केवढा धीर मिळाला होता!

त्यानंतर तात्या कौटुंबिक गप्पांत रत्नाचा उल्लेख 'सून' म्हणूनच करीत होते. रत्नाचा विवाह तात्या आपल्याशी करू इच्छितात, हे विजय बालपणापासून ऐकत होता, पण 'मी रत्नाशी लग्न करणार नाही, तिचा सून म्हणून निर्देश करू नका' अशा प्रकारे विजय एकदाही तात्यांशी बोलला नव्हता.

आणि विजयनं वंदनाशी परस्पर प्रेम जमवलं आणि 'माझा रत्नाशी काय संबंध? मी वंदनाशीच विवाह करणार', ही बातमी तात्यांना सांगितली. तात्यांच्या मनावर व कानांवर वीज कोसळली.

तात्यांच्या विश्वासावर देवकुळे राहिले होते. रत्ना या तरतरीत व गोड गळ्याच्या मुलीकरिता त्यांच्याकडे दोन संपन्न ठिकाणांकडून विचारणा झाली होती. त्या वेळी देवकुळे म्हणाले होते, ''रत्ना झाल्यावर मी आणि जानकी खट्टू झालो होतो. त्या वेळी मला तात्यानं सावरलं होतं. 'रत्नाला मी सून करून घेईन, तिच्या लग्नासाठी तुला एका पैशाचीही तोशीस पडू देणार नाही', असं तात्या म्हणाला होता. केवळ तात्याच्या या आश्वासनामुळे मी चौथ्या मुलाचा चान्स घेतला. तीन बहिणींना माधव हा भाऊ मिळाला आणि आम्हा पतीपत्नींची मुलांची इच्छा पुरी झाली. रत्ना जन्माला आली, त्या वेळी रत्ना उत्तम गायिका होईल, हे तात्याला थोडंच माहीत होतं? मी तात्याची कदर करतो. रत्ना विजयला दिली म्हणजे दिली.''

रत्नानंही आपले वडील व तात्याकाका यांच्या इच्छेचा आदर करायचं ठरवलं होतं. विजयनं लग्नानंतर आपलं गाणं थांबवू नये, एवढीच तिची इच्छा होती; पण विजयनं तात्यांना तोंडघशी पाडलं होतं. तात्यांनी देवकुळे पतीपत्नींची क्षमा मागितली. रत्ना म्हणाली होती, ''तात्याकाका, तुम्ही जराही वाईट वाटून घेऊ नका. विजयचाही यात काही दोष नाही. तुम्ही नि अण्णांनी बावीस वर्षांपूर्वी निर्णय घेतलात. तो निर्णय विजयनं मान्य करावा, ही तुमची अपेक्षाच तशी चुकीची आहे. लग्नानंतर दोन व्यक्ती आयुष्यभर एकमेकांबरोबर राहणार असतात. त्या दोन व्यक्तींनीच तो निर्णय घ्यायला हवा. अण्णांच्या नि तुमच्या शब्दाखातर मी विजयबरोबर लग्न करणार होते. कारण आई-अण्णांच्या बोलण्यातून विजय हा माझा भावी नवरा, हे माझ्या मनावर ठसलं होतं. माझ्या मनाला स्वतंत्रपणे विचार करण्याची संधी मी दिलीच नव्हती. आता मी स्वतंत्रपणे विचार करीन. मला संगीताच्या क्षेत्रातील जोडीदार मिळाला, तर हवा आहे. माझा विजयवर राग नाही. विजयला वंदनाबरोबर विवाह करू द्या. तुम्ही त्या लग्नाआड येऊ नका.

वंदनाचा राग करू नका.''

रत्नाच्या या समजूतदार बोलण्यानं तात्या गहिवरले होते. तात्यांनी विजयचा प्रेमविवाह स्वीकारला होता. वंदनाबद्दल तात्यांची जराशीही तक्रार नव्हती. तात्यांनी अण्णांना शब्द दिला आहे आणि तात्यांचा शब्द अवमानून विजय आपल्याशी विवाह करणार आहे, हे वंदनाला लग्नापूर्वी माहीत असायचं कारणच नव्हतं. विजयच्या लग्नानंतर तात्यांनी एकदाही हा विषय वंदनाजवळ बोलून दाखवला नव्हता. 'तुझ्या प्रेमापुढं मी माझ्या वडिलांनाही धूप घातला नाही', हे विजयनंच वंदनाला बोलून दाखवलं असणार. कारण केव्हा तरी वंदनाच तात्यांना म्हणाली होती, ''मी तुमच्या पसंतीची सून नाही, हे मला समजलं आहे. पण तात्या, तुम्ही मला कधीही तसं दाखवून दिलं नाही. तुम्ही स्वभावानं खूप चांगले आहात.''

त्यावर तात्या म्हणाले होते, ''वंदना, मुलांकडून आपल्या काही अपेक्षा असतात. अपेक्षापूर्ती झाली की आनंद होतो, अपेक्षाभंग झाला की खेद होतो. पण या भावना मुलापुरत्याच मर्यादित असतात. तू सून आहेस. सुनेकडूनही काही अपेक्षा असतात; नाही असं नाही. तू उत्तम सून आहेस. मला तुझं कौतुक वाटतं. विजयनं मला निराश केलं, हे खरं आहे; मात्र त्या निराशेपोटी मी तुझ्यावर का रागावेन?''

नेहानं क्रिशचं तत्त्वज्ञान घरी टप्प्याटप्प्यानं सांगितलं होतं : 'क्रिशचा विवाह-संस्थेवर विश्वास नव्हता. क्रिशच्या मते, आपण मनानं एकमेकांचे होणं आणि एकमेकाचं राहणं महत्त्वाचं आहे. लग्न करून मनानं दुरावलेले राहण्यापेक्षा लग्न न करता एका मनानं राहणं क्रिशला अगत्याचं वाटतं. ''उद्या मी वाईट वागलो तर नेहा, यू कॅन लीव्ह मी! तू का म्हणून माझ्याबरोबर बांधून घ्यायचंस? विवाहसंस्थेमुळं स्त्रीचं स्वातंत्र्य संपुष्टात येतं. याचसाठी मला विवाह मान्य नाही.'' —ही क्रिशची उदार व न्यायाची विचारसरणी नेहानं आई-बाबांना सांगितली होती.

''आम्ही दोघांनी दोन खोल्यांचं एक पॉश घरटं विकत घेतलं आहे. ते ताब्यात आलं की, मी क्रिशबरोबर तिथं राहणार आहे.'' हेही नेहानं स्पष्ट केलं होतं.

विजय-वंदना संतप्त झाली होती. माईंनाही हे नापसंत होतं. तात्यांनी आजोबाच्या नात्याचा वापर करावा व नेहाला संकटातून वाचवावं, असं माईंना वाटत होतं. त्या आपल्या परीनं तात्यांच्या बरोबर बोलल्या होत्या, ''गेले तीन

दिवस घरात काय चाललं आहे, तिकडे तुमचं लक्ष आहे का?''

''घरात काय चाललं आहे? मला तर तसं काही खास ऐकू आलेलं नाही.''

''आग लागून घर जळतं आहे आणि तुमच्या कानात दडे? ऐका मग-''

त्यानंतर तात्यांना बायकोकडून ते रामायण पुन्हा एकदा ऐकावं लागलं. माई माहिती देत होत्या. सर्व काही आपल्याला नवीनच आहे, असं दाखवीत तात्या प्रश्न विचारीत होते.

''हा क्रिश आहे तरी कोण? त्याला कोणी आई-बाप आहेत की नाहीत?''

''मी विचारलं होतं. क्रिश म्हणजे कृष्ण गोपाळ दाढे. पण त्याला कृष्ण हे जुनाट नाव आवडत नाही, तो स्वत:ला क्रिश म्हणूवन घेतो.''

''त्याचा बाप गोपाळ दाढे हयात आहे की नाही? त्यांना पोराचं हे नाव बदलणं आवडलं? पण पोरगा बरा असणार. नेहा आलतूफालतू पोरगा निवडणार नाही!''

''क्रिशच्या वडिलांनाही हे पसंत नाही; पण आजची ही पोरं वडिलांचं थोडंच ऐकतात? विजयनं तुमचं ऐकलं होतं? क्रिशला त्याच्या बापाचं ऐकायचं नाही. तोही घर सोडतो आहे.''

''क्रिश त्याच्या बापाचं ऐकत नसेल; पण तुमची नात तुमच्या प्रेमाची आहे! तुम्ही दोघी मटामटा पापे घेता. ती तुमचं ऐकेल.''

''आम्ही दोघी नाही; नेहाच गळेपडू व पापेघेऊ आहे. ती माझी लाडकी नात आहे, हे खरं आहे; पण तिला तिच्या आई-वडिलांनी जास्तच स्वातंत्र्य दिलं आहे. ही कार्टी लग्नाशिवाय त्या क्रिशबरोबर राहिली आणि तिला मूल झालं, तर त्या मुलाची आई ठरेल माझी नेहा...पण त्या मुलाचा बाप कोण?''

''क्रिश— कृष्ण गोपाळ दाढे. उघडच आहे!''

''उघड आहे तुम्हाला व मला, जगाला नाही. मधल्या काळात त्यांची एक झालेली मनं वेगळी झाली आणि क्रिशनं नेहाला घराबाहेर काढलं तर?''

''नेहाला तिचे आई-वडील आहेत की!''

''तुम्ही सरळ बोलणार असाल, तर मी तुमच्या प्रश्नांना उत्तरं देईन. तुम्ही वाकड्यात शिरू नका. तुम्ही नेहाचे आजोबा आहात. तुम्ही काही तरी करा, नेहाला थांबवा. तिच्याशी बोला.''

''मी नेहाशी बोलू? मला वाटतं की, नेहाच्या बापानं बोलावं. खरं तर त्यानंही बोलू नये. नेहानं तीन पदव्या मिळवल्या आहेत. तिला उत्तम नोकरी

आहे. तिला तिच्या मनाप्रमाणं वागू द्यावं. मी नव्हतं विजयला त्याच्या मनाप्रमाणं वागू दिलं? विजयमुळं माझी मान गेली पंचवीस वर्षे अण्णापुढं झुकलेली आहे. मुलानं वडिलांच्या इच्छेविरुद्ध वागायचं, ही कुळरीत नेहा पुढं चालवते आहे. विजयला आरडाओरड करायचा काही अधिकार नाही.''

''अग्गो बाई! म्हणजे विजयवरच्या रागाचं उट्टं काढण्यासाठी नेहाला तुम्ही बळी देणार?''

''अण्णा उदार आहे, म्हणूनच त्यानं मला क्षमा केली व मैत्री तोडली नाही. अण्णाच्या जागी मी असतो, तर मी दहा वेळा मैत्री तोडली असती!''

''विजयनं लग्न न करून रत्नाचं हितच साधलं आहे. बोलू नये, पण बोलते— आपला विजय रत्नाला मुळीच शोभला नसता. त्याला राष्ट्रगीत तालावर म्हणता येत नाही. आपल्या पोरामुळं रत्नाचं गाणं मात्र खच्ची झालं असतं. घडलं ते रत्नाच्या हिताचंच झालं.''

''हं.''

''मला नेहाची काळजी वाटते. पोर भाबडी आहे. सहज फसते. क्रिश म्हणाला की, त्याच्याकडे ब्लॉक घ्यायला पैसे नाहीत; त्याचे वडील त्याचा सर्व पगार काढून घेतात.''

''मग?''

''मग काय— सर्व पैसे नेहानं भरले.''

''सिंधूबाई, माई, नेहाच्या आजी— तुम्ही हे मला आता सांगताय? गेले तीन दिवस घरातील वादावादी मी ऐकतोय, पण ब्लॉकच्या खरेदीचा हा मुद्दा माझ्या कानांवर आला नव्हता.''

जागेचा व्यवहार म्हटला की तात्या 'हाय अॅलर्ट' होत. 'कृष्ण' या नावाचं क्रिशमध्ये रूपांतर करणारा, विवाहसंस्थेला नावं ठेवणारा नेहाचा प्रियकर मुळात त्यांना आवडलेला नव्हताच. त्यात पुन्हा हा स्वत:च्या नावावर जागा घेत नाही. म्हणजे काय? हा कसला पुरुष? लग्न न करता, बायकोच्या आयत्या ब्लॉकमध्ये राहायला जगातील सर्व पुरुष तयार होतील! मुलांची जबाबदारी कोणी घ्यायची? विवाहसंस्था निर्माण करणारे दूरदर्शी होते; शिवाय पुरुष हे बदमाष आहेत, हे त्यांना माहीत होतं!

नेहा-विजय-वंदनाकरिता तात्यांचा जीव तुटत होताच. काय करावं, कसं करावं, हे त्यांना सुचत नव्हतं. जागा आणि जागेचे पैसे नेहानं भरले आहेत, हा मुद्दा ऐकून त्यांना कल्पना सुचली. बस्स, कबाब में हड्डी व्हायचं. मग हा क्रिश

कबाब खाण्याचा विचार करणार नाही. तात्या म्हणाले, "सिंधू आजीमाई, उद्या रविवार आहे. उद्या नेहा जाणार आहे. त्या वेळी तुम्ही नेहाच्या विरुद्ध बोला. मी तिच्या बाजूने बोलेन, पण माझं म्हणणं खरं समजू नका. शत्रूच्या गोटात शिरून मला शत्रूचा पाडाव करायचा आहे. तुम्ही हुशार आहात. केव्हा माझ्याविरुद्ध बोलायचं व केव्हा माझ्याबरोबर राहायचं, हे तुम्हाला सहज समजेल. आपल्या कपड्यांच्या, सामानाच्या बॅगा भरून ठेवा. नेहाचं लग्न होईपर्यंत आपल्याला तिच्याबरोबर राहावं लागेल. अधेमधे परतता येणार नाही. भरपूर सामान घ्या. आपल्याला नेहाबरोबर घराबाहेर पडावं लागेल, अशी परिस्थिती निर्माण करायची.''

रविवारची सकाळ उजाडली. नेहा म्हणाली, "मी माझं सर्व सामान घेतलं आहे. क्रिश काल रात्रीच ब्लॉकवर दाखल झाला आहे. मी नमस्कार करते.''

तात्या वृत्तपत्राआडून प्रसन्न आवाजात म्हणाले, "माझा आशीर्वाद आहे. विजयी भव!''

माई चिडल्या, "विजयी भव काय म्हणताय? छान! नात कुठं निघाली आहे, हे तरी विचारा.''

"नेहा बाळ, कुठं निघाली आहेस?'' तात्यांनी आज्ञाधारकपणे प्रश्न विचारला.

"मी क्रिशबरोबर राहायला निघाले आहे.''

"छान, छान!''

"तात्या, क्रिश ही नेहाची मैत्रीण नाही; पुरुष मित्र आहे! तुमची नात लग्न न करता, क्रिशबरोबर संसार थाटायला निघाली आहे.'' विजय कडाडला.

"मूर्खासारखं काही तरी बोलू नकोस. नेहाला संसार मांडायचा असता, तर तिनं लग्न नसतं का केलं? मी प्रेमविवाहाच्या विरुद्ध येत नाही, हे तुला माहीत आहे. नेहा, तू संसार मांडणार आहेस?''

"तात्या, बाबा काही तरीच बोलताहेत. मी आणि क्रिश उत्तम मित्र आहोत. मित्र म्हणूनच राहणार आहोत. क्रिशचा विवाहावर विश्वास नाही.''

"विवाह न करता मित्र म्हणून राहणार आहात ना? मग काहीच हरकत नाही. बरं, तिथला पत्ता, फोन क्रमांक सांग– लिहून घेतो. मधल्या काळात तुझ्याकरिता काही चांगली स्थळं आली, तर पाहण्याचा कार्यक्रम तुझ्या नव्या ब्लॉकवर करायचा, का तू तेवढ्यापुरती इकडे येशील?''

वंदना म्हणाली, "तात्या, तुमचं बोलणं पूर्ण गैरलागू आहे. जग किती

पुढं गेलं आहे, याचा तुम्हाला काहीही थांगपत्ता नाही. नेहा लग्न न करता, लग्नाशिवाय - तशीच क्रिशबरोबर राहणार आहे...हे तुम्हाला समजणारं नाही!''

''यात न समजण्याजोगं काय आहे? नेहा, सांग, पत्ता सांग–''

''अहो, नेहा आणि क्रिश दोघंच एकत्र राहणार आणि काही तरी भलतं झालं तर?''

''दोघं काय आणि चौघं काय? दरोडेखोर चार-सहांच्या संख्येनं येतात. त्यांच्याजवळ तलवारी, पिस्तुलं असतात. तुम्ही काही तरी शंका काढू नका.'' तात्यांनी माईंना गप्प बसवलं.

मग माई स्पष्टपणे म्हणाल्या, ''मी काय म्हणाले, हे तुम्हाला समजलंच नाही. मी स्पष्टच बोलते— नेहा नि तिचा तो क्रिश दोघंच राहणार आहेत. नेहाला दिवस गेले तर?''

''हां– हां! तू नेहाच्या बाळंतपणाबद्दल बोलते आहेस तर? नीट बोल ना तसं. यात भलतंसलतं काय आहे? नेहा बाळंतपणाकरिता इकडे येईल.''

''या घरात मी नेहाला पुन्हा येऊ देणार नाही. जी मुलगी लग्न न करता दुसऱ्या पुरुषाबरोबर राहते आणि लग्न न करता मूल जन्माला घालते, त्या मुलीचा मी बाप नाही!'' विजय तडकला.

''आम्ही नेहाचे आजी-आजोबा जिवंत आहोत. आम्ही करू नातीचं बाळंतपण!'' या बोलण्यानं नेहा पार गोंधळून गेली. ती आणि क्रिश मित्र मजेत राहणार होती, एकमेकांना समजून घेणार होती, पारखणार होती आणि नंतर विवाह करणार होती; पण त्यांच्या एकत्र राहण्याला आरंभ होण्यापूर्वीच तिला दिवस गेले होते! तिच्या बाळंतपणावरून वाद माजला होता.

वंदना सणक्यात म्हणाली, ''तात्या, आमच्या अब्रूची लक्तरं वेशीवर टांगणाऱ्या नेहाला तुम्ही घरी आणून, आमच्या नाकावर टिच्चून तिचं बाळंतपण का करणार आहात, याची मला कल्पना आहे. विजयनं माझ्याशी लग्न केलं; तुमचे मित्र देवकुळे यांच्या मुलीशी केलं नाही याचा तुमच्या मनात सल आहे. म्हणून तुम्ही मुद्दाम नेहाची बाजू घेत आहात. तुम्हाला एवढा नेहाचा पुळका आहे, तर तुम्हीही तिच्याबरोबर घर सोडा.''

माई ओरडल्या, ''वंदना, तू कोणाशी काय बोलते आहेस, याची कल्पना आहे का?''

''सिंधू, झाली तेवढी शोभा पुरे झाली. आपण नेहाबरोबर घर सोडू. तिच्याकडे राहू.''

"पण क्रिशला आवडलं नाही तर? नेहाला क्रिशची परवानगी घ्यायला हवी." नेहाची आजी म्हणाली.

"नेहा ही क्रिशची पत्नी नाही, मैत्रीण आहे. शिवाय ब्लॉक नेहाच्या पैशातून घेतला आहे. होय ना? नेहाचा निर्णय मला आवडला तो याचसाठी. आपण जुनी माणसं स्वत:ला लग्नबंधनात अडकवून घेत स्वातंत्र्य गमावीत होतो. क्रिश पुरोगामी आहे. तो आपलं स्वागतच करील. समजा, क्रिशला हे आवडलं नाही, तर नेहा त्याला बजावील— क्रिश, माझे आजी-आजोबा या वयात रस्त्यावर पडणार नाहीत. मी त्यांच्या अंगाखांद्यावर खेळले आहे. आजही आजी माझे मटामटा पापे घेते आणि मीही तिचे घेते."

हे ऐकल्यावर नेहा विजयी मुद्रेनं तात्या आणि माई यांच्याबरोबर बाहेर पडली.

हताश झालेला विजय म्हणाला, "वंदना, हे काय विचित्र घडलं गं? तू देवकुळ्यांच्या रत्नाचा विषय काढायला नको होतास. तात्यांना 'घर सोडा', असं तू कसं म्हणालीस? अगं, तू 'घर सोडा' म्हणालीस आणि ते तात्यांनी ऐकलं कसं? तात्या तसे मिळमिळीत नाहीत!"

"पण तात्यांनी सपशेल माघार घेतली, तात्यांनी घर सोडलं; कारण तात्या-माईंना नेहाला एकटं सोडायचं नव्हतं. मला माईंनी विश्वासात घेतलं होतं. दोघांच्या सामानांच्या बॅगा या वयात माई कशा भरतील? काही तरी लागेल असं बोल आणि आमच्यावर घर सोडण्याची पाळी येईल असं कर— " असं माईंनीच मला सांगितलं होतं."

"तरीच!" विजयनं समाधानानं उद्गार काढला.

वाटेत तात्यांनी माईंना हलक्या आवाजात विचारलं, "काय गं? वंदनानं माझा असा निष्कारण अपमान करायला नको होता. मला तिचं बोलणं आवडलं नाही."

"वंदना तुम्हाला अशी कशी बोलेल? गेल्या पंचवीस वर्षांत आपल्या मनाप्रमाणं वागणारी सून एकाएकी कशी उलटेल? मीच तिला विश्वासात घेतलं होतं. सामानाची एवढी बांधाबांध मी एकटी कशी करणार? मी बांधाबांध चालू केली की, वंदना चौकशी करणारच की! मीच तिला आमच्यावर बाहेर पडायची वेळ येईल, असं काही तरी लागट बोल, म्हणून सांगितलं होतं."

"तरीच!"

आजी-आजोबा, त्यांचं भरपूर सामान व स्वत:चं सामान— एवढं बरोबर घेऊन नेहा ब्लॉकबाहेर हजर झाली. नेहानं घंटा दाबली व 'क्रिशऽ' अशी प्रेमळ हाकही मारली. 'हाय नेहाऽऽ' असं ओरडत, हात पसरून क्रिशनं दरवाजा उघडला.

तात्या म्हणाले, "क्रिश, जरा सामान उचल. तुझ्या खोलीत माझं सामान ठेव. आजी आणि नेहा यांचं सामान दुसऱ्या खोलीत ठेव आणि ताबडतोब काही तरी खायला घेऊन ये. खूप भूक लागली आहे. दुधी हलवा मिळाला तर बघ ना!"

-०-०-०-

.2.

खणखणीत नाणं

आजच्या प्रा. गौरी साने या फार फार वर्षांपूर्वीच्या कु. गौरी साने होत्या. मध्यंतरी त्या सौ. गौरी मुकुंद प्रधान झाल्या. त्यांनी एकीकडे नोकरी उत्तम प्रकारे सांभाळत मुकुंद प्रधानबरोबर पाच वर्षं नेटका संसार केला. त्यांना एक मुलगा आहे; होता म्हणा, हवं तर. कारण मुलगा त्यांच्याजवळ नाही. घटस्फोट मिळवण्याकरता त्यांना अथर्व हा मुलगा नवऱ्याकडं सोडणं भाग पडलं. सौ. गौरी प्रधान संसाराच्या आघाडीवर पराभूत झाल्या. त्या पुन्हा गौरी साने या माहेरच्या नावानं जगात वावरू लागल्या...

नाशिकच्या 'पी. डी. जगदाळे महाविद्यालया'तील सौ. शुभांगी केळेकर या रसायनशास्त्राच्या प्राध्यापिकेने वरील इत्थंभूत बातमी मिळवली. 'गार्गी सांस्कृतिक भगिनी मंडळात' या माहितीचा शुभांगीबाई चतुराईनं उपयोग करणार होत्या. कानामागून येऊन तिखट झालेल्या गौरी साने या शुभांगीबाईंच्या मार्गातील काटा होत्या. भगिनी मंडळाचं अध्यक्षपद रिवाजानुसार शुभांगीबाईंकडं यायला हवं होतं; पण ते गौरीबाई बळकावणार होत्या. एवढ्यावर कशावरून थांबेल? महाविद्यालयातील उपप्राचार्यांच्या जागेवर आपली ज्येष्ठता डावलून सानेबाई विराजमान झाल्या तर?

शुभांगीबाई दिवाळीला आपल्या नणंदेकडं कल्याणला गेल्या होत्या. नणंदेच्या नवऱ्याकडं त्यांचा मित्र प्रधान आला होता. नणंदेनं शुभांगीचा परिचय 'सौ. शुभांगी केळेकर, नाशिकच्या पी. डी. जगदाळे महाविद्यालयातील रसायनशास्त्राच्या प्राध्यापिका' असा करून दिला.

त्यावर मुकुंद प्रधान कावेबाजपणे म्हणाला, "माझी बायको गौरी साने तेथेच गणिताची प्राध्यापिका आहे." मुकुंदच्या अपेक्षेनुसार शुभांगीबाई आश्चर्यानं

पाहू लागल्या. त्यावर 'माझी बायको म्हणजे, माझी माजी बायको' अशी उत्सुकता वाढवणारी दुरुस्ती मुकुंदानं केली. शुभांगीबाईंच्या चेहऱ्यावरच्या आश्चर्याच्या थराची जाडी अपेक्षेबरहुकूम वाढलेली पाहून मुकुंद हळू आवाजात म्हणाला, "केळेकरबाई, हा माझा पत्ता. तुम्ही वेळ काढून उद्या संध्याकाळी घरी या. मी गौरी सानेविषयी सविस्तर माहिती पुरवतो."

"नक्की येते संध्याकाळी पाच वाजता," असं शुभांगीबाई सहर्ष म्हणाल्या.

गौरीविषयी वाईट बोलणं, ही मुकुंदाची भावनिक गरज होती. 'आपल्याला सुंदर, हुषार, मिळवती व कर्तव्यदक्ष पत्नी केवळ दैवयोगानं मिळाली होती; गाढवपणानं आपण ती गमावली. गौरी गेल्यानंतर आपल्या जीवनाला उतरती कळाच लागली आहे. गौरीचं मात्र उत्तम चाललं आहे. या साऱ्याचा अर्थ काय? गौरीचं का बरं चालावं? तिचं वाटोळं का होऊ नये? गौरीनं पश्चात्तापानं पोळून, खचून जाऊन अथर्व या मुलाची भीक मागण्याकरता आपल्या दारी यायला हवं होतं; पण तसं झालं नाही. उलट, गौरी साने हिच्या गौरवाच्या व कीर्तीच्या हकिगती आपल्याला ऐकाव्या लागतात. काही नाही; आपण गौरीला बदनाम करायचं. पण तसं करणं कल्याण शहरात व आपल्या मित्रमंडळींत शक्य नाही. आपली मित्रमंडळी गौरीची योग्यता व आपली लायकी —म्हणजे नालायकी ओळखून आहेत. त्यांनी आपल्याशी वरवरची का होईना; पण मैत्री कायम ठेवली आहे, हे तसे त्यांचे आपल्यावर उपकारच आहेत. नाशिकच्या शुभांगीबाई आपल्याला भेटल्या, हे उत्तम झालं; मनातील मळमळ बाहेर टाकता येईल!'

मुकुंदानं दुसऱ्या दिवशी संध्याकाळी अनसूया ही आपली दुसरी पत्नी घरात राहणार नाही, अशी तजवीज केली. मुकुंदानं माहिती द्यायला प्रारंभ केला— "शुभांगीबाई, हे माझे, गौरीचे व अथर्वचे फोटो पाहा. गौरीनं माझा हा सुखाचा संसार मोडला. का? कोणास ठाऊक! नवऱ्यानं आपल्या पत्नीविषयी गैर बोलू नये. पण घडलं, ते तर बोलायलाच हवं. आमच्या कल्याणच्या कॉलेजातील गणित विभागात कोणी टेकचंदानी नावाचा देखणा, तरुण श्रीमंत, गणिताचा प्राध्यापक नव्याने आला होता. त्याच्या नादाला गौरी लागली आणि तिनं संसार मोडला. माझ्या परीनं मी तिला समजवण्याचा यत्न केला. त्याचा काही उपयोग झाला नाही. तिनं घटस्फोट मागितला; मी दिला. नंतर गौरीला फसवून टेकचंदानी अमेरिकेला निघून गेला आणि आमच्या पत्नी एकाकी पडल्या. गौरीला चांगला धडा मिळाला याचा मला आनंद वाटायला हवा होता; पण गौरी फसली याचं मला दुःख झालं. हा माझा दोष समजा, गुण समजा. मी हा असा

आहे. मी कोणाचं वाईट पाहू शकत नाही. मधल्या काळात माझा दुसरा विवाह झाला. म्हणजे मला करावाच लागला. इलाजच नव्हता. अथर्वची व माझ्या आई-वडिलांची काळजी कोण घेणार? पहिल्या लग्नाच्या अनुभवाने खरा तर मी पोळलो होतो. मी पुन्हा विवाहच करणार नव्हतो...पण अथर्वकरता..."

सौ. शुभांगी केळेकर या रसायनशास्त्राच्या प्राध्यापिका स्फोटक माहितीचं रसायन घेऊन परतल्या. या रसायनाचा स्फोट झाल्यावर भगिनी मंडळाच्या अध्यक्षपदापासून व उपप्राचार्यांच्या खुर्चीपासून प्रा. गौरी साने कायमची दूर राहील. तिची गणिताची प्राध्यापकी कायम राहिली, तरी खूप झालं!

गौरीच्या नवऱ्यानं खरी माहिती तर पुरवली नव्हतीच; वरती खोटी माहिती फिरवून, वडाची साल पिंपळाला लावून दिली होती. गौरी ही पत्नी सरळ, सालस व निष्कलंक होती. खोट तिच्यात नव्हती; खोट मुकुंदात होती. मुकुंदा त्याच्या ऑफिसातील, नव्यानं नोकरीला लागलेल्या एका अविवाहित मुलीत गुंतला. मुकुंदाचं वावगं वागणं गौरीपर्यंत पोचलं. गौरीनं टप्प्याटप्प्यानं मुकुंदाला, त्या मुलीला, मुकुंदाच्या आई-वडिलांना हिताचे चार शब्द समजुतीने सांगितले; पण गौरीचं गंभीर बोलणं कोणीही समजून घेतलं नाही. मुकुंदाचे आई-वडील पुत्रप्रेमाने आंधळे झाले होते. ते लांब चेहरा करून म्हणाले, "गौरी, तुझ्यापासून आमच्या मुकुंदाला सुख मिळत नसेल, तर त्यानं तरी काय करावं? मुकुंदानं सुरंगाला घरी तर आणून ठेवलेलं नाही ना?" अशा वाकड्या प्रश्नांना गौरी काय उत्तर देणार?

आपले बाहेर वावगे संबंध आहेत, हे मुकुंदा प्रथम कबूलच करायला तयार नव्हता. "सुरंगा माझी जिवाभावाची मैत्रीण आहे. तुला विशुद्ध मैत्री म्हणजे काय, हे माहीत नाही; याला मी काय करू?" असं धडधडीत खोटं मुकुंदा बोलत राहिला. गौरीनं सुरंगाला शहाणपणा देण्याची खटपट केली. "सुरंगा, तू तुझ्या आयुष्याचा विचार कर. मुकुंदा पुरुष आहे, विवाहित आहे. तो तुझ्याशी खेळ खेळेल आणि तुला वाऱ्यावर सोडेल. तुझं नाव खराब होईल. तुझं लग्न होणार नाही." सुरंगानं उत्तर दिलं, "बाई, काय सांगायचं ते तुमच्या नवऱ्याला सांगा; मला उपदेश करू नका. माझं हित- अनहित मला समजतं. मुख्य म्हणजे, आमच्या प्रेमात विघ्न आणू नका."

गौरीनं न बोलता भरपूर पुरावे गोळा केले आणि मुकुंदाच्या चार मित्रांना चहाला सपत्नीक बोलावून त्यांच्यापुढं चिठ्ठ्या-चपाट्या, नाटकांची तिकिटं, फोटो, चार हॉटेलांतील चार वेटर उभे केले व 'मी घटस्फोट घेणार आहे, माझ्या

या निर्णयावर मी ठाम आहे. यात बदल नाही. मी आणि अथर्व गावातच वेगळे राहू', हे जाहीर केलं.

मुकुंदानं आदळआपट केली. धमक्या दिल्या. नडवानडवीचा एक मार्ग म्हणून मित्रांसमोरच जाहीर केलं, ''मी अथर्वला देणार नाही. मी व सुरंगा अथर्वचा सांभाळ करू. अथर्व माझ्याजवळ राहील. याच अटीवर मी घटस्फोट देईन.''

मुकुंदाचा अंदाज होता की, अथर्वपोटी गौरी घटस्फोटाच्या टोकाला जाणार नाही. झक् मारत घरात नांदेल. गौरीनं साधक-बाधक विचार केला. 'आपण घटस्फोट घ्यावा. मानहानी सोसून चारित्र्यहीन नवऱ्याबरोबर संसार करायचा नाही. सुरंगा कशावरून अथर्वचं प्रेमानं करेल? सुरंगाला तिच्या संसारात अथर्व नकोसाच वाटेल. आपण काही काळानं अथर्वची मागणी पुढं करावी. मुकुंदा दुप्पट उत्साहानं अथर्वला आपल्या हवाली करेल; पण आज अथर्वच्या लोभात गुंतून मुकुंदाचं अशुद्ध ओझं आपण स्वीकारायचं नाही. अथर्वची काळजी घ्यायला त्याचे आजी-आजोबा आहेतच की!'

घटस्फोटाच्या मुद्द्यावर गौरी ठाम राहिली. गौरीचे आई-वडील गौरीच्या न्याय्य बाजूला होते. घटस्फोटानंतर सुरंगानं अथर्व व सासू-सासरे यांच्यासोबतच्या मुकुंदाचा स्वीकार करायचं सपशेल नाकारलं. मुकुंदानं घर सोडावं; तरच ती एकट्या मुकुंदाबरोबर विवाहाला तयार होती. मुकुंदा सुरंगाची समजूत घालत होता. मुकुंदाची लोंबकळ तशी लवकरच संपली. सुरंगाच्या आई-वडिलांनी सुरंगाकरता कोल्हापूरचं स्थळ शोधलं.

सुरंगा कोल्हापूरवासी झाल्यावर, मुकुंदानं सुरंगा नाही तर दुसरी, असा विचार धरला; पण दुसरा विवाह तेवढा सोपा नव्हता. मुकुंदा व सुरंगा यांची विशुद्ध मैत्री, गौरीनं संसार टिकवण्याकरता केलेला आटापिटा, सुरंगानं मुकुंदाला दिलेला 'खो'— या सर्व वार्ता कल्याणभर झाल्या होत्या. ठेचेवर ठेच खाऊन शहाण्या झालेल्या मुकुंदानं तडजोड केली. पूर्वीच्या विवाहापासून मुलगी असलेल्या अनसूया या विधवेबरोबर लग्न करण्याची तयारी त्यानं दाखवली. या विवाहातही मुकुंदाचं कुख्यात पूर्वचारित्र्य आड आलं होतं; पण अनसूयेच्या आत्यामुळे हा विवाह झाला. आत्या म्हणाली, ''अनसूया, तुझं शिक्षण पुरं होण्यापूर्वी तुझं लग्न लावून दिलं, ही चूकच झाली. ते जाऊ दे. तुला नोकरी तरी कुठं व कशी मिळेल? मुकुंद प्रधान हे स्थळ आर्थिकदृष्ट्या उत्तम आहे. खरं आहे; मुकुंदाची कीर्ती तेवढीशी चांगली नाही. त्यामुळंच तो तुझ्याशी लग्न करायला, तुझ्या

मुलीला दत्तक घ्यायला तयार झाला आहे. ज्या सुरंगामुळं हे रामायण घडलं, ती आता कल्याणात नाही.''

अनसूयाबरोबर नीट वागेन, पूर्वीची चूक पुन्हा करणार नाही— अशी कबुली अनसूयाच्या मंडळींपुढं, मुख्यत्वे आत्यासमोर, मुकुंदानं खालच्या मानेनं दिली. हे सारं करताना मुकुंदाचं मन गौरीविषयीच्या संतापानं खदखदत होतं; जणू गौरीच त्याच्या परिस्थितीला कारणीभूत होती! पण आत्याबाई खमक्या होत्या. त्यांनी मुकुंदा व त्याचे आई-वडील यांच्याकडून चारचौघांसमोर सर्व आश्वासनं वदवून घेतली.

मुकुंदानं सुखासुखी माघार घेतली नव्हती. अथर्वला वाढवणं सोपं नाही, हे मुकुंदाच्या ध्यानी येऊन चुकलं. गौरी होती तेव्हा ती अथर्वला वाढवत होती आणि वर मुकुंदाचाही सांभाळ करत होती. अथर्वला ठेवून घेऊन आपण गौरीला नडवलं याचा आरंभी मुकुंदाला जरूर आनंद मिळाला; पण सुरंगानं अथर्वमुळं मुकुंदाला नाकारलं, तेव्हा मुकुंदा पार निराश झाला. आई-वडिलांना तोंड देणंही मुकुंदाला सोपं नव्हतं. गौरीनं आपल्या कर्तव्यदक्ष सुनेच्या भूमिकेतून सासू-सासऱ्यांना शोभेचं व बिनकामाचं करून ठेवलं होतं. गौरी गेल्यानंतर मुकुंदाच्या आई-वडिलांच्या गळ्यात संसार नव्यानं पडला. त्यांना तो अत्यंत अडचणीचा झाला. त्यांनी मुकुंदाला धारेवर धरलं. सोन्यासारखी बायको स्वतःच्या बेताल व बेजबाबदार वागण्यानं मुकुंदानं गमावली, हे कटू सत्य त्यांनी तापलेल्या शब्दांमधून मुकुंदाच्या कानात ओतलं. मुकुंदानं मुकाट ऐकलं. त्याची भक्कम आर्थिक स्थिती वडिलार्जित होती!

सौ. गौरी मुकुंद प्रधान ह्या माहेरच्या श्रीमती गौरी साने या नावानं नाशिकच्या विद्यालयात गणिताच्या प्राध्यापिका म्हणून रुजू झाल्या. त्यांच्या विश्वविद्यालयाच्या पदवीपत्रावर गौरी साने हेच नाव होतं. नोकरी मिळवताना गौरी साने या प्रौढ कुमारिका, असं न बोलता निश्चित झालं. गौरीचा नाशिकला उत्तम जम बसला. ती कॉलेजात गणिताची नामवंत प्राध्यापिका म्हणून प्रस्थापित झालीच; शिवाय ती ज्या लक्ष्मीनगर वसाहतीत राहत होती, तिथंही ती दहावीच्या विद्यार्थिनींची आवडती झाली. कारण स्वतःसाठी एक पैसाही फी न घेता गौरी शिकवणार होती. गौरीनं सांगितलं, ''वर्षाची फी तीन हजार रुपये. हे तीन हजार रुपये मला देऊ नका. मी फुकटच शिकवणार आहे; पण तुम्हाला मात्र शिक्षण फुकट मिळणार नाही. फुकटात मिळालं तर शिक्षणाची किंमत राहणार नाही. तुम्ही पुण्याच्या विद्यार्थी गृहाला तुमच्या घरून तीन हजार रुपये देणगी पाठवा.

देणगीची पावती मला आणून दाखवा, शिकवणी चालू.''

गौरीच्या या जगावेगळ्या फीच्या पद्धतीमुळं व गणित विषय सोपा करून शिकवण्याच्या हातोटीमुळं प्रा. गौरी साने हे नाव आठशे सदनिकांच्या लक्ष्मीनगर या वसाहतीत एकदम प्रसिद्ध झालं. लक्ष्मीनगर भागातील स्त्रियांच्या गार्गी सांस्कृतिक भगिनी मंडळाला दर महिन्याच्या शेवटच्या रविवारच्या बैठकीला एक वक्ता हवाच असे. मंडळानं प्रा. गौरी यांना आमंत्रण दिलं.

गौरी साने या शेलाट्या, देखण्या व तरुण प्राध्यापिका 'सा विद्या या विमुक्तये।' या विषयावर बोलल्या. त्या आपल्या भाषणात म्हणाल्या, ''या श्लोकखंडातील विद्या म्हणजे अध्यात्मविद्या व मुक्ती म्हणजे मोक्ष, हे मला माहीत आहे; पण आजच्या परिस्थितीत मी विद्या या शब्दाचा अर्थ स्त्रीला आर्थिक स्वातंत्र्य मिळवून देणारी, तिला तिच्या पायावर उभी करणारी शक्ती, कारागिरी असा करते. आर्थिक स्वातंत्र्य हीच स्त्रीची मुक्ती. मी संसार मोडण्याच्या विरुद्ध आहे; स्त्रीमुक्ती वा मानवमुक्ती याचा अर्थ अनिर्बंध व बेदरकार स्वातंत्र्य असा मी लावत नाही; परंतु स्त्रीला संसारात सन्मानानं जगता आलं पाहिजे. संसारात स्त्रीला व पुरुषालाही स्वत्व न गमावता, दुसऱ्याच्या स्वातंत्र्यावर आक्रमण न करता व आपल्या स्वातंत्र्याचा संकोच टाळून वावरता आलं पाहिजे. स्त्री शिकली, अर्थार्जन करू लागली, तर तिनं मागणी न करता पुरुष तिला संसारात बरोबरीचं स्थान देईल. कन्या, भगिनी, पत्नी व आई या नात्यानं प्रेम, त्याग, जिव्हाळा, आपुलकी या गुणांची भाषा स्त्री बोलते. ही भाषा समजणारा पुरुष तुम्हाला वडील, भाऊ, पती वा मुलाच्या स्वरूपात भेटला तर तुम्हाला तुमचा आत्मसन्मान सहज मिळेल; पण पुरुषाला फक्त पैशाचीच भाषा समजत असेल, तर स्त्रीनं पैशाचीच भाषा बोलायला हवी. आजचा पुरुष पैशाच्या भाषेला अवाजवी महत्त्व देतो, असं मला आढळतं.''

गौरी सानेच्या भाषणामुळं भगिनी मंडळातील स्त्रिया भारावून गेल्या. त्यांनी जवळजवळ एकमतानं गौरी सानेंना येत्या वर्षाचं भगिनी मंडळाचं अध्यक्षपद देऊन टाकलं. सध्याच्या अध्यक्ष विजयाबाई अष्टपुत्रे यांनी नव्या वर्षाकरता उत्तम अध्यक्ष लाभला, याचा संतोष समारोपाच्या भाषणात व्यक्त केला.

'जवळजवळ एकमतानं' असं लिहिण्याचं कारण सौ. शुभांगीबाई केळेकरांना हे मनातून मान्य नव्हतं. त्या गेले वर्षभर उपाध्यक्ष होत्या. पूर्वी दोन वेळा त्या उपाध्यक्षपदाची निवडणूक हरल्या होत्या. अगदी प्रथम त्या मंडळात सभासद म्हणून दाखल झाल्या, मग त्या कार्यकारिणीवर गेल्या, मग त्या कार्यवाह झाल्या

व नंतर उपाध्यक्ष. सौ. शुभांगी केळेकर या अशा चढत वर आल्या होत्या आणि या गीता साने कोण— तर एक कुमारिका, म्हणजे तशी प्रौढ पण मुलगीच! एवढी देखणी व अव्यंग स्त्री अद्याप अविवाहित आहे, याचाच अर्थ काही तरी गोलमाल आहे, असा सर्व भगिनींनी काढायला हवा! ते तर राहिलंच बाजूला; हे भगिनी मंडळ रूढी व परंपरा बाजूला ठेवून गौरी सानेला, एकदम अध्यक्षच करायला तयार झालं आहे!

अष्टपुत्रेबाई आपल्या भाषणात म्हणाल्या होत्या, "गौरीबाईंच्याविषयी मुद्दाम सांगावी अशी माहिती माझ्याकडं आहे. महाविद्यालयात जाणारा माझा धाकटा मुलगा सानेबाईंचा विद्यार्थी आहे. तो मला सांगतो त्याप्रमाणे सानेबाई गणित उत्तम शिकवतातच; पण ज्या मुलांना गणितातील काही भाग नीट समजत नाही, त्यांच्याकरता त्या कॉलेज सुटल्यावर रोज तासभर थांबतात. या संध्याकाळच्या जास्तीच्या शिकवण्याचे त्या पैसे घेत नाहीत; वर म्हणतात, 'तुम्हा विद्यार्थ्यांना समजलं नाही याचा एक अर्थ असा– मला विषय नीट समजावून सांगता आला नाही, असाही होतो.' आजकाल शिकवणं हा व्यापार नसून धर्म आहे, असं मानणारे प्राध्यापक बघायला तर सोडाच, पण ऐकायलाही मिळत नाहीत. सानेबाई दहावीचे वर्ग घेतात, तेही फी न घेता. मात्र फी न घेता शिकवलं की विद्यार्थ्यांना व पालकांना शिकवण्याचं मोल वाटत नाही, म्हणून त्या पालकांना परस्पर देणगी पाठवायला सांगतात. देणगीचं श्रेयही त्या घेत नाहीत. पुढच्या दोन महिन्यांनी आपल्याला नवा अध्यक्ष निवडायचा आहे, तो मी तर आजच निवडला आहे."

गौरी साने यांचं भाषण ऐकताना अष्टपुत्रेबाईंना आपल्या भाचीची आठवण येत होती. वंदना, गुणी व देखणी होती. मामेबहिणीच्या लग्नाला गेली असता तिला रासनेबाईंनी पाहिलं, त्यांना ती सून म्हणून पसंत पडली व रासने कुटुंबानं त्यांच्या मदन या मुलाकरता तिला मागणी घातली. त्या वेळी वंदना बारावीत होती. तिचं शिक्षण पुरं झालं नव्हतं, वय लहान होतं; पण स्थळ चांगलं आहे, याचाच मोह पडला. रासन्यांचा मदन मोटारसायकलच्या अपघातात निधन पावला, त्या वेळी वंदनाचं वय होतं अवघं तेवीस व तिची मुलगी होती तीन वर्षांची. शिक्षण अपुरं राहिल्यामुळं वंदना आपल्या पायावर समर्थपणे उभी राहू शकणार नाही, वर ती एका मुलीची आई आहे, हे ध्यानी धरून तिचं लग्न लावून द्यावं लागलं! आर्थिक स्वातंत्र्यासाठी विद्या गरजेची आहे, हा मुद्दा वंदनाच्या अष्टपुत्रेबाईंना संदर्भात वेगळ्या तऱ्हेनं जाणवला. प्रा. गौरी साने यांचा भगिनी मंडळातील उदो-

उदो ऐकताना सौ. शुभांगी केळेकर अस्वस्थ होत्या. महाविद्यालयातही प्रा. सानेबाई विद्यार्थ्यांत व प्राचार्य दलाल यांना प्रिय झाल्या होत्या. महाविद्यालयाची कार्यकारिणी प्राचार्य दलालांना मानणारी होती. काय नेम– उद्या प्राचार्य याच सानेबाईंची उपप्राचार्य म्हणून नेमणूक करतील! दोन महिन्यांनी सानेबाईंमुळं भगिनी मंडळाचं आपलं अध्यक्षपद हुकणार; दोन वर्षांनी उपप्राचार्यपद!

सौ. केळेकरबाईंना आतल्या आत घुसमटण्यापलीकडं काहीही करणं शक्य नव्हतं. मनातून धुमसत असलेल्या केळेकरबाईंना कल्याणच्या भेटीत प्रा. गौरी साने यांच्याविषयीच्या स्फोटक माहितीचा गुप्त खजिना सापडला. या माहितीचा उपयोग करून घेण्याची योजना केळेकरबाईंनी आखली. त्यांनी भगिनी मंडळात भावी अध्यक्ष कु. प्रा. गौरी साने यांची मुलाखत घेण्याची कल्पना मांडली. प्राचार्य दलाल या वेळी प्रमुख पाहुणे म्हणून यावेत, अशी विनंती केली. ती मंजूर झाली. सर्वांनाच गौरी साने व त्यांचे विचार सविस्तरपणे जाणून घ्यावयाचे होते.

शुभांगीबाई केळेकर प्रास्ताविकात म्हणाल्या, ''गौरीबाई साने या नाशिकात तशा अलीकडे आल्या आहेत; पण त्या आल्या आणि त्यांनी नाशिक जिंकलं. आमचे प्राचार्य दलालसाहेब इथं आहेत. कॉलेजातील प्रा. गौरी साने या प्राध्यापिकेवर आमचे प्राचार्य संतुष्ट आहेत. आपण आज गौरी साने यांचा बालपणापासून ते आतापर्यंतचा प्रवास कसा झाला, ते जाणून घेऊ. त्या आपल्या भगिनी मंडळाच्या भावी अध्यक्षा. आजच्या मुलाखतीतून आपण समजून घेऊ.''

शुभांगीबाईंनी गौरी साने यांचं बालपण, शाळा, आई-वडिलांचे संस्कार, मैत्रिणी याबाबतचे प्रश्न विचारले. त्यानंतर सहज बोलावं अशा पद्धतीनं त्या म्हणाल्या, ''गौरी साने या मधील काही काळ सौ. गौरी मुकुंद प्रधान होत्या. त्या कल्याणच्या कॉलेजात प्राध्यापिका होत्या. त्यांना अथर्व नावाचा मुलगा आहे. पण तो घटस्फोटानंतर वडिलांकडे असतो. घटस्फोटानंतर सौ. गौरी प्रधान या पुन्हा गौरी साने झाल्या आहेत. त्यांचं वैवाहिक जीवन हे संघर्षपूर्ण असणार. त्या संघर्षाबाबत बोलणं त्यांना अप्रिय असेल, तर ते कल्याणपर्व वगळून आपण त्यांच्या नाशिकमधील वास्तव्याकडं येऊ. गौरीबाई, आयुष्याच्या त्या बिकट टप्प्याविषयी आपण काही सांगाल?''

गौरी गोरीमोरी झाली. काय सांगावं, कसं सांगावं, सांगावं किंवा नाही— याचा गौरीला निर्णय करता येईना.

भगिनी मंडळात शांतता पसरली. गौरी साने घटस्फोटित आहेत? त्यांचा

मुलगा त्यांच्या जवळ नाही? म्हणजे गृहिणी म्हणून व आई म्हणूनही त्या अयशस्वी आहेत? गणिताच्या प्राध्यापिका; पण त्यांना संसाराचं गणित सोडवता आलं नाही तर! प्रमुख पाहुणे असलेले प्राचार्य दलाल बसल्या जागी अवघडून गेले.

अध्यक्षस्थानी असलेल्या विजयाबाई अष्टपुत्रे यांच्या स्मरणशक्तीची तार एकदम झंकारली... 'गौरी साने? अरे हो, गौरी सानेच! काय? मुकुंद प्रधानची पहिली बायको म्हणजे ही गौरी साने होय? आपल्या कधीच कसं ध्यानात आलं नाही? मुकुंद प्रधानचा काळा इतिहास दृष्टिआड करून व त्याच्याकडून कबुलीजबाब घेऊन, चार मध्यस्थांना उभं करून आपण आपली भाची वंदना म्हणजे अनसूया रासने हिचा विवाह मुकुंद प्रधानबरोबर लावून दिला आणि या शुभांगीबाई केळेकर मात्र मुकुंद प्रधानचं खोटं नाणं वाजवून गौरीबाई साने यांचा आवाज बंद करू पाहत आहेत तर! आता आपण बोललंच पाहिजे!'

विजयाबाई अष्टपुत्रे उभ्या राहिल्या. त्या शांतपणे म्हणाल्या, "शुभांगीबाई, गौरी साने या मुकुंद प्रधानच्या पत्नी होत्या, ही माहिती तुम्हाला कालपरवाच्या कल्याणच्या फेरीत समजली आहे. तुम्हाला मिळालेली माहिती गौरीबाईंवर अन्याय करणारी असेल, तर तुम्हाला ती माहिती मुकुंद प्रधानकडूनच मिळाली असणार. शुभांगीबाई, तुमची माहिती चुकीची आहे. त्या माहितीचा वापर करून गौरीबाईंना बदनाम करण्याची तुमची कृती निंदनीय आहे. भगिनींनो, ऐका. मुकुंद प्रधान हा लबाड नवरा मला माहीत आहे. माझी सख्खी भाचीच त्याची दुसरी बायको आहे. मुकुंद प्रधान हा खोटा माणूस माझ्या भाचीकरता मी का स्वीकारला, तेही सांगते. मुकुंद प्रधान या आपल्या अनीतिमान नवऱ्याला मार्गावर आणण्याचा कसोशीचा प्रयत्न गौरीबाईंनी केला. नाशिकच्या गौरी साने या तर नाहीत ना, ही शंका मला पूर्वीच यायला हवी होती; पण नाही आली. जग एवढं लहान असेल, असं वाटलं नव्हतं. मी एवढंच सांगते की, गौरीबाई सान्यांसारखी करारी, आत्मसन्मान जपणारी अध्यक्ष आपल्या भगिनी मंडळाला लाभते आहे, हे आपलं भाग्य आहे. मला सर्व हकिगती सविस्तरपणे माहीत आहे. ऐका आणि मग तुमचं मत तुम्ही ठरवा."

अष्टपुत्रेबाई सांगत होत्या. गौरीबाई सान्यांचं सोनं तावून-सुलाखून निघत होतं. शुभांगीबाई केळेकरांचा चेहरा काळवंडत होता. प्राचार्य दलालांच्या चेहऱ्यावर प्रसन्नता होती. अष्टपुत्रेबाईंनी समारोप केला— "शुभांगीबाई, हे भगिनी मंडळ आहे. आपण सर्व भगिनी आहोत. तुम्ही गौरीबाईंच्या बाबतीत बहिणीप्रमाणे

नक्कीच वागला नाहीत. हा सुयोग आहे की, मला या प्रकरणाची संपर्ण माहिती आहे. नहून, एका धोब्यामुळे सीतेवरती अन्याय घडला, तसा अन्याय तुमच्यामुळं गौरीबाईबाबत झाला असता.''

-०-०-०-

.3.

प्रेमाची परीक्षा

“बाबा, आनंदाची बातमी ऐका. मी माझं लग्न ठरवलं आहे. माझ्याकरता चार ठिकाणी हिंडा, पत्रिका दाखवा— या व्यापातून मी तुम्हाला मोकळं केलं आहे. पाहायला, नव्हे खायला येणाऱ्या मंडळींकरता चहा-पोहे करण्याची कटकट आईच्या मागं लागणार नाही.” श्रुतीनं चहाच्या टेबलावर आल्या-आल्या मनातील आनंद शब्दांच्या गडगटातून उधळला.

डोळ्यांपुढं रविवारचा पेपर व मोठा कप भरून चहा अशा आनंदपूर्ण बैठकीत रमलेला अनंता आतून विस्कटून निघाला. आपला रविवार पार धुतला गेला, हे अनंताला कळून चुकलं.

त्यानं हाक दिली,

“लताबाई, बाहेर या. तुमच्या पोरीनं हा काय उपद्व्याप करून ठेवला आहे, तो पाहा. तुम्ही या आणि नुसतं पाहा. तिचा भंपक बाप आणि तुमचा बावळट नवरा सर्व सावरायला आणि निस्तरायला मुकाटपणे सज्ज आहे. माझ्या मागच्या जन्मीच्या पापाची सजा म्हणून या जन्मी तुम्ही दोघी माझ्या राशीला चिकटला आहात.”

लता घाईघाईनं बाहेर आली. श्रुतीच्या अधीर आवाजातील मधुर बातमी आत, स्वयंपाकघरामध्ये तिच्या कानापर्यंत पोचली होती. बातमी ऐकून लता मनातून हरखली आणि निवांतही झाली. ही बातमी श्रुती आज ना उद्या देणार, हे तिला माहीत होतं. पराग अय्यरबाबत आईशी श्रुती अनेक वेळा बोलली होती. खरंच, श्रुतीसारख्या मुलीची आई होणं, हे मागच्या जन्मीच्या पुण्याईचंच फळ असणार!

लता बाहेर आली ती जीभ परजतच!

"अनंता, ऊठसूट पोरीच्या अन् माझ्या नावानं तू का खडे फोडतोस? तू एक वेळ श्रुतीचं कौतुक करू नकोस कारण आमचं कौतुक करण्याचा दिलदारपणा तुझ्याजवळ नाही; पण विरोध तरी करू नकोस."

यानंतर लतानं श्रुती किती गुणी आहे, ही रेकॉर्ड लावली—

"इतर मुलींच्या शाळा, कॉलेजातील प्रवेशांचा केवढा घोळ असतो; पण माझी श्रुती हुशार असल्यानं तिला प्रत्येक ठिकाणी सहज प्रवेश मिळून गेला. इतरांची पोरं आई-वडिलांचे पैसे कपड्यांवर, करमणुकीवर व हॉटेलवर उधळतात; पण माझी श्रुती माझ्यासारखीच साधी आहे. इतर पोरी घरातल्या कामाला हात म्हणून लावत नाहीत. माझी श्रुती अभ्यासाचा व्याप सांभाळून मला घरकामात मदत करायला धावायची. श्रुतीनं माझ्याकडून सगळे पदार्थ कसे करायचे, ते शिकून घेतलं आहे. शिक्षण पुरं झाल्यावर पुढं काय, हा प्रश्न माझ्या श्रुतीला पडला नाही. तिला कँपस इंटरव्ह्यूतच मोठ्या पगाराची नोकरी सहज मिळून गेली. आता तिला तिच्या आयुष्याचा गुणवंत, प्रेमळ, मनाजोगता जोडीदारही मिळाला; यात तुझं काय बिघडलं?"

"लता, म्हणजे तुला श्रुतीचा जोडीदार कोण आहे, हे माहीत आहे तर! श्रुती प्रेम करते आहे, याचं तुला पूर्वज्ञान नक्कीच आहे! मला न विचारता, हा एवढा मोठा निर्णय तुम्ही दोघींनी घेतलात? तुम्ही दोघी विद्वान आहात!"

"आम्हा दोघींना मूर्ख म्हणण्याचा अधिकार तुला नाही. स्वत:च्या लग्ना-पलीकडं तुला लग्नाचा खास अनुभव काय आहे? तुझं लग्नही तू ठरवलं नाहीस, तुझ्या वडिलांनी ठरवलं. तू कशाच्या जोरावर आम्हाला मूर्ख ठरवतोस? परागसारखा जावई तुला शोधून मिळणार नाही." .

"लता, मी मूर्ख म्हणालोच नाही; मी विद्वान म्हणालो." अनंतानं तांत्रिक आधार शोधला.

"विद्वान याचा अर्थ मूर्ख असाच होतो. मी मराठीची पदवीधर आहे. तू 'लवचीक'मधील 'ची' ऱ्हस्व लिहितोस, मी सांगून दमले; तो दीर्घ हवा." लता फसायला तयार नव्हती.

"आता मी थोडं बोलू का? तुम्ही दोघं माझ्या लग्नावरून भांडू नका. मी लग्न फक्त ठरवलं आहे, अद्याप केलं नाही. मी ते मोडूही शकते. माझ्या लग्नाबाबत वाद होऊन तुमच्या दोघांचा सत्तावीस वर्षांचा, प्रेमानं थबथबलेला व सुखानं निथळणारा गोडमिट्ट संसार मोडायला नको." म्हणत श्रुती बरंच, वरती तेही तिरकस बोलली.

"आम्ही दोघं भांडू, तंटू, लढू— काहीही करू. पण आम्ही दोघांनी तुला काही कमी पडू दिलं आहे का? आमच्या भांडणाची झळ तुझ्यापर्यंत पोचू दिली नाही. आम्ही तुझ्याशी तर बोलत होतोच, वरती तुझ्यामार्फत एकमेकांशी बोलत होतो. आमच्या संसारातील भांडणावर बोलण्याचा अधिकार तुला नाही." अनंतानं जबाब दिला.

"बाबा, माझ्याशी एवढ्या तावातावानं का बोलताय? तुमच्या दोघांचा संसार म्हणजे संगर होता, संहार होता, असं मी म्हणालेच नाही. प्रेमानं थबथबलेला, सुखानं निथळणारा— असं मी तुमच्या सहजीवनाचं वर्णन केलं. तुम्ही वाकडा अर्थ का काढता? विद्वानाचा अर्थ जर मूर्ख होत नसेल, तर गोडमिट्टचा अर्थ भांडाभांडी असा होत नाही."

लताच्या डोळ्यांत पाणी उभं राहिलं. ती गदगदली.

"श्रुती, तूच माझी बाजू राखते आहेस, म्हणून बरं आहे. तुझ्या आधारावर मी या संसारात कशी तरी तग धरून आहे. या संसारात माझ्यावर अन्यायच अन्याय झालले आहेत. मी तुझ्याकडं पाहून सर्व-सर्व गिळलं."

अनंताचे कान रेकॉर्ड ऐकायला तयार नव्हते. आपली बायको आता तिच्या जन्मापासूनची गाऱ्हाणी मांडणार, त्या सर्व अन्यायांना आपण जबाबदार आहोत, हे ती ठासून सांगणार. अनंतानं माघारीचा पवित्रा घेतला.

"ठीक आहे, ठीक आहे. श्रुतीनं आपलं लग्न ठरवल्याची बातमी आनंदाची आहे, हे मी खुल्या मनानं मान्य करतो. आता माझा जावई कोण, त्याचं नाव, त्याचा व्यवसाय, त्याची कुलपरंपरा मला सांगा; म्हणजे पत्रिका छापणे, लग्नाचा हॉल ठरवणं वगैरे माझ्या कामांना लागायला मी मोकळा झालो. या माहितीच्या अभावी मी माझी कामे करू शकणार नाही, हे स्पष्ट आहे."

लता नेहमीप्रमाणे म्हणणार होती,

'श्रुती, तू बाबांना काही म्हणजे काही सांगू नकोस. आपण आपल्या योजनेप्रमाणे वागू, बाबांना त्यांच्या मनाप्रमाणे करू दे.'

घरात नवं फर्निचर घेणं, जुनं कवडीमोलानं फुंकून टाकणं, घराला रंग लावणं, अनंताच्या वाढदिवसाच्या जेवणाचे पदार्थ ठरवणं, प्रवासाचा कार्यक्रम आखणं, नाटक-सिनेमाला जाणं...अशा प्रकारच्या सर्व जीवनावश्यक गरजा लता व श्रुती या मायलेकी आपल्या मनाप्रमाणे पुऱ्या करत... पण श्रुतीचा विवाह ही बाब वेगळी होती. अनंताला वगळून श्रुतीचा विवाह परस्पर साजरा करणं शक्यच नव्हतं. लतानं श्रुतीला डोळ्यांनी खुणावलं, 'सांग— बाबांना सर्व

सांग.'

श्रुतीनं प्रारंभ केला,

"मुलाचं नाव पराग अय्यर. अय्यर या आडनावाला घाबरू नका. परागला, त्याच्या आई-वडिलांना उत्तम मराठी येतं. त्यांच्या घरी मराठीतूनच संवाद होतात. परागची आई मूळची कुमुदिनी गोळे. त्या मराठीच आहेत. आम्ही दोघं एकाच कंपनीत काम करत होतो. पण सहा महिन्यांपूर्वी माझ्या संमतीनं परागनं आमच्या कंपनीतील नोकरी सोडली आहे. त्यानं आता बँकेत नोकरी धरली आहे.''

"म्हणजे, तुझं प्रेमप्रकरण सहा महिन्यांपूर्वीपासून चालू आहे तर! परागनं नोकरी का सोडली?''

"माझं प्रेमप्रकरण त्याही आधी वर्षभर चालू झालं होतं. सहा महिन्यांपूर्वी आम्ही लग्न करायचं, असं ठरवलं. त्यावर पराग म्हणाला की, मी कंपनी बदलतो. नवरा-बायकोनं एका कंपनीत नोकरी करू नये, असं मला वाटतं. दोघंही एका कंपनीत आणि दोघंही स्वाभिमानी; हा व्यवहार धोक्याचा ठरू शकतो. कारण एकाच्या स्वाभिमानाचा फटका दोघांनाही बसतो. त्याशिवाय कंपनीकडून कर्ज मिळणं, घर मिळणं, घरभाडे यांसारख्या सवलतींना छेद जाऊ शकतो. दोन वेगवेगळ्या कंपन्यांत आपण दोघे स्वतंत्र धरले जातो. एका कंपनीत राहिलो, तर आपल्या दोघांचं एक युनिट धरतात. एका कंपनीतील नवरा-बायकोला एका वेळी रजा मिळणं अवघड होतं; पण आपण दोघं वेगवेगळ्या कंपन्यांत असू तर दोघांना एका दिवशी सहज रजा मिळते.''

"तुझा हा पराग चांगलाच विचारी अन् बेरकी दिसतो! अच्छा, म्हणून त्यानं नोकरी बदलली तर! श्रुती, आपण दीड वर्ष मागं जाऊ. तू परागच्या प्रेमात पडलीस, का पराग तुझ्या? नीट आठवून सांग. प्रश्न महत्त्वाचा आहे.''

"बाबा, ते सांगणं अवघड आहे. आपण एकमेकांच्या प्रेमात आहोत, हे आम्हाला एकाच वेळी जाणवलं. चार-सहा महिने गेले होते. बसच्या लांबलचक रांगेत आम्ही उभे होतो. आमच्या दोघांच्या बस वेगळ्या आहेत. त्या दिवशी परागची बस आली. बसमध्ये भरपूर मोकळी जागा होती, तरीही पराग त्या बसमध्ये चढला नाही. मग माझी बस आली. बसमध्ये जागा असूनही मीही बसमध्ये चढले नाही. असं चक्क तीन वेळा घडलं. बस येत-जात होत्या, पण पराग व मी रांगेतच उभे होतो. मग मी व पराग एकदमच म्हणालो, 'मला तुझ्याशी काही महत्त्वाचं बोलायचं आहे.' यानंतर आम्ही दोघं एकाच वेळी थोडं

लाजत, ओशाळत एकत्र हसलो. दोघांनी एकमेकांचे हात हातात घेतले आणि दोघं समोरच्या हॉटेलात कॉफी प्यायला शिरलो. कॉफी घेता-घेता आम्ही दोघांनी आपापले उष्टे कप बदलले व दोघंही एकदमच म्हणालो, आता काहीही सांगण्याची गरज नाही; न सांगताच आपल्याला समजलं!''

लताच्या डोळ्यांत पाणी उभं राहिलं. एकमेकांवरचं प्रेम दोघांना बसस्टॉपवर एकाच वेळी कसं जाणवलं होतं, हे श्रुतीनं त्याच रात्री आईला सांगितलं होतं. तेव्हाही लताचे डोळे पाण्यानं भरले होते. त्यानंतर किती तरी वेळा लतानं पराग-श्रुती यांच्या प्रेमाचा हा प्रारंभ मनात आणला होता. प्रत्येक वेळी तिचं मन व डोळे भिजले होते.

लताच्या डोळ्यांतील आसू पाहून अनंता खेकसला,

''आता तुला रडायला काय झालं? कमाल आहे!'' मग अनंतानं वेगळा आवाज लावला, ''बाळ श्रुती, हातात हात गुंतवून आणि परस्परांची उष्टी कॉफी पिण्याचं आरोग्याला विघातक काम करून, तुम्ही दोघं स्पष्टपणे सर्व काही बोललात; हे छानच केलंत! पण माझ्यासारख्या सामान्य माणसाला ही अद्‌भुत भाषा अवगत नाही. माझं सोड, पण मराठीच्या पदवीधर असणाऱ्या तुझ्या आईला तरी काही नीट समजलं आहे का, तिला विचार—''

अनंतासारख्या रुक्ष, कोरड्या व प्रेमाची भाषा न समजणाऱ्या पुरुषाच्या गळ्यात आपण काय म्हणून माळ घातली? आपल्या वडिलांनी हा शुष्क, सुका, नीरस नवरा गळ्यात बांधला. आपले वडील म्हणजे अजबच गृहस्थ होते! म्हणे, अनंता हा तरुण चहा पीत नाही, सिगारेट ओढत नाही, जोर-बैठका काढतो, गळ्यात मारुतीचं लॉकेट घालतो व गादीवर न झोपता सतरंजीवर झोपतो. ही सर्व कंजुषीची, कद्रूपणाची चिन्हं आहेत; चांगल्या जावयाची सुलक्षणे नाहीत, एवढं कसं आपल्या वडिलांना समजलं नाही? अनंताला प्रत्येक परीक्षेत पहिली श्रेणी होती. हा वरकरणी लोकांना गुण वाटणं साहजिक आहे, पण ही असली हुषारी नवऱ्याकडं नसावी. बायकोचा शाब्दिक छळ करण्याकरता नवरे असली हुषारी वापरतात, हा लताचा स्वानुभव होता.

म्हणे, हातात हात गुंतवण्याची भाषा लताला तरी कळते का? लग्नानंतरच्या प्रारंभीच्या काळात अनंताच्या हातात हात गुंतवून लता शांत पडून राहिली होती. ती एकदा अनंताला म्हणालीही होती, ''अनंता, हे माझे हात नाहीत; माझ्या मनाला फुटलेली ही पालवी आहे.'' त्यावर अनंता म्हणाला होता, ''रव्याचे लाडू संपले आहेत. तू तुझ्या पालवीचे पुन्हा हात कर आणि त्या हातांनी रव्याचे लाडू कर.''

बस्स! आपल्या वाट्याला आली तेवढी दु:खं आपण आपल्या मनाचा

चोळामोळा करत झेलली; आता आपल्या मुलीच्या प्रेमात विघ्न येता कामा नये. आपण श्रुतीच्या बाजूनं उभं राहायचं.

श्रुती अत्यंत शांतपणे म्हणाली, ''बाबा, तुम्हाला शब्दांची भाषा समजते, हेही खूप आहे. तुम्हीच मला प्रारंभी काय घडलं, कोण कोणाच्या प्रेमात प्रथम पडलं, हे प्रश्न विचारलेत. मला खोटं बोलता येत नाही. मी जे घडलं, ते जसंच्या तसं सांगितलं. हात गुंतवण्यातील भाषा कळायला कवीचं मन लागतं. ते आईकडं आहे. आई एवढ्या छान कविता करते! तुम्ही कधी त्या वाचल्या आहेत?''

''नाही बुवा! पण श्रुती, माझी आई करायची तसे मोदक तुझ्या आईला कधीही जमले नाहीत. कवितांचं काय घेऊन बसलीस गं? माझ्या आईनं मनावर घेतलं असतं, तर तिनं चार प्रकारच्या लाडवांप्रमाणे चार तऱ्हेच्या कविता सहज केल्या असत्या.''

लताच्या डोळ्यांत पुन्हा पाणी जमा झालं. तिनं निग्रहानं हळव्या मनाचं पोलाद केलं व ती म्हणाली,

''अनंता, श्रुती व पराग यांचं लग्न होणार म्हणजे होणार. या लग्नाच्या आड मी प्रत्यक्ष ब्रह्मदेवालाही येऊ देणार नाही. मी उद्याच्या उद्या मंगलाष्टकं रचायला घेणार आहे.''

अनंतांनं दोन्ही हात समोर झटकत शब्द उधळले,

''श्रुतीनं परागशी अवश्य लग्न करावं. मला काहीही बोलायचं नाही. मी काय काय करायचं, याची यादी मला द्या. त्याप्रमाणे मी कामाला लागतो. पण त्यापूर्वी दोघींनी मला एका कागदावर लिहून द्या की, श्रुती हे लग्न परागशी राजीखुशीनं करत आहे. उद्या परागनं तिला फसवलं, लुबाडलं, माहेरहून पैसे आणण्यासाठी छळलं; तर त्याला अनंत महादेव मोने कोणत्याही प्रकारे जबाबदार राहणार नाही.''

अनंत महादेव मोने उठला; त्यानं कागद, बॉलपेन आणलं अन् दोघींच्या पुढं ठेवलं.

लतानं काळजीच्या स्वरात विचारलं,

''अनंता, हा पराग अय्यर कोण, हे तुला माहीत आहे? तुला त्याची नेमकी माहिती काय आहे? अय्यरमंडळी पैशाची लोभी आहेत?''

''मला परागची माहिती नाही; पण मला श्रुती अनंत मोने या तरुणीची, तिच्या आई-वडिलांची खडा न् खडा माहिती आहे. लता, तू नीट विचार कर.

आपली श्रुती कशी आहे? एकदम, देखणी, चुणचुणीत, डोळ्यांत भरावी अशी. ती तुझ्यावर गेली आहे. तू लग्न करून आमच्या घरी आलीस, तेव्हा तू जशी होतीस तशी श्रुती आहे. वरती बुद्धीनं ती माझ्याप्रमाणे आहे. नेहमी प्रथम श्रेणीत येणारी. तिला नोकरीही दणदणीत पगाराची मिळाली आहे. शिवाय ती एकुलती एक आहे. त्यामुळं जे-जे आपलं, ते तिचंच होणार आहे. पराग अय्यरनं श्रुतीच्या हातात हात गुंतवले, यात नवल ते काय? त्याला श्रुतीला हातोहात फसवायचं आहे! पराग अय्यरचं श्रुतीवर खरं प्रेम असतं, तर मी त्याला दहा वेळा जावई म्हणून आनंदानं पत्करलं असतं. पण परागचं श्रुतीवरचं प्रेम स्वार्थी आहे.''

''कशावरून?'' लतानं प्रश्न टाकला.

''परागच्या प्रेमाची खरी प्रतवारी जाणून घेण्याकरता मला त्याची परीक्षा घ्यावी लागेल.'' अनंतानं मार्ग सुचवला.

''बाबा, माझ्या परागची परीक्षा वगैरे काही घ्यायची नाही. गेले दीड वर्ष आम्ही एकत्र आहोत. या दीड वर्षात मी शंभर वेळा त्याच्या प्रेमाची व त्यानं पन्नास वेळा माझ्या प्रेमाची परीक्षा घेतली आहे. आमचं एकमेकांवर खूप-खूप प्रेम आहे. मी माझ्या परागला कोणत्याही परीक्षेला बसवणार नाही.''

''गो अहेड. तू परागशी लग्न कर. त्यानं फसवल्यावर तू माझ्याकडं मदत मागण्यासाठी येऊ नकोस, म्हणजे झालं. कागदावर तू व तुझी आई तसं मला लिहून द्या.''

''काही तरी वेडंवाकडं बोलू नका.'' लताला असा संशय घेणं अमान्य होतं.

''मी माघार घेतो. तुम्ही मायलेकी काहीही करा. आणि हो, आता मला श्रुतीवरच्या परागच्या प्रेमाची परीक्षा घेण्याची गरज वाटत नाही. परीक्षा घेण्याआधीच दोघं माझ्या परीक्षेत नापास झाली आहेत.''

''बाबा, मी तुम्हाला काहीही बोलू देणार नाही. परीक्षा घेण्याआधीच नापास— हे कसं काय?''

''तू तुझ्या परागला परीक्षेला बसवायलाही तयार नाहीस, परीक्षा कोणती हे ऐकायलाही तयार नाहीस; यातच सर्व काही आलं!''

श्रुती विचारात पडली. जरा वेळानं म्हणाली,

''बाबा, परीक्षा कोणती ते सांगा—''

''आता किती वाजले आहेत? सकाळचे आठ. संध्याकाळी सातला आपण भेटू.''

संध्याकाळचे सात वाजले. श्रुती व लता या दोघी तणावाखाली होत्या. अनंता म्हणाला, "श्रुती, मला परागचा मोबाईलचा नंबर लावून दे. परीक्षा कोणती, हे त्याला सांगतो. त्याला सांगताना तुम्ही दोघी ऐका. तुम्हालाही समजेल."

श्रुतीनं तावातावानं नंबर लावून दिला. अनंतानं परागशी बोलायला आरंभ केला, "पराग, मी अनंत मोने बोलतो आहे. अनंत मोने म्हणजे श्रुतीचे वडील. एक वाईट बातमी कळवायची आहे. आज सकाळी श्रुतीच्या दोन्ही पायांत अचानक कमजोरी निर्माण झाली आहे. कमजोरी पराकोटीची आहे. अशी कमजोरी कशी काय निर्माण झाली, असं कसं होईल... हा तुझा प्रश्न बरोबर आहे. हाच प्रश्न एका नव्हे, तर तीन डॉक्टरांना पडला आहे. पायांच्या हाडातील कॅल्शियम आतल्या आत विरघळून गेलं आहे, असं मला आपलं वाटतं. काल संध्याकाळी ऑफिसातून श्रुती आली आणि रात्री आठच्या सुमारास पाय खूप दुखतात, कळा येतात, असं म्हणाली. रात्री डॉक्टर घरी आले होते. त्यांना काही समजलं नाही. आज सकाळपासून आतापर्यंत तपासण्यावर तपासण्या करत आहोत. तीन स्पेशालिस्ट डॉक्टर झाले. कॅल्शियम विरघळण्याचा तर्क माझा आहे. माझ्या लहानपणी, आमच्या समोरच्या गणपुले वकिलांना हा विचित्र रोग झाला होता. त्यांना जन्मभर कुबड्या घेऊन वकिली करावी लागली होती. तू आता लगेच येतोस?...ये."

अनंतानं फोन बंद केला. श्रुती ओरडली, "बाबा, हा काय पोरकटपणा आहे? पराग घाबरून जाईल ना! त्यानं जिवाचं काही बरं-वाईट करून घेतलं तर? मला फोन द्या. मी परागला खरं काय ते सांगून टाकते."

"उगीच घाई करू नकोस. पराग जीव देणार नाही. इकडं येतो असं तो, म्हणाला आहे. तो आल्यावर काय म्हणतो, ते ऐकू या तरी. पायातून गेलेल्या म्हणजे तशी कामातून गेलेल्या श्रुतीला त्यानं स्वीकारलं, तर पराग माझ्या परीक्षेत उतरला."

श्रुती रागारागानं उठली आणि आपल्या खोलीत शिरली. तिनं आपलं शरीर धप्पकन बिछान्यावर टाकलं. त्या धप्प अशा आवाजानं लताचं आईचं अंत:करण बधिर झालं.

अनंता आनंदानं शीळ घालत बाल्कनीत जाऊन उभा राहिला. काय करावं, हे लताला कळेना. अनंतानं कोणालाही विचार करायला वेळ म्हणून दिला नव्हता. मोबाईलवर फोन करून आणि वरती श्रुतीच्या पायातील कॅल्शियम कमी करून हा अनंता मोकळा झाला!

लतानं रागारागानं मोबाईलकडं पाहिलं. हा मोबाईल म्हणजे उपद्रवच आहे!

माणूस जिथं असेल, तिथं मोबाईल त्याला गाठतो. पराग घरी होता, का त्याच्या स्कूटरवर? रस्त्यावरच्या वाहतुकीतून तो स्वस्थ मनानं घरी येईल ना? लतानं रागारागानं मोबाईल हातात घेतला. क्षणभर तिला वाटलं की, मोबाईल फेकून द्यावा.

आता पराग येईल, काही तरी चाचपडत बोलेल... दु:खानं व्याकूळ होऊन काहीही बोलला नाही, तर किती छान होईल! तो थोडाच असं बोलणार आहे की, श्रुती; तू पांगळी झालीस तरी चालेल मी तुझ्याशीच लग्न करीन.

लतानं हातातील मोबाईल काळजीपूर्वक बाजूला ठेवला. तिचं मन म्हणालं, 'या बापड्याचा काय दोष? हा आपण सांगितलेला निरोप ऐकतो आणि तसाच्या तसा ऐकवतो.'

आपल्याला लग्नानंतर देवी आल्या, तेव्हा अनंता आपल्याशी किती प्रेमाने व मायेनं बोलला होता! पण त्या वेळी आपला विवाह झाला होता...पण पराग काय म्हणून पांगळी नवरी पत्करेल? परागचे आई-वडीलही लंगडी सून पत्करणार नाहीत. ते नक्कीच काही तरी गुळमुळीतपणे बोलतील. श्रुतीचा हिरमोड होईल. पराग परीक्षेला उतरला नाही, असा निष्कर्ष साहजिकच अनंता काढेल. लग्न मोडेल? छे, आपण काही मार्ग काढायचा!

आठ वाजले, नऊ वाजले, दहा वाजले... पराग आला नाही. श्रुती दर पंधरा मिनिटांनी चौकशी करत होती, "पराग आला?"

"नाही श्रुती, पराग आला नाही अन् येणारही नाही. श्रुती, तूच उद्या चालत जाऊन परागला भेट. मी त्याची परीक्षा पाहण्याकरता खोटा निरोप दिला, हे तू त्याला सांग. त्याच्यापुढं दोरीच्या उड्या मारून तुझे पाय धडधाकट आहेत, हे सिद्ध कर आणि उड्या मारतच बोहल्यावर चढ; माझी मुळीच हरकत नाही. पण माझ्यापुरतं बोलायचं, तर परागची परीक्षा झाली. तुझे पाय गेल्याचं समजल्यावर परागनं तुला धीर देण्यासाठी, खोटं-खोटं का होईना, इथपर्यंत यायला हवं होतं. पांगळी मुलगी पत्नी म्हणून स्वीकारणं, हा पुढचा पल्ला!"

"पण माझी, परागची असली भयंकर परीक्षा घेण्याचा अधिकार तुम्हाला कोणी दिला?"

"तो अधिकार माझ्याकडं आहे. तुझ्या आईला विचार. लग्नानंतरच्या पहिल्याच महिन्यात तुझ्या आईला देवी आल्या होत्या— कशा, कोणास ठाऊक! पालिकेच्या नियमानुसार मी देवीची केस पालिकेला कळवायला हवी होती. लताला पालिकेच्या रुग्णालयात ठेवावं लागलं असतं. तुझी आई आमच्या घरात नुकतीच आली होती.

मी आमच्या फॅमिली डॉक्टरांशी बोललो. ते म्हणाले, तुमचं घर मोठं आहे. घरातच स्वतंत्र खोली करू. मी घरातच गुप्तपणे उपचार करतो. मात्र, ही बातमी बाहेर फुटून देऊ नका. मी नर्स पाठवायचा धोकाही पत्करणार नाही. मी सांगेन तशी काळजी घ्या, तुम्ही स्वत: शुश्रूषा करा. लताची इच्छा होती की, मी तिच्या आई-वडिलांना बोलवावं. मी लताला म्हणालो, तू माझी पत्नी आहेस. तुझी काळजी घेण्याची जबाबदारी माझी आहे. मी तुझ्या आईला आणखी एक गोष्ट ठामपणाने सांगितली— लता, तू देखणी आहेस. तुझ्या सौंदर्यामुळे मी तुला पसंत केलं, हे सत्य आहे. मात्र या देवीमुळं तुझा चेहरा खराब झाला, तुझ्या चेहऱ्यावर देवीचे व्रण राहिले; तर तू जराही चिंता करू नकोस. तुझ्यावरचं माझं प्रेम हे पतीचं पत्नीवरचं प्रेम आहे, पुरुषाचं स्त्रीवरचं नाही. श्रुती, मी बोललो यात एक अक्षर खोटं आहे का, हे तू तुझ्या आईला विचार.''

लताला सारं आठवलं. तिचं मन अनंताविषयीच्या प्रेमानं भरून आलं. तिनं आपले हात अनंताच्या हातात गुंतवले. नशीब! अनंताने ते झटकून टाकले नाहीत.

स्वत:चं दु:ख विसरून श्रुती उत्स्फूर्तपणे म्हणाली, ''बाबा, यू आर ग्रेट! आईनं ही घटना यापूर्वी मला कधीच सांगितली नव्हती.''

एवढ्यात घंटा वाजली. अनंता दार उघडायला गेला.

''मी पराग अय्यर. हे माझे आई-वडील.''

स्वत:ला कसं तरी सावरत अनंतानं अय्यर कुटुंबाला हॉलमध्ये बसवलं. तो घाईत आत आला व म्हणाला, ''श्रुती, अगं, अख्खं अय्यर कुटुंबच आलं आहे. मी भलतीच थाप मारून बसलो आहे. श्रुती, प्लीज, अंथरुणावर पड अन् पायांवर चादर घे.''

''नाऽऽही. मी खोटेपणा करणार नाही. माझ्या परागला भेटायला मी नाचत बाहेर जाणार!''

''लता, श्रुतीला समजव. माझ्या भावी व्याह्यांपुढं मला खोटं पाडू नकोस.''

लतानं श्रुतीला थोपटलं, ''मी आई म्हणून सांगते, माझं ऐक. बाबांना सांभाळून घे. अय्यरमंडळी थोडा वेळ बसतील व जातील. 'विशेष काही नव्हतं, नस दुखावली होती, डॉक्टरांनी दोन पैसे मिळवण्याकरता घाबरवलं होतं', असं दोन दिवसांनी सांगू. माझ्यावर विश्वास ठेव— अनंताच्या परीक्षेला पराग उतरेलही. त्याची परीक्षाही होऊन जाईल. मी तुझ्या हिताचंच सांगेन अन् करेन.''

अय्यर कुटुंब आत आलं. 'श्रुतीऽ' अशी आर्त हाक मारत श्रुतीच्या

पायाशी पराग बसला. परागच्या आई-वडिलांनी काळजीपूर्वक सर्व चौकशी केली. जाताना मिस्टर अय्यर म्हणाले, ''अनंतराव, आमची सून यातून सुखरूप बाहेर पडेल. आम्हाला खात्री आहे. मी श्रुती म्हणालो नाही, आमची सून म्हणालो. पराग व श्रुती यांचा विवाह आम्ही केव्हाच मनातून लावला आहे. उद्या श्रुतीच्या पायात काही दोष राहिला, तिला कुबडी घ्यावी लागली, तरीही ती आमच्या घरी परागची पत्नी म्हणून येईल. एरवी मी हे असं बोललो नसतो; पण मी हे असं बोलावं व तुमच्या सर्वांच्या मनावरचा ताण दूर करावा, असं परागनं मला बजावून सांगितलं आहे. तुम्ही निश्चिंत राहा.''

अनंताच्या डोळ्यांतून आनंदाश्रू ओघळू लागले. ही अय्यरमंडळी मनानं केवढी मोठी आहेत आणि आपण यांचा संशय घेत होतो!

अय्यर कुटुंब गेल्यावर श्रुती म्हणाली, ''आई, पाहिलंस– माझे सासू-सासरे मनानं किती मोठे आहेत ते!'' लतानं प्रेमानं श्रुतीला थोपटलं. लतानं मनातल्या मनात स्वतःचीही पाठ थोपटली, 'बरं झालं, आपल्याला वेळीच परागशी मोबाईलवर बोलायचं सुचलं. त्याला आपण सर्व खुलासेवार सांगितलं. मुख्य म्हणजे, तू तुझ्या आई-वडिलांना घेऊन ये अन् त्यांना पांगळी सून आम्हाला चालेल, असं बोलायला लाव. मोबाईल ही आजकालची चांगलीच सोय आहे गं बाई!'

-०-०-०-

.४.

झरा

आबा शेळके हे हवालदार स्वभावाने कडक होते. त्यांच्यासमोर गुन्हेगारांचे पाय लटपटायचे. असे हवालदार पोलीस खात्यात दुर्मीळ झाले आहेत. बहुतेक हवालदार सज्जनाचाच थरकाप उडवतात. एवढ्यावर काय भागतंय? वरती हे बहुतेक गुन्हेगारांच्या पुढं तोंडात गुळणी धरून बसतात. शेळके हवालदार दुर्मीळांपैकी होते. गुन्हेगार त्यांच्यासमोर लडखडायचे.

गुन्हेगारच का, खात्यातील बरेचसे अधिकारीही आबा शेळकेंना टरकून असत. कारण आबा हे हवालदार विकाऊ नव्हते; बरेचसे अधिकारी विकाऊ होते. त्यामुळे गुंडांशी हातमिळवणी करणारे अधिकारी गुंडांना इशारा देत, "हा व्यवहार आपल्यातच राहू दे. कोणत्याही परिस्थितीत हवालदार शेळकेपर्यंत माहिती पोचू देऊ नका. खात्यातील इतर सर्वांना आपण सांभाळू शकू; पण या शेळक्याला शहाणं करणं ब्रह्मदेवाला जमलं नाही, तेलगीलाही जमलं नाही. तेलगीवरच्या स्टँपपेपरच्या पहिल्या छाप्यात हा शेळके साधा शिपाई होता. पण काही ऐकायलाच तयार नाही. त्या छाप्याचं प्रकरण मिटवायचं, अशी देव-घेव तर झाली होती. मग काय? शेळक्याला हवालदाराची बढती देऊन कोल्हापुरास पाठवावं लागलं. तेव्हा कुठं इकडं हा छापा सुखरूप जिरला."

कोल्हापुरी तरी शेळके नीट राहिले म्हणता काय? कोल्हापूरचे पोलीस अधिकारी 'आपण एकत्र राहू, एकत्र खाऊ, परस्परांचे रक्षण करू', या उपनिषदातील शांतिमंत्रानुसार गुन्हेगारांबरोबर वागत होते. हवालदार शेळकेंना हा ऐक्यभाव पसंत पडला नाही. गुन्हेगार आणि वरिष्ठ पोलीस अधिकारी यांनी एकत्रपणे थेट मंत्र्यांपर्यंत शेळकेच्या विरुद्ध तक्रार केली आणि हवालदार आबा शेळके पुन्हा मुंबईला परतले.

आबा शेळकेंसमोर एखादा गुन्हेगार तोंडात पान आणि ओठांमध्ये सिगारेट

अशा थाटात आला की, आबा तडकलेच. ते गुन्हेगाराच्या तोंडात भडकावून सांगतील, "मला कायदा समजत नाही; पण एवढं समजतं की, तुरुंगात जाऊन आलेल्या गुन्हेगारानं, आपण आता सुधारलो आहोत, असं ढोंग तरी माझ्यासमोर करावं. मला माहीत आहे की, तुला कायदा समजतो. मी अशा प्रकारे थोबाडीत मारणं कायद्यात बसत नाही, पण आबा शेळकेचा कायदा तुला माहीत नाही; तो शिकून घे. पुन्हा तोंडात पान-सिगारेट धरून माझ्यासमोर येऊ नकोस."

हनीफ या मस्तवाल गुन्हेगारानं पोलीस निरीक्षक शर्मांकडं आबांच्या या वागणुकीविषयी तक्रार केली. पो. नि. शर्मा समजावणीच्या सुरात आबांना म्हणाले, "हवालदार, गुन्हेगार शिक्षा भोगून बाहेर पडला की, तो गुन्हेगार राहत नाही. सावकाराचं कर्ज फेडल्यावर ऋणको हा ऋणको राहत नाही, त्याप्रमाणे; त्याला आपण सभ्यच समजायचं. तो पान खाईल किंवा सिगारेट ओढेल; त्याच्याशी आपला काय संबंध?"

"साहेब, असं कसं म्हणता? संबंध तर असतोच. त्याच्याकडून आपण शंभराच्या वीस नोटा मोजून घ्यायच्या आणि मोकळं व्हायचं! सभ्य माणसाकडून पैसे घेण्यात कसलंही पाप नाही."

पो. नि. शर्मा चमकले. काल आपण या हनीफकडून दोन हजार रुपये घेतले, ते शेळक्यांना समजलंच कसं? म्हणजे, हवालदार आपल्यावर पाळत ठेवतात की काय? शर्मा घाईघाईनं म्हणाले, "हवालदार, मी मित्र म्हणून सल्ला दिला. तुम्हाला योग्य वाटेल तसं करा."

हवालदारांना हनीफकडूनच हा गैरव्यवहार समजला होता. आबांवर हनीफ भुंकला होता, "हवालदार, जरा थांबा. तुमच्या साहेबाच्या खिशात दोन हजार रुपये घालतो आणि त्यांच्यामार्फत तुमचे कान उपटतो."

दुसऱ्या दिवशी आबांना तोंडात सिगारेट नसलेला हनीफ रस्त्यात दिसला. आबांनी जवळच्या पानवाल्याकडून सिगारेट विकत घेतली, ती हनीफच्या तोंडात घातली व विचारलं, "पेटवू का?"

हनीफला वाटलं की, शर्मासाहेबांना दिलेले आपले दोन हजार रुपये कामी आले. तो रुबाबात म्हणाला, "विचारता काय– शर्मासाहेबांनी सांगितल्याप्रमाणे करा. पेटवा."

हवालदारांनी हनीफच्या मुस्कटात पेटवली. हवालदार शेळके कडाडले, "हनीफ, तुझ्या तोंडात सिगारेट नसताना तुला कसा मारणार? ते माझ्या कायद्यात बसत नाही. म्हणून माझ्या पैशानं सिगारेट विकत घेऊन, तुझं तोंड

माझ्या कायद्यात बसवलं आणि मग भडकावली. जा, साहेबांना सांग.''

हनीफ सांगायला गेलाच नाही. न राहवून, शर्मासाहेबांनी एकदा त्याला विचारलं, ''हनीफ, तुझी अन् हवालदार शेळक्यांची अलीकडे गाठ पडली का?''

''नाही पडली. मी त्याला आजकाल टाळतो. साहेब, मैत्री करावी असा तो माणूस नाही.''

''मी तुला तेच सांगणार होतो. हवालदारापासून दूर राहा. तो माणूस चक्रम आहे.''

आबा शेळक्यांच्या वडिलांचं म्हणजे तात्याबांचं पोराविषयी हेच मत होतं. आबाला पोलीस खात्यात भरती करण्याचं पुण्यकर्म तात्याबांनीच केलं होतं. वसगडेकर फौजदारांना तात्याबा म्हणाले, ''पाव्हणं, मी एक विनंती करायला आलो आहे. माझा थोरला पोरगा आबा उंचापुरा आहे. तालीम करतो, कुस्त्या मारतो; पण त्याचं कोणाशी पटत म्हणून नाही. माझी चाळीस एकर नदीबूड मळी आहे. मला तसं काही कमी नाही, पण माझं पोरगं मला सुखानं जगू देत नाही. मळीवर काम करताना मजूर थोडा अंगचोरपणा करतात. मिरच्या, वांगी काढताना चोरी करतात. असं होणारच की! पण आब्याला हे पटत नाही. तो भांडण काढतो, मग माझ्याकडं मजूर टिकत नाही. माझ्या पोराला तुमच्या खात्यात घ्या. तुमच्या खात्याचा संबंध गुन्हेगारांबरोबर येतो. गुन्हेगार म्हणजे वाकडं वागणारा माणूस. आबाला लांडीलबाडी, चोरी, वाकडेपणा खपत नाही. तो त्यांना सरळ करेल. बघाच तुम्ही. एकदा का आबा गेला की, मला मजूर सहज मिळतील.''

वसगडेकर हे पूर्वीच्या काळचे फौजदार होते. त्यामुळे तेही गुन्हेगारांना सरळ करावं, याच मताचे होते. गुन्हेगारांच्या मर्जीनं व कलाकलानं घ्यावं, तुरुंगातून कोर्टात नेताना वाटेवर गुन्हेगारांना भूक लागली की त्यांच्याबरोबर त्यांच्या खर्चानं जेवावं अन् ढेकर द्यावी— अशा आतिथ्यशील स्वभावाचे पूर्वीचे फौजदार नव्हते. त्यामुळे फौजदार वसगडेकरांनी वरच्या साहेबांना सांगून पाहुण्याच्या पोराची पोलिसांत भरती केली. वरच्या साहेबांनी भरभक्कम हाडापेराच्या आबांना एकच प्रश्न विचारला, ''उद्या तुझा भाऊ एखाद्या गुन्ह्यात सापडला तर?''

''त्याची मुंडीच पिरगाळून टाकीन!'' आबांनी जबाब दिला होता.

आबांचं लग्न झालं. आबांना वामन, कृष्णा व मुकुंदा अशी तीन मुलं झाली. आबांची बायको यशोदा या तीन मुलांची आई झाली. एवढे बदल झाले, पण आबा स्वभावाने पहिले आबाच राहिले. त्यांच्या कडक स्वभावात एका

गुंजेचा फरक पडला नाही. देवल सर्कशीतील एक रिंगमास्टर सिंहाला घाबरायचे नाहीत, पण बायकोपुढं शेळी व्हायचे; आबा मात्र जराही ढेपाळले नाहीत. आबांचा वचक व दरारा जेवढा चौकीत, तेवढाच घरात होता. हां, आता हवालदाराच्या नोकरीमुळं आबा घरी फार काळ नसायचे, वेळी-अवेळी यायचे, बऱ्याच वेळा झोपण्यासाठीच घरी यायचे— हा भाग वेगळा! पण हा भाग वेगळा म्हणून सोडून द्यावा, असा नव्हता. आबा घरी वेळी-अवेळी यायचे याचा अर्थ केव्हा येणार, हे ठरलेलं नसे. त्यामुळे यशोदेला व मुलांना नेहमीच दक्ष, तत्पर व काटेकोर राहावं लागे. आबा आले की, तीन मुलांची आई झालेली यशोदा आपलं तोंड पदरानं झाकून घ्यायची. तोंडातून शब्द बाहेर पडलाच, तर तो नवऱ्याच्या कानापर्यंत न जाता पदरात अडकून राहावा यासाठी आणि नवऱ्याने बाराच्या उन्हाप्रमाणे काही दाहक शब्द उच्चारलेच तर पदरातून ते सौम्य होऊन आपल्यापर्यंत यावेत, यासाठी.

आबाची पोरं दप्तरं आवरून, चड्ड्या सावरून देवापुढं प्रार्थना म्हणायला बसायची. पोरं टी. व्ही. बघायची; नाही असं नाही, पण टी. व्ही. पाहताना ती खिडकीतून आबा येतात का, यावरही नजर ठेवायची.

पोरांच्या हातून कपबशा फुटायच्या, बॉलपेन तुटायची, कपडे फाटायचे, ढोपरं फुटायची; घरात आपापसात व घराबाहेर इतरांशी भांडाभांडी व्हायची. आपल्या हातून असं काही वावगं वर्तन घडलं की, पोरं आपणहून जेवायची नाहीत. आई म्हणायची, "काय घडलं, ते त्यांना कळणारच नाही. मी बोलत नाही; तुम्हीही बोलू नका. तुम्ही जेवा व झोपा." पोरं म्हणायची, "आई, नको-नको! आज ना उद्या घडलेलं व आपण लपवलेलं आबांना समजलं तर? आबांनी एक थप्पड दिली तर चार दिवस सूज राहते. उपाशी राहिलं, तर पोट सुजत नाही. तू आबांना नुसतं सांग की, पोर जेवलेलं नाही. मग आबा देतील ती शिक्षा घेऊ."

वामननं एकदा पोटात दुखतं, असं खोटं सांगून शाळा चुकवली होती. वरती आपली ही चलाखी, शेखी मिरवून मित्रांना सांगत होता. दोन दिवसांच्या अखंड ड्युटीनंतर अवेळी घरी परतणाऱ्या आबांच्या कानी वामन्याची खोटी पोटदुखी पडली. आबांनी एकच लगावली. आई चार दिवस वामन्याच्या गालावर लेप लावून आबांची उठलेली चार बोटं पुसायचा यत्न करत होती.

तर, हे असे हवालदार आबा शेळके आणि शिपाई मोरे रात्रीच्या बीटवर म्हणजे पहाऱ्यावर होते. रात्रीचा एक वाजला होता. कळव्याच्या बस डेपोवर कोणी म्हणजे, कोणी जागं नव्हतं. तशी अपेक्षाही नव्हती. कँटीनमधील पोरं बाहेर उघड्यावर झोपली होती. आवारात चार कुत्री पुढच्या दोन पायांत मान घालून पडली होती.

विश्रांतीच्या खोलीत रात्रीच्या बस घेऊन मुक्कामाला आलेले चालक आडवे झाले होते. डेपोवरच्या चार रखवालदारांनी खरं तर जागं राहायला हवं होतं, पण त्यांनीही मनाविरुद्ध डोळे मिटले होते. आबांनी रखवालदारांना हलवून जाग आणली. ते पुढं प्रवासी कक्षाकडं गेले. खजील झालेले रखवालदार पुन्हा पेंगता-पेंगता जागं राहण्याचा प्रयत्न करत होते.

हवालदारांनी पाहिलं. प्रवासीकक्षात एका बाकाच्या आड माणसाची तीन पिल्लं परस्परांना चिकटून झोपली होती. ते म्हणाले, “मोरे, स्टँडच्या आवारात आपल्याला कोणीही दिसलं नाही आणि इथं ही तीन पोरंच पोरं! आई-बाप कुठं आहेत? का ही पोरं आई-बापाविना आहेत?”

मोऱ्यांनी हातातील दंड्यानं तिघांपैकी एका पोराला हलवलं व ओरडून विचारलं, “कोण रे तुम्ही? इथं का झोपला आहात?”

मोऱ्यांनी हीच कृती तीन वेळा केली, तेव्हा तीनही पोरं जागी झाली. पोरांच्या गालांवर सुकलेले अश्रू होते, भेदरलेले चेहरे घाणीनं मळकट झाले होते.

पोरानं सांगितलं, “माझं नाव बबन. या माझ्या बहिणी–शकू आणि मंजी.”

“हा आमचा दादा आहे.” शकू-मंजीनं दुजोरा दिला.

“राहणारे कोठचे?”

तिघंही गप्प राहिले.

“तुम्हाला आई आहे का?”

“नाही.”

“बाप?”

तिघं गप्प झाली.

“इथं कसे आलात?”

“बसमधून. बसच्या बाकाखाली बसलो. बस इथं थांबली. आम्ही खाली उतरलो.”

“तिकिटाचे पैसे?”

“तिकिटं काढली नव्हती. हे घ्या पैसे— एवढेच आहेत.” बबननं पन्नास पैशांचं नाणं काढलं.

आबांनी विचारलं, “गाव कोणतं? बापाचं पूर्ण नाव काय? बाप काय करतो? तुझं शाळेतील पूर्ण नाव काय?”

बबन बोलला नाही. मोरे खोटं ओरडला, “मुकाट नाव सांग, नाही तर

दोन तडाखे लगावतो.''

"आमच्या दादाला मारू नका. आमचा दादा चांगला आहे.'' रडक्या स्वरात विनवणी करत, बबन्याच्या दोन बाजूला शकू व मंजी उभ्या राहिल्या.

आबा शेळकेंना तीन मोठी पोरं होती, पण आबांनी त्यांना बालस्वरूपात कधी पाहिलंच नव्हतं. आबांची नोकरी पोलीस खात्यातील म्हणजे दिवसाच्या चोवीस तासांपैकी बारा-चौदा तासांची व तीही बारा महिने खात्रीनं अनियमित होती. आबांचा स्वभावही कडक. परिणामी, आबा आणि त्यांची पोरं यांची पोरांच्या लहानपणी फारशी गाठ पडली नव्हती. पोरं मोठी झाली तशी ती आबांना टाळू लागली. आबांनी परस्परांना बिलगलेली व्याकूळ पोरं पाहिली आणि त्यांच्या अंत:करणात मायेचा झरा फुटला. भरभक्कम कातळाखाली पाणी असतं; पण कातळाखाली पाणी असेल, असा कोणाला संशय म्हणून येत नाही. मात्र, त्या कातळावर पहारीचे प्रहार पडले की, कातळ तडकतो आणि झरा फुटतो.

आबांचं तसंच झालं. हातातील काठी बबनच्या हातात देत आबा म्हणाले, "बबनदादा, माझी काठी सांभाळा. मी तुमच्या दोन्ही बहिणी सांभाळतो.'' आबांनी दोन्ही बहिणींना दोन खांद्यावर घेतलं व ते मोरेला म्हणाले, "मोरे, तुम्ही बीट सांभाळा. मी चौकीवर जातो, या पोरांकडं पाहतो.''

चौकीवर गेल्यावर आबांनी जाधवला सांगितलं, "जाधव, शेट्टीला उठवा. त्याच्याकडून भरपूर पाव व दूध आणा. दुधात साखर जास्त टाका व ते चांगलं गोड करा.''

पोरांनी न बोलता दूध-पाव मनापासून खाल्ला. पोरांच्या तोंडावर दाट समाधान पसरलं. डोळ्यांवर जडपणा आला. आबा म्हणाले, "तुम्ही पाण्यानं स्वच्छ तोंड धुवा, खळखळून चुळा भरा; मग झोपा. मी गस्तीवर जाऊन येतो.''

आबा पुन्हा बस डेपोवर गेले. शेवटच्या बसगाड्या कोणत्या कोणत्या गावाहून आल्या, याची माहिती आबांनी डेपोवरून मिळवली. आबा आरामात चौकीवर आले.

आबांनी पोरांबरोबर गप्पा चालू केल्या. "तुम्ही पोरं कोणत्या गावात राहता? तुमच्या शाळेचं नाव काय? तुमच्या गावात देवळं आहेत का? कोणत्या देवांची?''

पोरांनी काही तरी बोलावं, अशी आबांची खटपट होती; पण पोरं बोलायलाच तयार होईनात. आबा बाहेर गेले व जाधव शिपायाला कानमंत्र देऊन

आत पाठवलं. जाधव आत शिरला तोच चेहरा उग्र करून व नाक फुलवून. त्यांनी शकू व मंजू यांना उचललं व ते कडाडले, "हवालदारांच्या एका प्रश्नाचं तुम्ही उत्तर देत नाहीत. मी या पोरींना उलटं टांगतो, त्यांच्या अंगावर झुरळं सोडतो आणि त्यांना चिंचेच्या फोकानं मारतो; मग या पोरी मुकाट बोलतील. मी हवालदारांचा साहेब आहे. माझ्यापुढं नखरे चालणार नाहीत."

"मला मारा, माझ्या बहिणींच्या अंगाला हात लावू नका." असं म्हणत बबन पुढं आला. जाधवांनी एका हातानं बबनला बाजूला केलं. जाधवांना आपल्या हातातील जोराचा व बबनच्या अशक्तपणाचा अंदाज आला नाही. बबन धडपडत खोलीच्या एका कोपऱ्यात कोलमडला. मंजू व शकू 'दादाऽ दादाऽऽ' म्हणून किंचाळू लागल्या.

तेवढ्यात आबा आत शिरले. ते जाधवशी अदबीच्या व मऊ स्वरात म्हणाले, "साहेब, त्या पोरींना खाली ठेवा. मी आणि ही पोरं पाहून घेतो. आपण बाहेर जा व विश्रांती घ्या."

आबांनी शिकवल्याप्रमाणं जाधवांनी उलट सणसणीत आवाज काढला, "पाच मिनिटांत मला माहिती मिळायला हवी. नाही तर मी तुम्हाला नोकरीवरून कमी करून घरी पाठवीन. मी तुमचा साहेब आहे, हे विसरू नका."

चिमणीएवढा चेहरा करून आबा घाबऱ्या स्वरात म्हणाले, 'पोरांनो, तुमच्यामुळे माझी नोकरी जाणार. हे जाधवसाहेब कडक आहेत. माझी नोकरी तर ते घालवतीलच, वरती ते मंजू-शकूला मारतील. तुम्ही मला सर्व सांगा. जाधवसाहेबांना सांगायचं की नाही, ते आपण सावकाश ठरवू. आपण चौघं एकत्र राहू. आपली चौघांची गट्टी. बबनदादा सांगेल तसं आपण वागू."

आबा शेळकेंनी बबनच्या हातावर टाळी दिली, मग शकू-मंजूच्या हातावर दिली. बबनला मंजू-शकू म्हणाल्या, "दादा, हे आबा चांगले आहेत. त्यांना आपण सांगू या."

"मला सांगा, मी तुमच्यातील आहे. तुम्हाला घरी जायचं नसेल, तर नका जाऊ. आपण चौघं एकत्र राहू. मजा करू." आबांनी वचन दिलं.

"नक्की?" बबननं विचारलं.

"नक्की! मी मारुतीच्या शेपटीची शपथ घेतो."

बबनची खात्री पटली. त्यानं माहिती द्यायला प्रारंभ केला.

बबन, शकू, मंजू, ही महादेव दत्तोबा सकपाळ या कल्याणच्या रिक्षाचालकाची मुलं. त्यांची आई चार महिन्यांपूर्वी वारली. महादेव हा बाप म्हणून व रिक्षावाला

म्हणूनही तापट व कडक मिजाशीचा होता, पण पारूबाई होती तोपर्यंत ती आपल्या पोरांना बापाच्या रागाची तेवढी झळ लागू देत नव्हती. मात्र, गेल्या चार महिन्यांत महादेव सतत कातावत होता, संतापत व ओरडत होता.

आबांच्या ध्यानात येत होतं. बायकोच्या मृत्यूनं महादेव वैतागला असणार. आजकाल धंदा नीट चालत नाही; त्यात ही तीन पोरं. बबन आठ वर्षांचा दिसत होता. मंजू व शकू असतील सहा व चार वर्षांची. महादेवला रिक्षा चालवून पुन्हा स्वयंपाक शिजवावा लागत असणार. त्याला संसारानं गांजलं असणार. पोरांना आपली आई गेली, एवढंच कळत होतं. वडील सारखा राग-राग करतात, हे अनुभवाला येत होतं. त्यांना वडिलांच्या अडचणींची व मन:स्थितीची कशी कल्पना यावी?

''काल संध्याकाळी काय घडलं? तुम्ही घर का सोडलंत?'' शकूला मांडीवर घेत आबांनी हळुवारपणानं विचारलं.

''बाबा रिक्षावर गेले होते. घरात आम्ही तिघे टीव्ही पाहत होतो. शकूच्या हातून रिमोट खाली पडला आणि फुटला. बाबा घरी आल्यावर मोडलेला रिमोट पाहणार आणि शकूला मारणार...मी घाबरलो. मी मंजू-शकूला म्हणालो, मी घरातून पळून जातो. तुम्ही बाबांना सांगा की, दादानं रिमोट मोडला आणि तो पळाला. शकूच्या हातून रिमोट पडला, हे बोलू नका; म्हणजे शकूला मार पडणार नाही. यावर मंजू-शकू मला म्हणाल्या, दादा, आम्ही पण तुझ्याबरोबर येतो. तू नसलास, तर आम्हाला घरात राह्यची भीती वाटते. म्हणून आम्ही तिघंही घरातून पळालो.'' बबन्यानं सविस्तर माहिती दिली.

''—आणि कळव्याच्या बस डेपोवर आलात! काही काळजी करू नका. मी आहे तुमच्याबरोबर. तुम्ही मारकुट्या बापाकडं घरी जाऊच नका. माझा बबन कुठं आहे, शकू-मंजू कुठं आहेत, म्हणून तुमचे वडील शोधाशोध करतील, रडकुंडीला येतील. होऊ दे त्यांची फजिती. मी तुमची इथं पोलीस चौकीवर राहण्याची, खाण्या-जेवणाची व्यवस्था करतो.''

हवालदार शेळक्यांनी कल्याणच्या पोलीस ठाण्याशी संपर्क साधला व महादेव दत्तात्रय सकपाळ या रिक्षाचालकाची तीनही मुलं कळव्याच्या भवानी पोलीस चौकीवर सुखरूप आहेत, ही माहिती सकपाळला द्या व त्याला पोलीस चौकीवर येऊन हवालदार आबा शेळके यांना भेटायला सांगा— हा निरोप ठेवला.

हवालदार शेळक्यांची व महादेव सकपाळची भेट झाली. आबांनी सकपाळचं

दु:ख समजून घेतलं. पोरं घरातून का पळाली, हेही त्याला समजावून दिलं. आबा म्हणाले, ''सकपाळ, तुझ्यावर दु:खाचा डोंगर कोसळला आहे. तीन पोरांना मागं सोडून तुझी बायको गेली. तुझी ही एवढीशी पोरं– तू त्यांना कसं सांभाळशील? देव तुझी परीक्षाच पाहतो आहे. पण सकपाळ, तुझी पोरं म्हणजे रत्नं आहेत. त्यांचं परस्परांवरचं प्रेम पाहून मी गलबललो. धाकट्या शकूच्या हातातून रिमोट पडला व तुटला. तू शकूला मारशील याचं भय वाटून, बबनदादानं रिमोट तोडण्याची चूक पत्करून घरातून पळून जायचं ठरवलं; आणि दादाशिवाय कसं राहायचं, म्हणून दोन्ही बहिणीही त्याच्याबरोबर बाहेर पडल्या. सकपाळ, तुझं नशीब थोर म्हणून ही पोरं माझ्या हाती लागली. कोणा गुंडांच्या किंवा धंदेवाईक अधिकाऱ्यांच्या हाती पडली असती तर? तुला ती आयुष्यात पुन्हा पाहायलाही मिळाली नसती. ही तीन पोरंही एकत्र राहिली असती का नसती, देव जाणे! बायकोच्या माघारी तिची तीन मुलंही आपण सांभाळू शकलो नाही, या अपराधी भावनेनं तू आयुष्यभर जळत राहिला असतास. पोरं का गेली, हेही तुला समजलं नसतं. आता मी सांगतो तसं थोडं नाटक कर. मी सांगतो तसंच बोल, तसंच वाग. पोरांच्या मनात तुझ्याविषयी भीती आहे; ती नाहीशी व्हायला हवी.''

आबा खुर्चीमध्ये आरामात बसले. त्यांनी पोरांना मागच्या बाजूला खेळायला सांगितलं. पंधरा मिनिटांनी सांगितल्याप्रमाणे महादेव सकपाळ चौकीत आला. जाधव शिपायानं ठरल्याप्रमाणे तीनही मुलांना, ''तुमचा बाप काय म्हणतो आहे, ते लपून ऐका—'' असं म्हणत दाराआड उभं केलं.

सकपाळनं आरंभ केला, ''मी महादेव सकपाळ, कल्याणचा रिक्षावाला. माझी तीन पोरं हरवली आहेत– बबन, मंजू आणि शकू. फार गुणी आणि शहाणी पोरं आहेत. ती घरातून निघून गेली आहेत. कल्याणच्या बसस्टँडवरच्या पानवाल्यानं त्यांना बसमध्ये चढताना पाहिलं. कोणत्या बसमध्ये, हे त्याला आठवत नाही. मी काल रात्री कल्याणहून निघालेल्या सगळ्या बसचा शोध घेतो आहे. माझी बायको पार्वती हे जग सोडून गेली; आता ही पोरंही मला सोडून गेली. पार्वतीच्या माघारी मी कोसळलो होतो. मला माझ्या पोरांकडं नीट लक्ष देता येत नाही. रिक्षा तर चालवायलाच हवी; त्याशिवाय पोरांचं पोट तरी कसं भरणार? मला पोरं हवीत...त्यांच्याशिवाय मी जगणार नाही. काल रात्रीपासून मी झोपलो नाही, जेवलो नाही.''

महादेव सकपाळ पढवल्याप्रमाणे बोलत होता; पण तो बोलत होता, ते सत्यच होतं. त्यामुळं त्याच्या बोलण्यात आर्तता होती.

आबा शेळके जोरात म्हणाले, "सकपाळ, पोरं काय अशी उगाचच्या उगाच पळतील? तुम्ही पोरांच्यावर ओरडला असणार...त्यांनी काचेची बरणी, टीव्हीचा रिमोट किंवा एखादं खेळणं मोडलं तरी तुम्ही मारत असणार. पोरं तुम्हाला मिळाली तरी त्याचा उपयोग काय? तुम्ही त्यांना मारणार."

"मी त्यांना कधीही मारणार नाही, रागावणार नाही."

"समजा, त्यांनी चुकून टीव्हीचा रिमोट फोडला असेल तर?"

"मी नवा रिमोट आणून देईन...मला माझी पोरं द्या!"

"पोरं परत करणारा मी कोण? सकपाळ, समोरच्या भिंतीवर गणपतीची फ्रेम आहे. त्या मूर्तीपुढे उभे राहा, चूक कबूल करा. प्रार्थना करा व मुलं मागा. तुमचं दैव चांगलं असेल, तर गणपतीबाप्पा तुमच्यावर कृपा करेल." आबांनी रस्ता दाखवला.

"देवा, कृपा कर, माझी पोरं मला भेटव." महादेव आतून भरून आला होता. चौकीवर मुलं सुखरूप आहेत, हे त्याला माहीत होतं; पण पोरं डोळ्यांना दिसत नव्हती. त्यानं गळाभरल्या आवाजात, "देवा– माझा बबन, मंजू, शकू यांना सुखी ठेव. त्यांची माझी भेट घडवं," अशी आळवणी केली.

लपल्या जागेहून प्रथम शकू 'बाबाऽ' म्हणून बाहेर आली. तिच्या पाठोपाठ मंजू व बबन धावले. तिघांच्या सहा चिमुकल्या हातांनी बाबांना मिठी घातली. सकपाळ आळीपाळीनं मुलांचे पापे घेत सुटला.

कडक स्वभावाच्या आबांचं अंत:करण मेणाहून मऊ झालं. केव्हा एकदा घरी जातो आणि आपल्या पोरांना पोटाशी धरतो, असं आबांना होऊन गेलं. पोरं सकपाळच्या स्वाधीन करून घरी पोचायला आबांना दुपारचे चार वाजले.

यशोदा लगबगीनं पुढं होतं पदराआडून म्हणाली, "हातपाय धुऊन घ्या, तोपर्यंत मी चहा टाकते."

"चहाचं राहू दे— आपली पोरं कुठं आहेत? दिसत नाहीत."

"शाळेला गेली आहेत. तासाभरानं शाळा सुटेल."

"ठीक आहे, ठीक आहे. मीच शाळेवर जातो व त्यांना घेऊन येतो."

आबा बाहेर पडले. का, कशासाठी, हे काही ते बोललेच नाहीत.

वाटेत आबा शेळकेंना हनीफ आडवा गेला. हनीफच्या तोंडात सिगारेट होती. हनीफ चपापला. त्यानं नैसर्गिक प्रेरणेनं गालांवर संरक्षणार्थ तळवे टेकवले. पण आबांचं हनीफकडं लक्षच नव्हतं. हनीफला आश्चर्य वाटलं.

आबांच्या पाठोपाठ घाबऱ्या-घाबऱ्या यशोदाही बाहेर पडली. पोरांनी आज असं काय विपरीत केलं आहे, याचा तिला अंदाज येईना. कधी नव्हे तो आपला

नवरा, तेही एवढ्या मोठ्या मुलांना आणायला, शाळेवर का निघाला आहे? तापट पित्यापासून मुलांना वाचविण्यासाठी आपण शाळेकडं धावलं पाहिजे, एवढीच खूणगाठ त्या माऊलीनं मनाशी बांधली होती.

- ० - ० - ० -

·५·

सावकारीला टाळा

'मी येत्या रविवारी कुळांचे गहाणवटीचे कागद जाहीरपणे फाडणार व कुळांना शेतीच्या कर्जातून मुक्त करणार; शिवाय यापुढे सावकारीच्या व्यवसायालाही मी कायमचा टाळा लावणार,' अशा आशयाचे पत्रक प्रसिद्ध करून नाना धोंगड्यांनी गावात खळबळ उडवून दिली. कागद फाडण्याचा कार्यक्रम 'जय किसान' हॉलमध्ये होणार होता.

नाना धोंगडे हे गावातील श्रीमंत कापड व्यापारी होते. अवतीभवती भरपूर मोकळी जागा असलेला, त्यांचा दुमजली बंगला होता. पेठेत कापडाचं भलंमोठं दुकान होतं. दुकानात विक्रेतेच सोळा होते! पण नाना सावकारीही करत होते, हे कोणालाही माहीत नव्हतं; ते या पत्रकामुळं बाहेर पडलं.

पत्रकात मराठीची एकही चूक नव्हती. कशी असणार? नानांच्या पत्नी सावित्रीबाई प्रौढ स्त्रियांकरता वर्ग चालवत होत्या. वर्ग मोफत होते, म्हणून काय झालं? शिक्षिका म्हणून सावित्रीबाई दर्जेदार होत्या. सावित्रीबाई केवळ सामाजिक कार्य म्हणून, प्रौढ स्त्रियांना लिहिण्यावाचण्याइतपत मराठी आणि तोंडचे हिशेब, पाढे, बेरीज, वजाबाकी असं व्यवहाराचं गणित रोज रात्री ९ ते ११ या वेळात बंगल्याच्या मागच्या शेडमध्ये शिकवत. शाळेला फी नव्हती, पाटी-पस्तके फुकट मिळत आणि वर, परत जाताना घरच्या मुलांच्याकरता शिकणाऱ्या प्रौढ आयांच्या हातावर रोज काही ना काही खाऊ दिला जाई. या खाऊचं प्रलोभन एवढं जबरदस्त होतं की, मुलं आपल्या आयांना शाळेला जाण्यासाठी तगादा करत! मुलांपुढं शेतकरी व कामगार असलेल्या बापाचंही काही म्हणजे काही चालत नसे!

बाबालाल हंगड व शिवाजीराव मेथे या दोघा सावकारांना त्या पत्रकामुळं, धोंगड्यांच्या श्रीमंतीचं कोडं फट्दिशी उलगडलं. सरळ मार्गानं कोणीही श्रीमंत होऊच

शकत नाही, असा या दोघांचा अनुभव व सिद्धांतही होता. म्हणजे, या धोंगड्यांच्या श्रीमंतीचा जन्म सावकारीतच आहे तर; सचोटीच्या व्यापाराबिपारात नाही. पण हा धोंगड्या पक्का बेरकी आहे. हा सावकारी करतो, हे एवढा काळ आपल्याला समजलं नव्हतं. धोंगडे प्रामाणिक असूनही श्रीमंत आहे, असं आपण उगाचच धरून चाललो होतो!

बाबालाल समाजवादी पक्षाचे होते. त्यांची वडिलोपार्जित फळबाग होती. ते सावकारीही करत, पण सावकारी हाच बाबालालांचा फलदायी व्यवसाय होता. बाबालाल शेतकऱ्यांना कर्ज देत व त्यांच्या जमिनी गहाण ठेवून घेत. सावकारी व्यवसायाला नैतिक बळ मिळावं व आपली सावकारी कोणाच्या डोळ्यांत खुपू नये, म्हणून ते राजकारण करत. शिवाजीराव हेही सावकारी करत. त्यांच्याकडं जमीन गहाण पडली की, ती कायमचीच गहाण राही. व्याजापोटी जमिनीवरचं व जमिनीखालचं अर्धं उत्पन्न ते जमा करून घेत. उरलेल्या अर्ध्यावर ते उदार मनानं पाणी सोडत. शेतकरी जगला, तरच तो पुढच्या वर्षी पिकवू शकेल व पुढच्या वर्षीचं अर्ध उत्पन्न आपल्याला देऊ शकेल, हे शिवाजीरावांना माहीत होतं. मात्र, शिवाजीराजांची गावात सावकार अशी ओळख नव्हती; त्यांना प्रिन्सिपॉल शिवाजीराव मेथे म्हणून ओळखलं जाई. मेथेसाहेबांच्या सावकारीला पवित्र शिक्षणक्षेत्राचं–म्हणजे सरस्वती ट्रस्टचं कवच होतं. शाळा-कॉलेजच्या कारभारात मेथेसाहेब ढवळाढवळ करत नसत. शिक्षणाचा दर्जा टॉपला ठेवण्याची जबाबदारी त्या-त्या शाळा-कॉलेजांच्या प्रमुखांवर होती. मेथेसाहेबांच्या सुविद्य व सुस्वरूप पत्नी शामलाबाई या ट्रस्टच्या अध्यक्ष होत्या. पत्नी होण्यापूर्वी त्या मेथेसाहेबांच्या शाळेच्या मुख्याध्यापिका होत्या. सर्व नागरिकांतर्फे शिवाजीरावांना प्रिन्सिपॉल ही उपाधी देण्यात आली होती.

बाबालाल व शिवाजीराव हे हाडाचे सावकारच आहेत, त्यांनी कुळांच्या जमिनी हडपल्या आहेत, हे गावातील सर्वांना माहीत होतं; पण या दोघांना सावकार म्हणण्याची कोणाचीही प्राज्ञा नव्हती. बाबालाल हंगड हे भाई होते व शिवाजीराव मेथे हे प्रिन्सिपॉल होते. या दोघांचे वाढदिवस अनुक्रमे समाजवादी पक्षातर्फे व सरस्वती ट्रस्टतर्फे धुमधडाक्यात साजरे होत. त्यांना शुभेच्छा देणारे जंबो फलक पक्षाच्या कचेऱ्यांसमोर व शाळा कॉलेजाबाहेर लागत. या मोठ्या फलकांमुळे त्यांची सावकारी तर लपून जाईच, वरती या दोघांच्या श्रीमंतीवर पावित्र्याचा मुखवटा चढे. मात्र चेहरा नसलेल्या, आवाज व अस्तित्व नसलेल्या गावातील बहुसंख्य सुसंस्कृत मंडळींना समाजभूषण भाई हंगड व शिक्षणभूषण

प्रिन्सिपॉल मेथे हे समाजातील गुन्हेगार सावकार आहेत, याची पूर्ण जाण होती. आपल्याला लोकांच्या मनात स्थान नाही, हे शल्य हंगड व मेथे यांनाही बोचत असे. विवाहित, घरंदाज स्त्रियांना पतीकडून जे सुख व वैभव मिळतं, त्यापेक्षा शंभर पटीनं ते सारं आपल्याला एका नव्हे तर दहा पुरुषांकडून मिळतं, हे माहीत असूनही कॉलगर्लला घरंदाज स्त्रीचा हेवा वाटतो; तसाच हेवा बाबालाल व शिवाजीराव यांना नाना धोंगडे यांच्याबाबत वाटत असे.

नाना धोंगडे हे सर्वांचे 'नाना' होते, नाना'साहेब' नव्हते. नाना सार्वजनिक उद्यानात फिरायला जात, वसंत व्याख्यानमालांना उपस्थित राहत; गुरुवारी दत्ताच्या, मंगळवारी गणपतीच्या, शनिवारी मारुतीच्या देवळात हजेरी लावत. प्रत्येक ठिकाणी लोक आदरानं मान लववून, 'नाना, नमस्कार!' असं म्हणत. सर्वत्र लग्नाकार्यांत नानांना आमंत्रण असे. नानांच्या कापड दुकानात लहान मुलगा गेला, तरी त्याला अदबीनं व प्रेमानंच वागवलं जाई. पांढरं स्वच्छ धोतर, पांढरा सदरा, त्यावरचा पिवळसर रंगाचा कोट व त्याच रंगाची टोपी हा नानांचा पोशाखही ठरलेला होता. नाना दुकानात आले की, ते कोट-टोपी काढून ठेवत व धोतर-सदरा या घरच्या पोशाखात असत; जणू दुकान हे नानांचं घरच होतं! त्यामुळेच असावं, साऱ्यांना नानांच्या दुकानात घरची वागणूक मिळे. नानांच्या बंगल्याच्या आवारात त्यांच्या पत्नी सावित्रीबाई प्रौढ स्त्रियांकरता मोफत शाळा रोज चालवत. नानांना आपल्या पत्नीचं त्यामुळं खूप कौतुक होतं. नानांचा हातही सढळ होता. वाचनालय, व्यायामशाळा, व्याख्यानमाला अशा कार्यक्रमांना नानांकडून हुकमी अर्थसाह्य मिळे. एकूण काय, तर नानांना सज्जनांच्या मनात स्थान होतं.

राजकीय क्षेत्रात आणि विशेषत: निवडणुकांच्या काळात नानांना काडीचीही किंमत नव्हती. कशी असणार? नाना कोणाही सोम्यागोम्याला बँकेतून विनातारण, मॅनेजरला दमदाटी करून, कर्ज मिळवून देऊ शकत नव्हते. नापास झालेल्या विद्यार्थ्याला वरच्या वर्गात ढकलू शकत नव्हते. हॉटेलात पाच-पंचवीस जणांसह जायचं, भरपेट खायचं-प्यायचं आणि पैसे न देता हॉटेलचीच मोडतोड करत बाहेर पडायचं— हे नाना करू शकत नव्हते.

अशा नाना धोंगड्यांनी जेव्हा कुळांचे गहाणवटीचे कागद जाहीरपणे फाडण्याचा समारंभ आयोजित केला, तेव्हा सारेच चक्रावले. हंगड व मेथे यांना मात्र एक कोडं सुटलं व एक पडलं. म्हणजे नाना धोंगड्यांनी सावकारी करून पैसा जोडला, हे एकदा उघड झालं, हे बरं झालं. दुकान वडिलांचं होतं, ते मी सचोटीनं चालवलं; खोटेपणा न करताही पैसा मिळतो, असं हा धोंगडे म्हणे.

पैसा मिळवण्यासाठी प्रामाणिकपणा सोडावा लागत नाही, असा चुकीचा संदेश या नाना धोंगड्यांच्या उदाहरणामुळं लोकांपर्यंत पोचत होता. लेका नान्या, आम्ही राजकारण लढतो, सावकारी करतो, कुळांना नडवतो, गुंडगिरी करतो, हे सारं कशासाठी; तर पैसे मिळवण्यासाठी! अरे बाबा, प्रामाणिकपणानं पैसा मिळाला असता, तर एवढी चार लफडी करणाऱ्या आम्हाला प्रामाणिकपणा करून पाहणं जमलं नसतं का? पण प्रामाणिकपणानं पैसा मिळत नाही, हा आमचा अनुभव आहे! आपणही सावकारी केलीत व कुळांकडून पैसा उकळलात, हे बरं केलंत. पैसा कसा मिळवलात, हे कोणी विचारलं की, कापडाचं दुकान दाखवून त्याचं तोंड बंद करायचं– उत्तम!

पण धोंगडेमहाराज, एवढी वर्षं इतक्या गुप्तपणे, कोणालाही पत्ता लागू न देता, आपण सावकारी कशी चालवलीत? गुप्तता टिकवलीत कशी? ते कोडं काय आहे? च्या मायला, आमच्या सावकारीच्या नावानं गावभर बोंब आहे. सावकारीचा वाघ लपवण्याकरता आम्हाला राजकारण करावं लागतं, पवित्र शिक्षणक्षेत्रात वावरावं लागतं. सावकारी करणं म्हणजे चार जणांना नाडणं आलं, त्यांच्या जमिनी बळकावणं आलं. नाही म्हटलं तरी कुळं ही बिथरणारच की! कुळांना दाबून ठेवायचं तर चार गुंड आपल्या पदरी पाहिजेत, त्याकरता राजकारणात शिरावंच लागतं. पुढारी झाल्याशिवाय गुंडपणा लपत नाही. हंगड व मेथे सावकारी करतात, हे गावाला माहीत आहे. पण आमच्या विरुद्ध कुठं काही बोंबाबोंब होते का? कशी होणार? बोंबलणाऱ्याचे हात व तोंड जागेवर राहतील का? आमच्याविरुद्ध पोलीस ठाण्यात तक्रार नोंदवूनच घेतली जात नाही. गावातील चार पोलीस ठाणी आम्हीच पदरचा पैसा खर्चून बांधून दिली आहेत; नव्हे, पोलीस ठाणी आमच्याशी बांधलेली आहेत. 'सावकारी निभावून न्यायची म्हणजे एवढी सोंगंढोंगं करावी लागतात! पण हा नाना धोंगडे असं काहीही न करता, सावकारी बिनघोर कशी काय हाणतोय, हे कोडंच आहे. हां! या धोंगड्याची बायको, शेतकऱ्यांच्या-हमालांच्या-मजुरांच्या बायकांना बंगल्यावर रोज रात्री शिकवते. या प्रौढ स्त्रियांना एजंट करून त्यांच्यामार्फत धोंगडे त्यांच्या नवऱ्यांना कर्ज देतो की काय? अरेच्चा! तीच खेळी असणार. काहीही असो; पण प्रामाणिकपणे श्रीमंत होता येते, हा भ्रम दूर झाला, हे छान घडलं. परंतु, बिनबोभाट सावकारी कशी चालवायची, हे या नाना धोंगड्याकडून शिकायला हवं. अरे पण, हा नाना धोंगडे सावकारी जाहीर करून गहाणवटीचे कागद आपणहून फाडायला का तयार झाला आहे? दुभती गाय नाना अशी परत का

करतोय? महाराष्ट्राच्या गृहमंत्री पाटलांचा ग्रह आम्हा सावकारांच्या कुंडलीत आजकाल वक्री बसला आहे, पण ग्रह आपल्या गावापर्यंत पोचेलच कसा? गावच्या पोलीस ठाण्यांची कवचकुंडलं आपल्या राखणीला आहेतच की!

बाबालाल हंगड व शिवाजीराव मेथे अशा प्रकारे आपल्या-आपल्या मनात पण एकाच पद्धतीने विचार करत होते, तोच 'जय किसान' हॉलमधून या दोघांना फोन आले. फोन वेगळे होते, पण आशय एकच होता— या समारंभाला प्रमुख पाहुणे म्हणून आपण दोघांनी यायला हवं. आपल्यासारख्या आदरणीय व्यक्तींच्या उपस्थितीत ही गहाण जमीन मोकळी करावी, अशी नाना धोंगड्यांची इच्छा आहे. नाना धोंगडे आपणाला फार मानतात.

छ्या, हे भलतंच झंगाट झालं. होय म्हणावं तरी पंचाईत, नाही म्हणावं तरी अडचण! नाही म्हणावं, तर गावातील चार भले लोक म्हणणार की गहाणवटीचे कागदपत्र फाडण्याचा कार्यक्रम या दोघा सावकारांना पसंत पडणं शक्यच नाही. होय म्हणावं तर... आपल्या कर्जदार शेतकऱ्यांच्या हातात आपणच कोलीत दिल्यागत होईल. उद्या आपले कर्जदार गप्प थोडेच राहतील?

...बाबालाल हंगड व शिवाजीराव मेथे प्रमुख पाहुणे म्हणून खुर्च्यांवर मुकाट बसले. नाना धोंगड्यांनी प्रास्ताविक केलं— "मी कापडाचा व्यापारी आहे, हे तुम्हा सर्वांना माहीतच आहे. पण मी सावकारी करतो, हे फक्त माझ्या कर्जदारांनाच माहीत आहे. कर्ज काढणं, हे माझ्या कर्जदारांना कमीपणाचं वाटतं. मी कर्ज देतो व संपूर्ण गुप्तता पाळतो. मी कधीही माझ्या कर्जदारांच्या शेतावर जात नाही, त्यांच्या घरी जात नाही. ही गुप्तता पाळण्यासाठी मी जास्तीचे दोन टक्के व्याज लावतो."

बाबालाल व शिवाजीराव मनातल्या मनात चकित झाले. कमाल आहे! म्हणजे या नाना धोंगड्यांना गुंडांना पोसायला नको, पोलीस ठाणी बांधून द्यायला नकोत आणि वर हे महाशय गुप्तता पाळण्याचे, दोन टक्के व्याज घेणार! अशी ही फायदेशीर सावकारी धोंगडे का सोडणार आहेत? यांच्या डोक्यावर परिणाम तर झाला नाही ना?

नाना बोलत होते, "समोर बसलेल्यांपैकी किती तरी माझे कर्जदार आहेत. आजही मी त्यांची नावं जाहीर करणार नाही; मात्र मी त्यांना या समारंभाला आवर्जून बोलावलं आहे. विदर्भातील शेतकऱ्यांच्या आत्महत्यांच्या बातम्यांनी माझ्या मनाच्या ठिकऱ्या-ठिकऱ्या झाल्या. गेले काही महिने मी सुखाची झोप घेऊ शकलो नाही. माझं नशीब भलं, म्हणून माझ्या एकाही कर्जदारानं अद्याप आत्महत्या केली नाही; नाही

तर ते पाप माथ्यावर घेऊन मला उरलेलं आयुष्य जगावं लागलं असतं! आज या जाहीर समारंभात मी माझ्या कर्जदारांना मुक्त करत आहे. नाही, नाही— मी मलाच मुक्त करत आहे. मी सर्व स्टँपपेपर जाहीरपणे फाडून टाकत आहे.''

नाना धोंगड्यांनी 'एक-दोन-तीन' असे आकडे म्हणत सोळा स्टँपपेपर टराटरा फाडले व कागदाचे सर्वच्या सर्व कपटे भल्या मोठ्या पिशवीत भरले. हंगड व मेथे ते फाडलेले स्टँपपेपर पाहत होते. स्टँपपेपर ही वस्तू त्यांच्या उत्तम परिचयाची होती. स्टँपपेपरवरच्या काळ्या आडव्या रेषा व त्यावरची काळी लिखावट त्यांच्या परिचयाची होती. स्टँपपेपरवरचे शिक्के त्यांच्या ओळखीचे होते. समोरच्या श्रोत्यांत शेतकरी होते, कामगार होते, पांढरपेशेपण होते. यांपैकी नानांकडून कर्ज घेणारे कोण होते?

नानांनी स्टँपपेपर फाडले आणि बऱ्याच जणांच्या चेहऱ्यावर आनंद पसरला. नाना धोंगडे त्यांच्या ऋणकोंना कर्जमुक्त करणार आहेत व त्या समारंभाला बाबालाल हंगड व शिवाजीराव मेथे प्रमुख पाहुणे आहेत, हे समजल्यामुळं आपले गहाणवटीचे कागद हंगडशेठ व मेथेसाहेब फाडतील, या आशेने त्यांचे कर्जदार आमंत्रण दिल्याप्रमाणे हजर झाले होते. जो आनंद पसरला होता, तो या कर्जदारांच्या चेहऱ्यावरचा होता; नानांच्या कर्जदारांच्या नव्हे! आणि आमंत्रणाचं म्हणाल, तर त्यांच्या बायकांनी आग्रह करून त्यांना पाठवलं होतं.

आपल्या कर्जदारांच्या चेहऱ्यावरचा आनंद बाबालाल व शिवाजीराव यांनी टिपला. म्हणजे जे आपले ऋणको आहेत, तेच नाना धोंगडे यांचे पण आहेत की काय? पण नाना कधी शेतावर जात नाहीत, उभ्या पिकांची मोजदाद करत नाहीत, वरती नाना आपल्या कर्जदारांना प्रतिष्ठित समजतात व त्यांची नावे गुप्त ठेवतात.

—याचा अर्थ काय? अर्थ एकच– आपल्या सावकारीचं आज या सभेत थेट वस्त्रहरण झालेलं आहे. तेवढ्यात नाना धोंगडे बाबालालना म्हणाले, ''आपण बोला. आपल्यानंतर शिवाजीराव बोलतील. मी माझ्या कर्जदारांचे कागद फाडले; पण तेवढ्यानं काय होणार? कर्जदारांच्या मनात उमेद फुलायला हवी. ते काम तुम्ही दोघेच करू शकता. तुम्ही समाजाचे पुढारी आहात.''

बाबालाल हंगड बोलायला उठले आणि त्यांच्या कर्जदारांनी 'बाबालाल जिंदाबाद'च्या घोषणा द्यायला आरंभ केला. शिवाजीराव अजून खुर्चीत बसून होते तोपर्यंत त्यांच्या कर्जदारांनीही जिंदाबादच्या घोषणा द्यायला सुरुवात केली. कर्जदारांच्या बायकांनी आपल्या नवऱ्यांना छान पढवून पाठवलं होतं.

बाबालालना थांबवून पुन्हा नाना धोंगडेच बोलायला लागले– "मी व्यापारी. मी समाजसेवक नाही. मी शिक्षणाच्या पवित्र क्षेत्रातला पण नाही. मी हे जे गहाणाचे स्टँप फाडले, त्याचं श्रेय मला देऊ नका. बाबालाल व शिवाजीराव यांच्यापासूनच मी प्रेरणा घेतली आहे. यापुढं मी सावकारी करणार नाही, अशी शपथ घेतो."

नानांच्या या घोषणेनंतर बाबालाल व शिवाजराव यांचा नामघोष गगनाला भिडला. बाबालालना आश्चर्यच वाटलं. कर्जमाफी दिली नानांनी आणि जिंदाबाद आपल्या नावाने? तेवढ्यात नानांनी घोषणा केली. "होय– होय, बाबालाल व शिवाजीराव यांनीही कर्जमाफी दिली आहे. आज त्यांनी स्टँपपेपर आणलेले नाहीत; पण प्रतीक म्हणून ते साधे कागदच फाडतील." पुन्हा जिंदाबाद, तोही फक्त बाबालाल व शिवाजीराव यांच्याच नावे झाला.

नानांनी दोघा सावकारांच्या हाती जुनी वृत्तपत्रे दिली. बाबालाल व शिवाजीराव यांना जिंदाबादच्या आवाजात वृत्तपत्रे फाडावीच लागली. वृत्तपत्रांचे बातमीदार आले होते. त्यांनी झराझरा फोटो काढले. दुसऱ्या दिवशीच्या सर्व वृत्तपत्रांतून बाबालाल हंगड, शिवाजीराव मेथे व नाना धोंगडे या सावकारांनी शेतकऱ्यांना कर्जमुक्त केल्याची बातमी सचित्र छापून आली.

...नाना धोंगडे पत्नीला म्हणाले, "सावित्री, मी साधा कापड व्यापारी! मी कर्जबाजारी शेतकऱ्यांना काय मदत करणार? पण शेतकऱ्यांच्या आत्महत्यांच्या बातम्यांनी तू कासावीस होत होतीस. तुझ्याकडं शिकायला येणाऱ्या बायकांचे नवरे कर्जात आहेत हे तुला माहीत होतं. 'वैनीसाब, आमच्या कारभाऱ्यांना वाचवा', हे त्या तुला विनवून सांगत होत्या. आपल्याकडंही विदर्भात झाल्या तशा आत्महत्या झाल्या तर, हा प्रश्न तुझा पिच्छा सोडत नव्हता. तुझ्या विद्यार्थिनींचे नवरे बाबालाल व शिवाजीराव यांच्या कचाट्यात अडकले होते. शेवटी मी ठरवलं की, आपण सावकार असल्याचं नाटक करायचं. मी सोळा खरे स्टँपपेपर विकत आणले, त्यावर अस्तित्वात नसलेल्या कर्जदारांकडून त्यांच्या जमिनी लिहून घेतल्या आणि जाहीरपणे स्टँपपेपर फाडले. फाडलेल्या स्टँपपेपरचा कपटा न् कपटा गोळा केला. कारण, स्टँपपेपर खोटे होते, हे बाबालालना समजायला नको. तू तुझ्या प्रौढ विद्यार्थिनींना छान शिकवलं होतंस आणि त्यांनी आपल्या आपल्या नवऱ्यांना! त्यांच्या जिंदाबादमुळे बाबालाल व शिवाजीराव गोंधळले. वृत्तपत्रांतून सचित्र बातम्याही आल्या आहेत. बहुधा तुझ्या प्रौढ शिष्यांचे नवरे कर्जमुक्त होतील, असं वाटतं. या निमित्ताने मी माझ्या नसलेल्या सावकारीला टाळा लावला आहे."

“—आणि बहुधा बाबालाल व शिवाजीराव यांच्या खऱ्या सावकारीलाही टाळा बसेल, असं वाटतं. आमच्या रात्रीच्या वर्गातर्फे तुमचे आभार! आणि हो, तुमचेही जिंदाबाद. सभेत तुमच्या नावाने जिंदाबाद करायचा नाही, हे मी आमच्या बायकांना बजावलं होतं, तो जिंदाबाद मी करते.” सावित्रीबाईंच्या स्वरात कौतुक होतं.

-०-०-०-

.६.

एकमेव चूक

बी. आर. ऊर्फ बाळकृष्ण रघुनाथ सरवटेला वाटायचं की, आपल्या पत्नीने व मुलाने सुखात व आनंदात राहावं. सुशीला व गोट्या प्रत्यक्षात आनंदात व मजेतच होते. बीआरला ते समजत नव्हतं, हा भाग वेगळा! महापालिकेतल्या मित्रांच्या संभाषणातून बीआरला समजलं होतं की, मोठमोठ्या, उंची हॉटेलात जाणं बायका-मुलांना खूप आवडतं. म्हणून तर सुशीला-गोट्याला टॅक्सीने चांगल्या हॉटेलात घेऊन जायला बीआर उत्सुक असे.

पण सुशी म्हणायची, "आपण पगार झाल्यावर एकदाच पहिल्या आठवड्यात हॉटेलात जायचं. हॉटेलातलं अन्न तसं महाग असतंच, वरती प्रकृतीलाही चांगलं नसतं." बायको-मुलाला घेऊन दोन वेळा लांबच्या श्रीमंती हॉटेलात टॅक्सीने बीआर गेला व टॅक्सीनेच घरी परतला. हॉटेल-टॅक्सी यावरच्या खर्चाचे आकडे ऐकून-पाहून सुशीला चक्रावली. बाई गं! आपल्या नवऱ्याचा पगार तो काय आणि हॉटेलवरचा हा कसला भरमसाट खर्च? सुशीला कळवळून नवऱ्याला म्हणाली, "बाळकृष्ण, माझं डोकं भणभणायला लागलं. एवढी चैन आपण करायची नाही. महागाई वाढते आहे. माझे बाबा म्हणतात की, तरुण वयातच चंगळवाद-भोगवाद यापासून दूर राहा व चार पैसे शिल्लक टाका. आपण जवळपासच्या एखाद्या हॉटेलात चालत जाऊ व एखादी डिश खाऊ."

सुशीलाला काय सांगावं, कसं सांगावं, हे बीआरला कळेना. सुशीलाने खरं तर वेगवेगळ्या उंची हॉटेलांची व पदार्थांची नावं सुचवायला हवीत. तिने खिडक्यांकरता भारी कापडाचे पडदे शिवण्याचा हट्ट धरायला हवा. तिने टॅक्सीशिवाय फिरणार नाही, असा पवित्रा घ्यायला हवा. सध्याची राहण्याची जागा छोटी आहे, आपण मोठी जागा घ्यावी, असं स्वप्न सुशीलाला पडायला हवं.

पण ही सुशीला आपल्या पगारात कसं भागेल, चैन टाळायला हवी, महिना काही पैसा शिल्लक टाकायला हवा— अशा प्रकाराने विचार करते आहे. सुशीलाला समजावून सांगितलं पाहिजे.

बीआर सुशीलेशी बोलला, "पालिकेतली नोकरी ही रोज सोन्याचं अंडं देणाऱ्या कोंबडीसारखी आहे. सुशीला, तू पैशाची काळजी कसली करतेस? हे बघ, पालिकेचं काम तसं साधं आहे, पण भरपूर वेळ घेणारं आहे. या कामासाठी मला पगार मिळतो, पण पगाराशिवाय मला जास्तीचा पैसा घ्यावाच लागतो. लाचच, पण ती घेतल्याशिवाय गत्यंतर नाही. नोकरीची चौकट चमत्कारिक झाली आहे. धर्मराज देवस्थळी किंवा हरिश्चंद्र साखळकर होऊन, प्रामाणिक बिच्चारा असा काळा शिक्का घेऊन खात्यात अडगळीच्या सामानासारखं पडायचं; का महापालिकेच्या परंपरेप्रमाणे वागायचं, वेळच्या वेळी बढती मिळवायची— हा माझ्यापुढे प्रश्न होता. मला नियमानुसार काम करून होणारा विलंब टाळण्यासाठी, जास्तीचं काम करण्यासाठी, भरपूर अवांतर पैसे मिळतात. आर्किटेक्ट-बिल्डरमंडळी तशी समंजस व गुणग्राहक असतात. तीस वर्षांच्या नोकरीत मला दोन कोटी रुपये तरी मिळतील. पालिकेत वरच्या जागेवर वाढत्या रकमेची लाच मिळते."

बीआर असं बोलत गेला आणि बाळकृष्ण रघुनाथ सरवटे या सबइंजिनिअरची पत्नी सुशीला आतून घुसमटली. बाळकृष्णचे वडील रघुनाथ सरवटे हे शिक्षकाच्या व्यवसायाला धर्म समजणारे शीलवान शिक्षक होते. त्यांनी त्यांच्यासारख्याच सत्य-शिव-मंगल यांची उपासना करणाऱ्या काशिनाथपंत आफळेसरांच्या सुशीला या सोज्ज्वळ व सदाचरणी मुलीला, एकही पैसा हुंडा न घेता, साधेपणाने लग्न करायचं, अशी अट घालून सून म्हणून आपल्या घरी आणली होती.

सासरे व वडील यांच्यात देवत्व पाहणाऱ्या सुशीलाला आपल्या नवऱ्याचं बोलणं ऐकून धक्का बसला. आपला नवरा हा सरळ बाळकृष्ण होता. त्याला सासरे बाळ म्हणत. त्या हाकेत किती गोडी व शुचिता होती. आपल्या नवऱ्याने स्वत:चं सुंदर नाव सोडून बीआर हे परकं, बाजारी नाव का धारण केलं? ज्या नोकरीत लाच घेणं हा पायंडा आहे, ती नोकरी त्याने सोडली का नाही? लाच घेतली नाही तर लोक हरिश्चंद्र, धर्मराज अशा शिव्याच देतात ना? देऊ देत; न मिळू दे बढती.

बीआरला प्रेमनाथ दास हा सद्गुरू भेटला होता. खात्यात इतर हिंडते-फिरते गुरू दिसतच होते, पण चोवीस तासांचं गृहिणीपद पत्करलेल्या सुशीलाला दाससारखे गुरू घरबसल्या कुठून मिळायला? रोजची वर्तमानपत्रं काळजीपूर्वक

वाचणाऱ्या सुशीलाला आपल्या घरी एक-दोन कोटी रुपये जमा होणार, ही माहिती दहशतीची वाटली. पाच-पंचवीस हजार रुपये लाच खाणाऱ्यांना पकडल्याच्या बातम्या ती पेपरात वाचत होती. आपला नवरा एक-दोन कोटी रुपये जमवणार? सुशीलाला कल्पनेचे डोळे फुटले. त्या डोळ्यांना इन्कमटॅक्स अधिकारी व पोलीस दिसायला लागले. त्या डोळ्यांना हातकड्या घातलेला बाळकृष्ण दिसू लागला. आपल्या नवऱ्याला त्याचे वडील व आपले वडील काहीही मदत करू शकणार नाहीत. सरवटे व आफळे या दोन मास्तरांना राजकीय पार्श्वभूमी नाही, गुंडगिरीचा वारसा नाही. हे दोघंही जुनाट गृहस्थ. आजकालच्या समाजाभिमुख पुढारीपणाचा श्रीगणेशा त्यांना माहीत नाही. आपल्या नवऱ्याचं काय होईल? लाचेच्या पैशावर पोसल्या जाणाऱ्या आपल्या गोट्याचं काय होईल? विचार करून-करून सुशीला भ्रमिष्ट झाली.

बीआर चक्रावला. आपल्या घरात आपल्यामागे ही काय नवी कटकट लागली? प्रेमनाथ दासची बायको कांता त्याला लाच खायला उत्तेजन देते, सुशीलाप्रमाणे हाय खात नाही. पैसा हा पैसा आहे, तो लाचेतून आला काय किंवा पगारातून आला काय, असा शास्त्रीय व तर्कशुद्ध विचार करणारी बायको दासला मिळते आणि आपल्याच वाट्याला सुशीला का यावी? आता यावर उपाय काय करावा?

यावरचा उपाय भ्रमिष्ट सुशीलानेच शोधला. तिने आपल्या सासऱ्यांना व वडिलांना पत्र लिहून तातडीने बोलावून घेतलं. तिने कळवलं होतं, 'बीआरने आपल्या घरात कोट्यवधी रुपये दडवले आहेत. आपल्या घरावर पोलिसांचे व आयकर खात्याचे छापे पडले. त्यांनी बाळकृष्णाला तुरुंगात डांबलं आहे. ताबडतोब या.'

रघुनाथराव सरवटे व काशिनाथपंत आफळे गोंधळले. कुठे कुठला बीआर आपल्या घरात शिरतो काय व कोट्यवधी रुपये दडवतो, म्हणजे काय? त्याच वेळी बाळकृष्णाने विरोध का केला नाही? पोलीस बीआरला अटक न करता बाळकृष्णाला पकडून नेतात, हे कसं? आजकाल वर्तमानपत्रात आपण वाचतो त्याप्रमाणे पोलिसांनी संन्याशालाच पकडलं आहे? बाळकृष्ण हा आपला मुलगा तुरुंगात असेल, तर आपल्या मुलीकडे व नातवाकडे कोण पाहील?

दोघं शिक्षक सहकुटुंब-सहपरिवार मुंबईत धावत-पळत दाखल झाले.

त्यांनी बाळकृष्णचं बोलणं ऐकलं व समजून घेतलं. पालिकेतली नोकरी ही भलतीच त्रांगड्याची दिसत होती. जगायचं तर नोकरी करणं भाग होतं. नोकरी प्रामाणिकपणे करणं, ही त्यांच्या वेळची रीत होती; पण ही नवीनच विपरीत रीत

दिसते! प्रामाणिकपणामुळे माणूस वाळीत पडतो, त्याला प्रमोशन मिळत नाही, तो विश्वासार्ह वाटत नाही; याचा अर्थ काय?

बाळकृष्णने केलं ते ठीकच होतं म्हणावं काय?

त्यांना उलगडा झाला. उलगडा होणं म्हणजे संकट नाहीसं होणं नव्हे. प्रथम सुशीलाच्या भ्रमिष्टपणाच्या आजारावर उपाय केला पाहिजे. काशिनाथपंत आफळे कष्टी झाले. चूक आपलीच झाली आहे. आपणच सुशीलावर भिकार संस्कार केले. आपण तिला व्यवहार शिकवायला हवा होता. लाच खाण्याची नितांत गरज का पडते, ते तिला समजावून द्यायला हवं होतं.

बीआर स्वत:लाच दोष देत होता. तो वारंवार आपली घोडचूक कबूल करत होता. "मी चुकलो. मी चुकीचे संस्कार दुरुस्त करण्याचा यत्नच केला नाही. तुम्ही काळजी करू नका. आपल्या पुढच्या पिढीतली एकही मुलगी, एकही सून सुशीलाप्रमाणे भ्रमिष्ट होणार नाही. मी त्यांच्यावर योग्य संस्कार करीन. लाच घेणं, वरिष्ठांना त्यांचा वाटा पोचवणं, ही रीत आहे, हे मी त्यांना समजावून देईन. लाच नम्रपणाने घ्यावी, निर्मळ मनाने घ्यावी, ती घेताना उद्दाम होऊ नये, हे मी त्यांना शिकवेन. मात्र लाच घ्याच घ्या, तुमच्या चारित्र्यावर प्रामाणिकपणाचा डाग पडू देऊ नका हे त्यांना समजावेन. या जगात प्रामाणिकपणामुळे माणूस एकटा पडतो, हे सांगेन. समाजात राहायचं असेल, तर एकटं पडून कसं चालेल?"

रघुनाथराव व काशिनाथपंत मान डोलावत होते. आपण चुकीचे व कालविसंगत संस्कार आपल्या मुलांवर केले, हे त्यांना पटलं होतं. आपला बीआर चुकीची पुनरावृत्ती करणार नाही, याचं त्यांना समाधान वाटत होतं.

बीआर गयावया करत होता, "यातून सुशीला बरी होईल ना? सुशीला भ्रमिष्ट होण्यापूर्वीच मी तिची व प्रेमनाथ दासच्या कांता या पत्नीची ओळख करून द्यायला हवी होती. दास तसं मला सांगत होता. कांताबाईंनी सुशीलाला रीतिरिवाज शिकवले असते. पोलिओ होऊ नये म्हणून पोलिओचा डोस देतात. कांतावहिनींनी तिला डोस दिला असता. मग प्रामाणिकपणाचा तिला उपद्रव झाला नसता. लाच खाण्याचे संस्कार करणं जरूर आहे. मी चुकलो, हेच खरं."

बीआर खरोखरच चुकला होता काय? घडलं तरी काय होतं?

घडलं ते साधं व सरळ होतं. चारचौघांच्या बाबतीत जे घडतं, तेच घडलं होतं. बाळकृष्ण रघुनाथ सरवटे हा इतरांप्रमाणे महापालिकेत नोकरीला लागला. चुकले होते ते रघुनाथराव सरवटे. रघुनाथराव सरवटे हे ज्ञानाचा आदर करणारे,

विद्यादानाचं पावित्र्य जाणणारे, शिकवण्या न घेणारे, विद्यार्थ्यांना घरी बोलवून फी न घेता आनंदाने शिकवणारे सुसंस्कृत शिक्षक होते. त्यांनी आपल्या आचारातून व विचारातून 'पैसा म्हणजे सर्व नाही' हा कालविसंगत संस्कार बाळकृष्णावर केला होता. परिणामी, बाळकृष्ण रघुनाथ सरवटेला महापालिकेतली इंजिनिअरची म्हणजे स्वत:ची शक्ती काय, हे माहीत नव्हतं. कुणीही आर्किटेक्ट कामाकरता आला व समोरच्या खुर्चीत बसला की, सरवटे त्यांना आदरपूर्वक "बसा. काय काम आहे तुमचं? पाणी हवं का?" असं नम्रपणे विचारायचा. अधिकाराच्या खुर्चीला शोभेशा मगरूर आवाजात बोलायचा नाही.

बाळकृष्णाच्या जवळच्या खुर्चीवर बसणारा प्रेमनाथ दास हा वरिष्ठ इंजिनिअर होता. नोकरीत त्याची सात वर्षांची वडीलकी होती. त्याने बाळकृष्ण सरवटेचं हे वागणं-बोलणं आठ दिवस पाहिलं. महापालिकेतले आपण इंजिनिअर असे मऊपणे वागलो, तर आपली दहशत व पैशाची आवक नाहीशी होईल! सरवटे हा कुऱ्हाडीचा नवा दांडा स्वत:चा आणि वरती इंजिनिअरकुळाचा नाश करणार, हे दासच्या ध्यानी आलं.

दासने कुळाच्या भल्यासाठी सरवटेला आपल्या पंखाखाली घेतलं, "बाळू, सरवट्या, यू आर ए फूल, गधा और दगड! या आर्किटेक्टपुढे तुला एवढं वाकण्याची गरज काय? त्याला पाणी का विचारलंस? माझ्याकडे आर्किटेक्ट येतो तो माझ्यासाठी लस्सी किंवा कोकची ऑर्डर देऊन येतो. तुला नोकरीत लागून फक्त आठ दिवस झाले आहेत. आपण कोण आहोत हे तुला अजून समजलेलं नाही. आपण ज्युनिअर इंजिनिअर आहोत हे खरं, पण आपण महापालिकेतले ज्युनिअर इंजिनिअर आहोत, हे विसरू नकोस. नकाशे मंजूर करण्याचे अधिकार आपल्याकडे आहेत. सुखात्मे, बोधनकर, दिवेचा हे मोठे, बुद्धिमान, वयस्कर आर्किटेक्ट याचक आहेत; आपण दाते आहोत. याचकाला उंची नसते. दात्याने स्वस्त होऊ नये. मग्रुरीने, ताठ्याने वाग. मी तुला शहाणं का करतो आहे? तू आम्हाला गोत्यात आणू नये, यासाठी. तुझी नोकरी टिकावी, तुला वेळच्या वेळी बढती मिळावी, तुझी बायकोमुलं सुखात राहावीत आणि तुझं धर्मराज देवस्थळी व हरिश्चंद्र साखळकर यांच्याप्रमाणे वाटोळं होऊ नये, अशी माझी इच्छा आहे. तू आठ दिवस माझ्याजवळ खुर्ची टाकून बैस व मी कसा वागतो हे शिकून घे. ताठ्याने वागलं की, पैसा वाकून आपल्याकडे येतो."

प्रेमनाथ दासच्या बोलण्यात तिरकसपणा होता; पण त्यामागे बाळकृष्ण सरवट्याने वहिवाटीच्या मार्गावरून चालावं व त्याचं भलं व्हावं, ही कळकळ होती.

प्रेमनाथ दासच्या टेबलाजवळ विद्यार्थ्यांची नम्र वृत्ती धारण करून बाळकृष्ण सरवटे शिकण्यासाठी बसला. बाळकृष्ण हा बुद्धिमान सरवटेसरांचा मुलगा होता. प्रेमनाथ दासने आपल्याला एका दमात 'फूल, गधा और दगड' म्हटलेलं बाळकृष्णाला आवडलं नव्हतं. आपण दासच्या वरचढ होऊन दाखवायचं, असा त्याने निश्चय केला. आपला निश्चय सुशीला या पत्नीला सांगावा, असं त्याला एकदा वाटलं; पण निश्चय सांगण्यापेक्षा निश्चयाची पूर्तता झाल्यावर तो बोलून दाखवण्यात खरी कर्तबगारी आहे. आपले वडील म्हणायचेच की– दिवा लावतो, दिवा लावतो, हे म्हणण्यापेक्षा उजेड पाडून दाखवावा!

दुसऱ्या दिवशी प्रेमनाथ दासच्या टेबलापाशी एक वयोवृद्ध गृहस्थ आले. त्यांनी आपला परिचय करून दिला, ''मी स्ट्रक्चरल इंजिनिअर कुलकर्णी. मी दिल्लीला होतो. अलीकडेच मुंबईला आलो आहे. मी मिराणी आर्किटेक्टकडून आलो आहे. मी केलेल्या डिझाईनबाबत तुमच्या काही शंका आहेत, असं समजलं.''

''कुलकर्णी, तुम्ही डिझाईनकरता कोणती पुस्तकं वापरता?'' दासने विचारलं.

''पुस्तकं? नाही, मी पुस्तक असं वापरत नाही. रेडिमेड टेबल्सचा वापर करतो. मी या विषयावरची जर्नल्स, नव्याने बाजारात येणारी इंग्रजी व अमेरिकन तज्ज्ञांची पुस्तकं जरूर पाहतो.''

''कुलकर्णी, मला माफ करा. पण मी इंग्रजी तज्ज्ञांना किंमत देत नाही. आपले भारतीय लेखक तुम्हाला का त्याज्य वाटतात? तुमच्याच आडनावाचे कुलकर्णी म्हणून भारतीय ऑथर आहेत. 'आरसीसी इन डेप्थ' आणि 'आरसीसी मेड इझी' अशी त्यांची दोन पुस्तकं आहेत. पहिलं पुस्तक जाड, सातशे पानांचं आहे. तुम्ही दुसरं पाहा. मी माझा अभ्यास दुसऱ्या पुस्तकावरून केला.'' दासने कुलकर्णींना माहिती दिली.

''थँक यू दास, थँक यू. त्या पुस्तकांचा लेखक कुलकर्णी तो मीच.'' कुलकर्णींच्या स्वरात उपरोध नव्हता, आपण लिहिलेल्या पुस्तकाचा गौरवाने उल्लेख झाला याचा आनंद होता. उपरोध त्यांच्या मनातच नव्हता, तर तो स्वरात कसा उमटावा?

बाळकृष्ण सरवटे दचकला. ज्यांच्या गाईडवरून दासने अभ्यास केला, त्यांचं डिझाईन दास तपासणार? दास आता काय बरं बोलणार?

दास निगरपट्ट शांतपणे म्हणालो, ''काय म्हणता काय! तुम्ही आणि ऑथर

कुलकर्णी एकच आहात? मग प्रश्नच मिटला. मला तुमच्याविषयी नितांत आदर आहे. तुमच्या 'आरसीसी मेड इझी' या पुस्तकामुळेच मी तरलो. यापुढे मी तुमचं डिझाईन न तपासता मंजूर करीन. मिराणींनी थेट माझं पाकीट पाठवून द्यावं व मंजुरीचं पत्र घेऊन जावं.''

कुलकर्णी काही न बोलता उठले. दासला संशय आला की, हे कुलकर्णी तसे विद्वान आहेत; पण त्यांना व्यवहार माहीत आहे किंवा नाही? बऱ्याच वेळा विद्वान व व्यवहार यांचा घरोबा नसतो.

दासने विचारलं, ''कुलकर्णी, मी पाकिटासंबंधी बोललो, ते तुम्हाला समजलं ना? का मी 'पाकीट मेड इझी' करून सांगू?''

''मला समजलं आहे, पण मला समजलं नाही तरी काय बिघडणार आहे? मिराणीसाहेबांना पाकीट म्हटल्यावर काय ते नक्कीच कळेल.''

बाळकृष्ण सरवटे डोळ्यांनी प्रेमनाथ दासचे व्यवहार आठ दिवस पाहत होता, कानांनी त्याची उद्दाम भाषा ऐकत होता. काय योग्य-काय अयोग्य, ते मनात मापत होता. शेवटच्या दिवशी दास म्हणाला, ''बाळ सरवट्या, आज संध्याकाळी ऑफिस सुटल्यावर तू माझ्या घरी चल.''

''तुझ्या घरी म्हणजे, अंधेरीला? नको रे बाबा! मी विक्रोळीला राहतो. तुझी वेस्टर्न रेल्वे, माझी सेंट्रल. मला घरी पोचायला उशीर होईल. घरी सुशीला वाट पाहते. उशीर झाला की, ती काळजी करत बसते. दादरला लोकलच्या गर्दीत मला कोण घुसू देईल? पुन्हा माझ्याकडे अंधेरीचा पास नाही.''

प्रेमनाथ म्हणाला, ''सरवट्या, तुला अजून शिकायचं आहे. ऐक—'' आणि त्याने आर्किटेक्ट मालपाणीला फोन लावला. ''मालपाणी, मी दास बोलतो आहे. तुझ्या न्यू हेवनच्या साईटवरचा कंत्राटदार शहा अंधेरीला राहतो ना? तू असं कर, शहाला माझ्या ऑफिसमध्ये पाठव. त्याला मला पिकअप करायला सांग. मला तो अंधेरीला सोडेल. तासाभराने माझे एक मित्र आहेत, त्यांना सेंट्रल रेल्वेवर माटुंग्याला सोडायचं. बाय द वे, न्यू हेवनची साईट व्हिजिट उद्याच आहे, हे शहाला सांगून ठेव. मालपाणी, कांताला शहाने दिलेली 'लो कॅलरी चॉकलेट्स' पसंत आहेत. यार, त्याला एक बॉक्सच द्यायला सांग. आणि हो, कांताला लीला पेंटामध्ये जेवायचं आहे. तुझ्या बायकोला विचार अन् ठरवून टाक.''

दासने फोन खाली ठेवल्यावर सरवटे म्हणाला, ''दास, मालपाणी स्वभावाने उदार दिसतोय. काय म्हणाला तो?''

"दुसरं काय म्हणणार? यस् सर म्हणाला. उद्या न्यू हेवनला व्हिजिट आहे. मालपाणीने आज कारची व्यवस्था केली नाही, तर मी उद्या साईटवर गेलो नसतोच; वर नवी अपॉइंटमेंट देताना खळखळ केली असती आणि साईटवर गेल्यावर शंभर ऑब्जेक्शन्स काढली असती. वाळू साईजप्रमाणे नाही, वाळू धुऊन घेतलेली नाही, स्लॅबखालचं सेंटरिंग फॉल्टी आहे— असे शंभर दोष काढायचे. बांधकामाच्या क्वालिटीबाबत असे शेरे मारण्याचे व कामात अडथळे आणण्याचे अधिकार आपल्याकडे आहेत. पाचर मारायची आणि कामाची गती थांबवायची.''

"आणि उद्या त्या मालपाणीने दारूवालासाहेबांकडे तुझ्याविरुद्ध तक्रार केली तर?''

"दारूवालासाहेब मालपाणीला म्हणतील, 'मालपाणी, तू बच्चा हाय का रे? तू त्या दासशी भांडायला नाय पायजे. दास खतरनाक आहे. तो तुला कारण नसेल तर काय म्हणून नडवेल? तू व्यवहार सांभाळला नसणार. दास इंटेलिजंट आहे, त्याच्याशी जमवून घे.' मग मालपाणी मुकाट माझ्याकडे रडत येणार. मधल्या काळात दारूवालासाहेब मला अॅलर्ट करणार— दास, माझ्याकडे मालपाणी तुझ्याविरुद्ध कंप्लेंट करत होता. तू मालपाणीला पाच हजारांचा दांडू लाव आणि त्या दांडूतला अर्धा दांडू मला दे.''

हे ऐकून सरवटे अचंबित झाला. "म्हणजे, स्ट्रिक्ट-स्ट्रिक्ट समजले जाणारे दारूवालासाहेबही अर्धा दांडू मागून घेतात? कमाल आहे!'' सरवटेने आश्चर्य व्यक्त केलं.

दास म्हणाला, "पालिकेच्या नोकरीत जास्तीचा पैसा घ्यावाच लागतो. तुम्ही असा पैसा घेतला नाही; तर तुम्ही साधू, संन्यासी, बैरागी व प्रामाणिक ठरता. एकटे पडता. तुमच्यावर कुणी विश्वास ठेवत नाही अन् वरिष्ठांना तुमची धास्ती वाटते. तुमचं प्रमोशन अडतं. आपल्याकडे देवस्थळी व साखळकर हे दोन साहेब आहेत. त्यांना जाऊन भेट आणि प्रामाणिक माणूस कसा वाळीत पडतो, ते बघ. देवस्थळींचा उल्लेख देवस्थळीबुवा म्हणून करतात, साखळकरांना साखळकरस्वामी म्हणून संबोधतात. हां, तुला प्रमोशनच नको असेल, तर भाग वेगळा. तू प्रामाणिक राहा, तुला जन्मभर प्लॅनिंग विभागात ढकलतात की नाही, ते पाहा.''

प्रेमनाथ दासजवळ बाळकृष्ण सरवटे, बसला असताना दारूवालासाहेब त्या बाजूने गेले. ते दासला म्हणाले, "दास, सरवटेला नीट शिकव रे बाबा. आपली

साखळी भक्कम हवी. या साखळीतली एक कडी जरी कच्ची राहिली, तरी पूर्ण साखळी मार खाते. सरवटे तुझ्याकडून पंचवीस टक्के जरी शिकला, तरी खूप झालं. तो खात्यात नाव काढेल, सर्व नगरसेवकांचा दोस्ताना त्याला लाभेल व प्रमोशनमध्ये वांधा येणार नाही.''

बाळकृष्ण सरवटेचं आठ दिवसांचं शिक्षण संपलं. त्यानंतर त्याने देवस्थळी व साखळकर यांची माहिती काढली. ज्याने-त्याने उद्गार काढले, ''सरवट्या, त्यापेक्षा संसार मोड, बायकोमुलं सोड आणि हिमालयात जा. देवस्थळी व साखळकर बेअक्कल आहेत. यांना महापालिकेत नोकरी हवी आणि वरती पवित्रही राहायला हवं. आम्हाला यांच्या बायकोमुलांची दया येते. हे दोघं पगाराच्या पैशात भागवणार; याचा अर्थ यांच्या बायकामुलांना दारिद्र्यात तडफडत मरावं लागणार! या दोघांना धर्मराज व हरिश्चंद्र ही टोपणनावं त्यांच्या शिपायांनी दिली आहेत. सरवट्या, तू लिहून ठेव. या दोघांची पोरं त्यांच्या म्हातारपणी त्यांना मूर्खात काढतील, 'पूर्वजन्मीच्या पुण्याईमुळे महापालिकेत मिळालेली नोकरी आमच्या बापाने प्रामाणिकपणे वागून मातीत घातली', असं म्हणतील.''

बाळकृष्ण सरवटेचं सुशीला व गोट्या यांच्यावर प्रेम होतं. आपल्या प्रामाणिकपणामुळे मधल्या मध्ये त्यांचा घात व्हावा, हे त्याला मान्य नव्हतं. तो दासला म्हणाला, ''दास, मी बाळकृष्ण रघुनाथ सरवटे हे नाव सोडलं; मी बीआर होणार. मराठी नावातला बाळू मला नको. पैसे घेताना वडिलांचं रघुनाथ हे नावही विटाळायला नको. दास, तू प्लीज मला बाळू सरवट्या म्हणू नकोस. बीआर म्हण. मी पैसे खाण्यात कमी पडलो, तर तू मला पुन्हा बाळू सरवट्या म्हण.''

दास उदारपणे म्हणाला, ''मी बीआर म्हणेन. नाही तरी तू माझा शिष्य आहेस. पण जर प्रामाणिकपणे वागलास, तर बाळू सरवट्या म्हणेन. बायकोला दर आठवड्यात फाइव्ह स्टार हॉटेलात लंच हवं असतं. तिला नव्या चित्रपटाचा पहिला खेळ पाहायचा असतो. माझी कांता अशी मॉडर्न वस्तूंची मॅड आहे. तिला दर सहा महिन्याला दरवाजे-खिडक्यांचे पडदे बदलायचे असतात, फर्निचर दर वर्षाला! मी म्हणतो, 'डार्लिंग, गो अहेड. तू दर वर्षाला दागिनेही नवे कर, पण मला बदलू नकोस, म्हणजे झालं, कांताला पाच रूम्सच्या छोट्या जागेचा कंटाळा आला आहे. तिला आठ रूम्सचा विथ टेरेस फ्लॅट हवा आहे. बीआर, तू सुशीलाला घेऊन माझ्या घरी ये. कांता तुझ्या बायकोला ट्रेन करेल.''

बीआरने लाच घेण्याच्या या विहित कर्माचा आढावा घेतला. लाच तर घ्यायलाच हवी; मग ती आपण प्रतिष्ठा न गमावता का घेऊ नये? शेवटी आपण

रघुनाथराव सरवट्यांचे चिरंजीव आहोत. आपल्यावर घरचे चार चांगले संस्कार घडले आहेत, ते आपल्या लाच खाण्यातही उमटायला हवेत.

नकाशे मंजुरीकरता आले की, पालिकेच्या नियमाप्रमाणे प्रत्यक्ष जागेवर जाऊन प्लॉट अस्तित्वात आहे का, प्लॉटची मोजमापं नकाशाशी जमतात ना, प्लॉटवर जायला रस्ता आहे का, रस्त्यावर पालिकेची पाण्याची पाइपलाईन आहे की नाही, प्लॉटवर भरणीची कितपत गरज आहे, भावी रस्तारुंदीत प्लॉटचा काही भाग जाणार तर नाही ना, भावी इमारतीभोवती नियमाप्रमाणे मोकळी जागा सोडलेली आहे का, मजल्यांची उंची अन् दाराखिडक्यांचं प्रमाण योग्य आहे ना, अशा शंभर बाबी तपासण्याची पालिकेवर कायदेशीर जबाबदारी आहे. पालिकेचे इंजिनिअर प्रत्यक्षात फक्त पाकीट तपासतात! बीआरने ठरवलं की, आपण प्रत्येक बाब कसोशीने, दक्षतेने तपासायची. त्यासाठी वेळ द्यायचा. आपल्याला पगार यासाठीच तर मिळतो. प्रपोजल पूर्णपणे तपासल्याशिवाय बीआर ते मंजूर करणार नाही, हे सर्वांच्या मनावर ठसलं पाहिजे. बीआरने हेही ठरवलं की, आपली प्रतिमा स्वच्छ ठेवायची. साईट तपासण्यासाठी आपण आपल्या पैशांनी, बस-रिक्षा-लोकलने जायचं. आर्किटेक्टच्या गाडीतून फुकट जाणं कटाक्षाने टाळायचं. पालिकेतल्या इंजिनिअर्सची व्यसनी, पान-तंबाखू-सिगरेट यांचं सेवन करणारा, आर्किटेक्ट-बिल्डर यांच्या पैशावर हॉटेलात सहकुटुंब-सहपरिवार फुकट चरणारा, दारू मोफत आहे म्हटलं की पी-पी पिणारा आणि लाचेच्या पैशांसाठी हपापलेला— अशी खालच्या दर्जाची प्रतिमा आहे. या प्रतिमेला आपण छेद द्यायचा. बरं, याकरता आपल्याला खास असं काही करावं लागणार नाही. आपले वडील रघुनाथराव सरवटे व आपले सासरे काशिनाथपंत आफळेसर यांच्याच मार्गाने आपण आजवर चालत आलो; त्याच मार्गाने चालत राहायचं. आपल्या टेबलापाशी येणाऱ्या प्रत्येकाला 'चहा घेणार का?' असं विचारायचं आणि समोरच्याने खुर्चीकडे पाहून केलेल्या आतिथ्याला आदरपूर्वक नकार द्यायचा. धर्मराज, हरिश्चंद्र, बुवा, संत असे प्रामाणिकपणाची टिंगल करणारे शेरे व शिक्के टाळण्यासाठी, नोकरीत एकाकी पडू नये यासाठी, प्रामाणिक आहे म्हणजे विश्वासघातकी असणार, असा आपल्याविषयी चुकीचा ग्रह होऊ नये यासाठी; लाचही घेता येत नाही म्हणजे अगदीच टाकाऊ आहे, असा वरिष्ठांचा गैरसमज होऊ नये यासाठी नियमाप्रमाणे मिळणारी लाच कर्तव्य म्हणून घ्यायची. मात्र लाचेकरता बुभुक्षित व्हायचं नाही. मंजुरी देण्यापूर्वी पाकीट आणलंत का, हा प्रश्न विचारायचा नाही.

बीआरची कार्यपद्धती यशस्वी ठरली. बीआरची कीर्ती सर्वांपर्यंत पोचली.

बीआर दक्षपणे नकाशे तपासतात, आर्किटेक्ट-बिल्डर यांची सोय व्हावी यासाठी ऑफिसच्या वेळेनंतर, सुट्टीच्या दिवशीही बीआर स्वत:च्या खर्चाने साईटवर येतात, नकाशातल्या उणिवा दूर करण्याकरता मार्गदर्शन करतात, पालिकेच्या नियमांचा योग्य तो फायदा कसा घ्यावा, हे शिकवतात आणि मुख्य म्हणजे आर्किटेक्ट-बिल्डर यांनी प्रेमाने देऊ केलेला पाहुणचार नाकारतात, ठरल्या वेळी मंजुरीची सही करतात व पैशाबाबत अवाक्षर उच्चारत नाहीत— हे नवल वर्तमान चर्चिलं जाऊ लागलं.

बीआरकडे नियमाप्रमाणे व आदरपूर्वक पैसे येऊ लागले. 'महापालिकेतल्या इंजिनिअरला त्याचं पाकीट पोचवलं की नाही?' असा प्रश्न आर्किटेक्टच्या ऑफिसात सर्वांच्या तोंडावर असे. बीआरच्या बाबतीत तो प्रश्न बदलला. "बीआरसाहेबांना भेट द्यायला विसरू नका, ते कधीही आपणहून मागत नाहीत. त्यांचा हिशोब आपणच नीट करायचा. पालिकेत तो एकच देवमाणूस आहे." अशी वाक्यं उच्चारली जाऊ लागली.

बीआरवर प्रेमनाथ दास लक्ष ठेवून होता. लाच खाण्याचा व लाच घेता घेता प्रतिष्ठाही मिळवण्याचा बीआरचा मार्ग प्रेमनाथला अद्भुत वाटला. प्रेमनाथ दास बीआरला दिलदारपणे म्हणाला, "बीआर, तू माझा गुरू आहेस. तू बाळू सरवटेचा बीआर झालास! आम्ही मूर्ख आहोत. आम्ही बटबटीतपणे लाच खातो. तू लाचेला प्रतिष्ठा मिळवून दिलीस."

"दास, मी तुझी पैसे घेण्याची उथळ व सवंग पद्धत आठ दिवस पाहिली. ती मला पसंत पडली नाही. खुर्चीचा अधिकार वापरून पैसे उकळण्यात अभिमान वाटावा, असं काय आहे? लाच घेणं ही पालिकेची पद्धत आहे, ती आपल्याला मोडता येत नाही. प्रामाणिकपणा हा पालिकेच्या नोकरीला न मानवणारा गुण आहे, हे मला पटलं. पत्नीसाठी, मुलासाठी, नोकरीत बढती मिळवण्यासाठी लाच घेतल्याशिवाय गत्यंतर नाही, हे मला समजलं. पण आपण लाच घेतो, हे लपवायला हवं. मी या साऱ्याचा विचार केला. पैसे घेण्याची नवी सुसंस्कृत पद्धत मी निर्माण केली. लाचेचे पैसे हे फुकटचे, नडवानडवीचे पैसे आहेत, असं पैसे देणाऱ्याला वाटता कामा नये. पैसे देणाऱ्याला ते कामाचं, श्रमाचं व जास्तीच्या सेवेचं मोल वाटायला हवं. दास, मी हे सहज करू शकलो; कारण माझ्यावर घरचे चांगले संस्कार आहेत. तूही हाच मार्ग स्वीकार. मुख्य म्हणजे, तू प्रथम 'आरसीसी मेड इझी'चे कुलकर्णी यांची क्षमा माग."

दास म्हणाला, "बीआर, मी प्रथम तुझी माफी मागतो. मी तुला लाच खाण्याचं शास्त्र शिकवण्याचा आगाऊपणा केला होता. टांग्याच्या घोड्याने रेसच्या

घोड्याला पळायचं कसं, हे सांगण्याचं साहस केलं होतं! पण बीआर, पैसा मिळवणं सोपं आहे; लाचेच्या पैशाचा विनियोग कसा करायचा, याबाबतीत आपण पुरुष बाळूच आहोत. पैसे उडवण्याचं काम पुरुषाचं नाही, तो प्रांत स्त्रीचा आहे. तू तुझ्या बायकोला घेऊन माझ्या घरी ये. माझी कांता तुझ्या बायकोला शहाणं करेल.''

बीआरची हीच मोठी व एकमेव चूक झाली होती. त्याने कांता व सुशीला यांची फार-फार पूर्वी गाठ घालून द्यायला हवी होती. कांताने सुशीलाला व्यवहार शिकवला असता अन् सुशीला भ्रमिष्ट झाली नसती.

-०-०-०-

.७.

खुराडं

शिरपाचा श्रीपतराव होईल, ही कल्पना खुद्द शिरपाच्या म्हातारीलाही तिच्या स्वप्नात सुचली नसती, पण असं घडून गेलं खरं. शिरपा घोरपडीप्रमाणे सरसर वर चढला आणि त्याचा श्रीपतराव झाला. नंतर काटलेल्या पतंगाप्रमाणे श्रीपतराव तितक्याच वेगानं खाली आला आणि पुन्हा शिरपा झाला, हा भाग वेगळा!

शिरपाचा धंदा होता गावभर उंडारण्याचा. म्हातारी सदा ओरडायची, "शिरप्या, काय तरी काम बग. कडक प्यांट आन् कुडता घालतुस, डोईवर बुट्टीभर क्यॅस वाडवतुस आन् शिग्रेटी फुकत जाधवाच्या लेकीच्या मागं-मागं हिंडतुस आणि तिची चेप्पल खातुस! जरा भाकर खायचं काम बग की! न्हाई तर मला म्हातारीलाच खा, म्हंजे मी सुटन, तू बी सुटशील."

"काम भ्येटत न्हाई त्येला म्या तरी काय करू? कामाला लागल्यावर पोतंभर जुंधळं आनतो. भाकर वाड. भाकर खातो आनि कामाचा शोध घ्यायला आत्ता निगतो." असं पुटपुटत शिरपा चार भाकरी खायचा व जाधवाच्या मंजुळाचा विचार मनात घोळवत घर सोडायचा.

काही तरी करायचं, म्हणून शिरपा चार-आठ दिवस सुताराच्या हाताखाली राहायचा, कधी थिएटरची गाडी ढकलत, मधे-मधे थांबून कर्ण्यातून सिनेमाची जाहिरात ओरडायचा, नेहमीचा डोअरकीपर रजेवर गेला तर त्याच्याजागी सिनेमातील हीरोप्रमाणे बदली नोकरी करायचा. भेटलेल्या पैशातून शिगरेटी फुकायचा. पँटीला इस्त्री करून घ्यायचा आणि पिशवीभर जोंधळे आणायचा.

म्हातारी गप्प बसायची बोलणार-बोलणार तरी किती आणि काय? आपला भक्कम हाडापेराचा बाळ्या दिसातून धा भाकरी उठवनार आणि चार भाकरीचं जुंधळं जोडनार! नशीब आपलं.

एका सकाळी आतून मायेचा आवाज काढून आईला शिरपा म्हणाला, “आये, जाधवाकडं जाऊन मंजुळाच्या सोयरिकीचं बोलून बग तरी. न्हाई म्हनत्याल, यापरीस काय हुनार हाय?”

हे ऐकल्यावर म्हातारी ढगासारखी गडाडली आणि विजेसारखं कडाडली– “तुला येक अक्कल न्हाई, पन मला हाय. जाधव मला त्येच्या मळ्यातील हिरीत ढकलंल! ऊट आन् कामाचं बग. बिस्किटाची फ्याक्टरी निगाली हाय म्हनं. काई लाम न्हाई. दोन कोसावरच हाय. तितं नोकरीला लाग. नोकरी हाय म्हटल्यावर मंजुळेचा बाप आपल्या पायानं दारात येईल.”

वेळेचा म्हणून एक गुण असतो. मंजुळाच्या नावाचा महिमा तर होताच होता. शिरपा उठला आणि टणाटणा उड्या मारत बिस्कुटं भाजणाऱ्या फॅक्टरीत हजर झाला. उंचापुरा, तगडा, नाकेला शिरपा फॅक्टरीच्या मालकाला नोकर म्हणून पसंत पडला. शिरपाला नोकरी मिळाली. तसा पगार काही फार नव्हता; पण चोरून आणलेले चौकोनी, नक्षीदार बिस्किटांचे तुकडे शिरपा रोजच्या चहाबरोबर म्हातारीपुढं ठेवायला लागला; म्हातारी नोकरी मिळाल्याचा पुरावा पाहून खूश झाली.

या बिस्किटाच्या करणीतील सिक्रेट किती सामान्य आहे, हे शिरपाच्या लवकरच ध्यानी आलं. सात-आठ महिन्यांतच साधारण तशा आकाराची, पण जरा कडक बिस्किटं भट्टीत बनवणं शिरपाला जमू लागलं. बिस्किटांची भट्टी, साचे, मोठे तवे, सांडशा एवढं असलं म्हणजे, एक फॅक्टरी झाली की तयार! वर रंगीत कागद गुंडाळायचा आणि त्यावर फॅक्टरीचं नाव असलेलं लेबल. लहान-मोठे पुडे करायचे व किमती एक रुपयापासून तीन रुपयांपर्यंत ठेवायच्या.

एवढं ज्ञान झाल्यावर शिरपा भांडवलाकरता म्हातारीच्या मागं लागला, “आये, मला दोन हजार रुपये पायजे. बिस्कुटातलं समदं शिक्रेट ठाव झालं हाय. तालुक्याच्या मोट्या बिस्कुटांचे भाव गावच्या मानसाला परवडणारे न्हाईत. मी रस्त्यात बिस्कुटं इकीन आनि मोप पैका मिळवतो.”

“हाडकं उरलीत माजी म्हातारीची. दोन हजार रूपयं माझ्याकडं असतं, तर म्या तुजं लगीन कवाच लावलं असतं. येड लागल्यागत बोलतुस काय बी!” म्हातारीनं शिरपाचं बोलणं थट्टेवारी नेलं.

पण शिरपा नशिबाचाच शिकंदर गडी निघाला. तीन खणांच्या बिस्किट फॅक्टरीचा मालक उगाच काही कारण नसताना मेला. मालक नदीत पोहायला

गेला व बुडाला, असं झालं नाही; त्याच्या बसवर समोरून वाळूची ट्रक धडकली किंवा वाळूच्या ट्रकवर फॅक्टरी मालक बसलेली बस आदळली, असंही काही घडलं नव्हतं. सापही चावला नव्हता. तसं कारणच नव्हतं. केवळ हार्ट बंद पडून मालक मेला. मालकाचा पोरगा बापाच्या बरोबरीनं फॅक्टरीत काम करायचा. हे पोरगं डोक्यानं अगदीच सुमार होतं. पोरगं बुद्धीनं पोकळ होतं, म्हणूनच बापानं ही बिनबुद्धीवर चालणारी बिस्किटाची फॅक्टरी काढली होती. गोदामातील किडलेला, भिजलेला, बाजारात न खपणारा गचाळ गहू विकत घ्यायचा, त्या गव्हात दहा-वीस इसेन्स घालायचे आणि 'ए वन बिस्किटं' हा पदार्थ तयार करायचा. हे तंत्र शिरपाला समजलं होतं, पण कैलासवासी मालकाच्या पोराला जमलेलं नव्हतं. मालकाची बायको मुंबईहून आली आणि पोराला घेऊन गेली. जाताना ती शिरपाजवळ फॅक्टरीची किल्ली देऊन गेली. महिन्याभरात भावाला पाठवते, तोपर्यंत जमेल तशी फॅक्टरी सांभाळ — असं मालकिणीनं शिरपाला सांगितलं.

शिरपानं मालकाचा मेहुणा येईपर्यंतच्या काळात मार्केटिंगचं स्वत:चं तंत्र वापरलं, त्यानं आसपासच्या दुकानदारांना भरपूर माल उधारीवर दिला, फॅक्टरीचं भाडं थकवलं. मेहुणा येईपर्यंत फॅक्टरीचं पूर्ण वाटोळं झालं होतं. खुद्द शिरपाचा पगार थकला होता.

मालकाचा मेहुणाच महिन्यानं यायच्याऐवजी चार महिन्यांनी आला होता. आला होता तो फॅक्टरी बंद करण्याच्याच इराद्यानं. आल्या-आल्या श्रीपतीनं दिलेल्या हिशेबावरून, बहुधा फॅक्टरीच्या या चालचालणुकीच्या धास्तीनं बहिणीचा नवरा मेला असावा, असा निष्कर्ष मेहुण्यानं काढला. त्यानं फॅक्टरीचं भाडं भरलं, सगळ्यांचे पगार दिले आणि फॅक्टरी बंद करण्याचा निर्णय घेतला.

या काळात शिरपानं मेहुण्याला खूप मदत केली. मेहुण्यानं बिस्किटांचे सांचे, तवे, सांडशा, चुली वगैरे सामान शिरपाला उधारीवर विकलं. मेहुणा मुंबईला परत गेला.

शिरपानं आपल्या वडिलार्जित खोपटाच्या बाजूला बिस्किटांची फॅक्टरी लावली. शिरपाच्या नशिबानं दुसरं महायुद्ध अगदी वेळेवर चालू झालं. फॅक्टरीला उत्तम मुहूर्त लाभला. पुण्या-मुंबईकडच्या बिस्किट-फॅक्टऱ्यांचा माल तालुक्याच्या गावी येईना; मग खेड्यापाड्यांत कोठून पोचणार? बिस्किट-फॅक्टरीचे मालक झालेल्या श्रीपतरावांनी खेड्यांकडं मोर्चा वळवला. श्रीपतरावांनी खेड्यातील दुकानदारांना शहाणं केलं— जवानांना सरकारनं च्या-बिस्कुटाचा उकाडा ठिवलाय. ऱ्हायलीच चार बिस्कुटं, तर ती म्हमईस्नं इमानानं गवनेकडं जात्यात. आता

पुन्या-म्हमईच्या बिस्किटाचा माल तालुक्याच्या गावी भेटणार न्हाई, तो खेड्यात कसा येनार? म्हनून तर म्हमईवाल्यानी आमाला शिक्रेट शिकावलं. त्येच्या बरहुकूम माल हाय. ह्यो माजा माल आन् म्हमईचा माल येकापरीस हाय. त्येचं वरचं लेबल थोडं झगमग झगमग हाय्. बास्, त्येवढा लेबलाचा फर्क.''

श्रीपतरावाचा माल खेड्यापाड्यांत शिरायला वेळ लागला नाही. नाही तरी पुण्याच्या साठे कंपनीचा आणि मुंबईच्या पार्ले कंपनीचा माल ठेवणं खेड्यातील दुकानदारांना पसंत नव्हतंच. धंद्याच्या दृष्टीनं श्रीपतरावांचाच माल बरा होता. खरेदीची किंमत मुळात कमी होती. वरती बिस्किटंही जाडजूड होती. युद्धामुळं चांगला माल येत नव्हताच. कमी किमतीमुळं व जाडजूड बिस्किटांमुळं गिऱ्हाईकही खूष होतं.

श्रीपतरावांना साठे-पार्ले कंपनीप्रमाणे नाजूक, पातळ बिस्किटंच बनवायची होती, पण तशी बिस्किटं तुकडा व्हायची. अख्खी बिस्किट हवी, तर ती जाडजूड व्हायची. श्रीपतरावानं बिस्किटाच्या जाडीचंच व्यापारीकरण केलं, ''पातळ, हलकी बिस्कुटं खेड्यातल्या दमदार मानसाला उपेगी न्हाईत; शेरातील मानसाला ठीक हाय. शेरातील मानूसच मूळचा पालापोचाळा; त्येला तसलीच कोंबडीच्या पिसासारखी बिस्कुटं बरी.''

श्रीपतरावाचा बिस्कुटाचा कारखाना जोरात चालायला लागला. त्याच्या हातात पैसा खुळखुळायला लागला. श्रीपतरावाच्या आयुष्यात ही नुसती दैवाची झुळूक होती. खरं दैव अजून उजाडायचं होतं. ते शाईच्या ठिपक्यातून उजाडलं.

त्याचं असं झालं...श्रीपतरावाला बिस्किटासाठी महिना चार पोती साखर लागायची. मिरज संस्थानच्या हद्दीत रेशनिंगचं बेंड काही फुटलं नव्हतं, पण एका सरकारी हुकमानं रेशनिंगची कार्डं नोंदवून ठेवावीत, असं ठरलं. श्रीपतरावाकडं भरण्यासाठी छापील फॉर्म आला. श्रीपतरावांनी खुरमांडी घालून, स्पेशल तयार केलेल्या चमकदार जांभळ्या शाईत लेखणी बुडवून फॉर्म भरायला आरंभ केला. चार हा आकडा श्रीपतरावानं त्याच्या कल्पनेप्रमाणे वळणदार काढलाही. पण त्याला न कळत चार आकड्याच्या पुढं शाईचा एक ठिपका सांडला. या ठिपक्यानं चारचे चाळीस केले. या ठिपक्यातून दैव झळाळून उजाडलं. श्रीपतरावाला तडकाफडकी चाळीस पोती साखर मंजूर झाली. संस्थानात प्रथम रेशनकार्डाची ही नोंद फॅशन म्हणूनच होती. पण दोन-चार महिने लोटले आणि संस्थानातही मोठ्या शहरांच्या पाठोपाठ रेशनिंगचं लचांड कडकपणे अवतरलं. साखर, धान्य, रॉकेल काळ्या बाजारात लपलं. चौपट-पाचपट पैशाची लालूच दाखवल्याशिवाय

लपलेला माल बाहेर पडायला तयार होईना. "आता ही चाळीस पोती साखर घेऊन आंगुळ करायची व्हय?" असं म्हणणाऱ्या श्रीपतरावाला वरच्या छत्तीस पोत्यांची विल्हेवाट कशी लावावी हा मुळी प्रश्नच उरला नाही. शंभर रुपयाला मिळणारं पोतं श्रीपतरावाकडून व्यापारी तीनशे रुपयांना घेऊ लागले. श्रीपतरावाला पोत्यामागं दोनशे रुपये सुटायला लागले. काय चेष्टा का खेळ? छत्तीस पोत्यांचे महिना सात हजार दोनशे रुपये झाले! संस्थानाच्या दिवाणसाहेबांना महिना पगार होता आठशे रुपये. कोण गाढव सोन्यासारख्या साखरेची बिस्किटं बनवेल? त्यापेक्षा सरळ साखरच काळ्या भावानं व्यापाऱ्यांना विकणं शहाणपणाचं होतं.

बघता-बघता श्रीपतरावानं खोपटाच्या शेजारी बिल्डिंग उभी केली. श्रीपतराव म्हातारीला घेऊन बिल्डिंगमध्ये राहू लागला. औरस-चौरस लांबरुंद जागा विकत घेऊन तीवर बिस्किटाच्या फॅक्टरीचा गाळा उभा केला. श्रीपतरावानं तीन नोकर हाताखाली ठेवले. सिनेमाच्या दोन्ही थिएटरातून फॅक्टरीच्या जाहिराती दिसू लागल्या. इमारतीत फॅक्टरीच्या नावाची पाटी चढली आणि त्या पाटीवरचं गुटगुटीत बाळ हातातील बिस्किट चघळत गावातल्या लोकांकडं हसत पाहू लागलं. शिरपाचं वैभव पाहून त्याची आई तृप्त झाली. समाधानी म्हातारीनं जास्त वैभवाची आशा न धरता देह सोडला.

श्रीपतरावाच्या नशिबात पैसा होता का म्हातारीच्या? बहुधा म्हातारीच्याच दैवात असणार. कारण नीट व्यवस्थित, पद्धतशीरपणे चाललेलं दुसरं महायुद्ध संपलं. ते चालू झालं होतं श्रीपतरावाला न विचारता; बंद पडलं, तेही श्रीपतरावाला न विचारता. युद्ध थांबल्याची झळ श्रीपतरावाला तातडीनं लागली. रेशनिंगचं पिल्लू पुन्हा बिळात गडप झालं आणि गुदामाच्या अंधारात दडलेली साखर उघड्यावर आली. श्रीपतरावाला दर महिन्याला विनासायास दिसणारा चांदीचा ढीग अदृश्य झाला.

बाहेरच्या चांगल्या बिस्किट कंपन्यांचा दर्जेदार माल गावात येऊ लागला तसा श्रीपतरावाच्या मालातील 'कणखरपणा' लोकांच्या दातांना जाणवू लागला. श्रीपतरावांनी मधल्या काळात बिस्किटांचा दर्जा सुधारण्याचा काहीच यत्न केला नव्हता. आणि, करायचा तरी कशाला? बिस्किटापेक्षा साखरेचा व्यापारच किफायतशीर होता. मधल्या काळात त्याच्या आसपासच्या खेड्यापाड्यांत फेऱ्या बंद पडल्या होत्या. आता नवीन परिस्थितीत श्रीपतरावांना पुन्हा खेड्यापाड्यांकडं धाव घेणं भाग होतं. त्यांची बिस्किटं खपली तर खेड्यातच, अशी स्थिती होती.

या खेड्याच्या नव्या फेरीत श्रीपतरावाला पुतळा गवसली. श्रीपतराव

पाहता क्षणी तिच्यात हरवला. कंपनीच्या बिस्किटाप्रमाणे ती नाजूक, नक्षीदार व प्रमाणबद्ध होती. पुतळा मूळची काही या खेड्यातील नव्हती. नाही तर ती पूर्वीच श्रीपतीच्या नजरेला पडली असती. पुतळा तीन महिन्यांपूर्वी या खेड्यात आली होती. तिच्या नवऱ्यानं किराणा मालाचं छोटं दुकान टाकलं होतं. दुकानात माल काही फारसा नव्हता. श्रीपतरावाला पुतळामुळेच दुकान भरल्यासारखं वाटलं.

पुतळाचा नवरा बुळबुळीत व सपक चेहऱ्याचा होता. अशा दुकानदाराकडं आपली बिस्किटं ठेवून काय उपयोग? आपली बिस्किटं सुमार आणि हा दुकानदार बेकार. पण पुतळाकडं पाहून श्रीपतरावानं आपला विचार बदलला. लक्सच्या पाठीवरची स्त्री जिवंत झाल्याप्रमाणं पुतळाला पाहिल्यावर वाटत होतं. जाधवाच्या ज्या लेकीनं श्रीपतरावाकडे पाहून चप्पल उगारली होती, तिच्या तोंडात मारील असा पुतळेचा नूर होता. पुतळाला पाहताच, स्त्रीपासून इतके दिवस दूर राहिलेल्या श्रीपतरावाचं मन बिस्किटाच्या भट्टीसारखं पेटून उठलं.

श्रीपतराव सरळ-सरळ आतबट्ट्याचा व्यवहार करून दुकानातून उठला. बिस्किटं पूर्णपणे उधारीवर विक्रीसाठी तर दिलीच; वरती विक्रीवर कमिशन वीसाऐवजी चाळीस टक्के केलं. दुसऱ्याच दिवशी श्रीपतराव पुन्हा पुतळेच्या रूपाच्या धगीत भाजून घ्यायला हजर झाला. पाखरू घायाळ झालं आहे, हे पुतळाला सहज समजलं. पुतळानं नवऱ्याला फटकारलं— "बाहीर जाऊन या. कोंबड्यांच्या खुराड्याकडं पाहून या. तंबाखू खायची, तीही खाऊन या." पुतळाचा नवरा बाहेर पडला आणि पुतळा श्रीपतरावाकडं पाहून तोंडभर हसली. श्रीपतरावांच्या अंगात चळ भरला. कैफाच्या भरात श्रीपतराव ताडताड पुढे गेला व त्यानं पुतळाला आपल्या मिठीत घट्ट घेतलं. "अवं, अवं— कुनी बगंल. दुकानाचा दरवाजा उगडा हाय–" असं म्हणत पुतळानं स्वतःला श्रीपतरावाच्या हातातून सोडवून घेतलं आणि ती दुकानाच्या मागच्या भागाकडं गेली. श्रीपतराव दचकले व बाहेर पडले. दुकानाच्या बाहेर पायरीवर पुतळाचा नवरा उभा. अरे बाप रे!

तीन दिवस श्रीपतरावाचा देह पुतळाच्या खेड्याकडं फिरकलाच नाही, पण त्याच्या मनाचा भुंगा मात्र पुतळाच्या गोऱ्यापान अंगाभवती पिंगा घालत होता. इच्छा लाख होती, पण काया धजत नव्हती. पुतळाच्या आठवणीनं श्रीपतरावाचं मन भट्टीतल्या बिस्किटांप्रमाणे भाजून निघत होतं. आणि... आणि काय; चमत्कार घडावा त्याप्रमाणे श्रीपतरावाच्या फॅक्टरीच्या दारात पुतळाच हजर झाली.

श्रीपतराव त्या दिवशी स्वतःवरच बेहद खूष झाला. पुतळा तीनतीनदा

म्हणाली होती, “तीन दीस डोळ्याला डोळा न्हवता. येड लावायचं आणि नंतर चुकवायची! ही कसली बया छळ करायची रीत? बायकांचा जल्मच ह्यो असला!”

यानंतर पुतळानं श्रीपतरावांच्या छातीवर डोकं आपटत मुसमुसून रडून घेतलं होतं. श्रीपतरावानं तिला घट्ट मिठीत घेऊन चुरगाळलं होतं, पुतळाच्या रेशीम मऊ केसांचा नारळाएवढा बुचडा तिच्या पाठीवर खालपर्यंत सोडून त्या केसांत स्वत:चे हात मखमालून घेतले होते. त्या दिवशी व त्या रात्री पुतळा श्रीपतरावाकडेच वस्तीला राहिली. तिनं मालकिणीच्या नजरेनं श्रीपतरावाची मोकळी जागा, राहण्याची दुमजली बंगली आणि फॅक्टरीची इमारत टिपली व मनात साठवली.

यानंतर श्रीपतरावाची पुतळेकडची ऊठ-बस वाढू लागली. श्रीपतराव बिस्किटाचा माल घेऊन तिच्या नवऱ्याच्या दुकानात गेला की, पुतळा श्रीपतरावाला च्या प्यायला दुकानाच्या मागच्या जागेत बोलावून घेऊ लागली. पुतळा नवऱ्याला सांगायची, “दुकानाकडं बगा. मागच्या बाजूला यायाचं काम न्हाई. तुमचा च्या मी बाहीर पाटवीन आणि गडीमानसावर नंदर ठ्येवा. कोंबड्याच्या खुराडाकडं ध्येन राहू दे. गड्याला म्हशीकडंच बग म्हणावं. न्हाई तर त्या समध्यास्नी च्याची तल्लफ याची!”

दुकानाच्या मागच्या जागेत पुतळा श्रीपतरावाला बिलगून बसायची. बस्स! तेवढंच. पुतळानं एक दिवस आणि एक रात्र श्रीपतरावाला स्वर्गातून फेरफटका करून आणलं होतं, पण दुकानामागच्या सहा गुणिले आठ फूट जागेत आणि नवरा व गडी यांच्या नजरांच्या पहाऱ्यात स्वर्ग कसा उतरेल? श्रीपतराव घरी परतायचा, पण घरी आलं की पुतळाकडं केव्हा जाईन, असं त्याला व्हायचं. पुतळेचा उभट, गव्हाच्या रंगाचा मुखडा, तिच्या नजरेतला इष्काचा खेळ, चमकीनं शोभणारं नाक लाजून तिरपं करायची तिची स्टाईल, केसांच्या बुचड्यावर माळलेली फुलं, तिच्या हनुवटीवरचा हिरवा गोंद श्रीपतरावाच्या नजरेपुढं उभा राहायचा. तिचा उफाड्याचा उंचापुरा देह त्याला हाका घालायचा.

बिस्किटं पोचवायला म्हणून खेड्यावर जायचं. दुकानामागच्या बोळकांडीत चिकटून च्या प्यायचा आणि नंतर तहानलेल्या शरीराला घोटभर पाणीही न पाजता, पुतळा या शीतल पाण्याच्या तुडुंब डोहापासून मागं आणायचं— या जीवघेण्या कसरतीला श्रीपतराव वैतागला. त्यापेक्षा पुतळालाच आपल्या घरी कायमची आणली तर? दुकान, कोंबड्या व म्हशी पुतळाचा नवरा व तिचे गडी सांभाळतील; आपण पुतळाला सांभाळायचं.

कल्पना सोन्यासारखी होती. ती पुतळालाही पसंत होती. पण पुतळा आपलं दुकान, नवरा, गडी यांना सोडून श्रीपतरावांकडं येऊन राहायला तयार नव्हती. काही झालं तरी ती दुसऱ्याची बाईल होती. "नगं नगं, तसं नंग. उगं आपलं चार लोगांच्या नंदरला यायला नगं. कारबाऱ्याला असं येकदम सोडलं, तर त्यो बोंबलत सुटंल. त्यापेक्षा असं क्येलं तर? तुमच्या गावाला मला येक येगळं घर करून द्या. मंग मी आणि तुमी! तुमच्या बंगलीत मी ऱ्हायले तर? तुमी तुमच्या प्याक्टरीत ऱ्हावा. पर बंगली माझ्या नावावर करून द्या. म्हंजे कारबाऱ्याला काइ बोलता येनार न्हाई. मला जलिमभर तुमच्या बरूबर ऱ्हायचं हाय."

श्रीपतराव पुतळाला घेऊन आला... तिला राहायला बंगली दिली व स्वत:साठी फॅक्टरीच्या शेडमध्ये कोपऱ्यात एक झक्कास ऐसपैस खोली बांधून घेतली.

पुतळानं आल्या-आल्या कोंबड्यांची व म्हसरांची संख्या चौपट केली.

"श्रीपतराव, माजा कारबारी आणि माजं दोन गडी यानला दिसभर कामात ठ्येवायला होवं. यास्नी फुक्काट कोन पोसनार? अंड्यान्ला आन् दुधाला बारमाही खप हाय. उद्या बिस्किटांचा धंदा बंद पडला, तर आपुन दोगं या अंड्या-दुधाच्या धंद्यावार राजारानीसारकं ऱ्हाऊ." असं म्हणत पुतळानं कोंबड्या-म्हशींचा भांडवली खर्च श्रीपतरावाला लावला. पुतळाच्या बंगलीतला संसाराचा खर्च श्रीपतरावच करत होता.

बिस्किटाची फॅक्टरी बंद झाली रे झाली की, पुतळा फॅक्टरीत मुक्कामाला यायची. श्रीपतराव तिची वाटत पाहत असायचा. फॅक्टरीत किती माल तयार झाला, तो खपला का पडून आहे, श्रीपतराव मालाच्या विक्रीकरता व पैशाच्या वसुलीकरता खेडोपाडी हिंडतो की नाही' याची पुतळा चौकशी करायची; रात्री मुक्कामाला श्रीपतरावाकडंच राहायची. बिस्किट फॅक्टरीचा पैशाचा व्यवहार मनासारखा झाला नसेल, तर मात्र पुतळा श्रीपतरावाला सोडून बंगलीवर परतायची.

पुतळा अशी निघून गेली की, श्रीपतरावाचं मन सैरभैर व्हायचं. फॅक्टरीत त्याचं लक्षच लागायचं नाही. तो बंगलीवर यायचा. पुतळा कुरकुरायची, "सकाळपास्नं ह्यो कसला शिनेमा म्हणते मी? तुमी धरून चार बाप्ये मानसांच्या भाकऱ्या बडवायच्या, कालवण ढवळायचं...कोंबड्याचा, अंड्यांचा, दुधाचा हिसाब मलाच बगाया लागतो. सकाळपास्नं समदी आपली-आपली कामं करत्यात, तुमी येकलं काम सोडून माज्यामागं. दिसायलाबी ह्ये वंगाळ दिसतंय्. फ्याक्टरी चालवून पैका मिळवा, मग मी हाइच की! काय?"

श्रीपतरावाला समजायचं नाही की, ही बाई तीन पुरुषांना पोसतेच कशाला? कोंबड्यांचं-म्हशीचं लपेट मागं लावून घेतेच कशाला? पण पुतळेला हे पटायचं नाही. "येकल्यानं प्वाट भरण्यात कशाची मज्जा? हायती दोन मानसं, दोन-चार भाकरी तोडत्यात; तोडू द्यात. तुमावाणी देव गवसलाय! मला काय कमती हाय? आन् दादला, कसाबी असला तरी त्यो माज दादाला हाय. त्येचं कुकु हाय कपाळाला."

सारांश, पुतळेचं देवाच्या कृपेनं बरं चाललं होतं. कोंबड्या, म्हशी आपलं काम करत होत्या. तेवढ्यात तिला शेरडांचे, गाईंचे डोहाळे लागले. डोहाळे पुरवायला श्रीपतराव समर्थ होते. श्रीपतरावाच्या खिशाची भोकं वाढतच चालली होती. जमेची बाजू मात्र लंगडी झाली होती. मालाचा खप खाली येत होता. तीन नोकरांचा पगार थकला होता. हळूहळू हाती येईल ती वसुलीची रक्कम घेऊन नोकरमाणसं पसार झाली...श्रीपतरावाला पुतळेशिवाय दुसरा उद्योग सुचण्यासारखा नव्हता. जमण्यासारखा तर नव्हताच. त्यानं फॅक्टरीची इमारत फुंकून टाकली आणि आलेले पैसे पुतळाच्या उन्मादक चेहऱ्याकडं पाहत तिच्या पायांवर वाहिले. पुतळानं श्रीपतरावाला हृदयापाशी जागा दिली.

फॅक्टरी विकल्यावर श्रीपतरावानं बंगलीतच मुक्काम ठोकला. पुतळानं श्रीपतरावाला धारेवर धरलं. "अवं, चार लोग मला नावं ठिवत्यात. माजा दादला मला काठीनं हानील. दिसरात तुमी हितं! सोबून न्हाय दिसत ह्ये. तुमाला न्हाई, पर मला आबरू हाय."

श्रीपतरावानं हे बोलणं हसण्यावारी न्यायला सुरुवात केली, तेव्हा पुतळानं त्याला दोन गड्यांमार्फत सरळ बंगलीबाहेर काढलं. पण श्रीपतराव जाणार कुठं? फॅक्टरी विकलेली व बंगली रीतसर पुतळानं आपल्या नावावर करून घेतलेली. नाही म्हणायला, म्हातारीची खोपटी—तोडकीमोडकी का होईना—बाकी होती. श्रीपतराव पुन्हा मूळ पदावर म्हणजे खोपटात आला.

श्रीपतराव विचार करायला लागला...'ही पुतळा आपल्याला फसवनार तर न्हाई? फसवनारच. शंभर हिश्शानी फसवनार. आता काय फसवायचं बाकी ठिवल्यालं हाय? आपल्यालाच समजलं न्हाई. बाईची जात लई इरसाल. खिरीत ईख घालंल...का पुतळा त्यातली न्हाई? तिचंबी बरूबर असंल का? गुपचूप जानं-येनं येगळं आन् ततंच राहनं येगळं. च्या मायला, आपून बी तिच्या दादल्याम्होरं जादाच सैल वागत होतु. आता याच्या म्होरं असं वागायचं न्हाई. खोपटात दिस सारावा, भाकर हकडंच मागवावी अन् रातच्याला पुतळाकडं

जावं.'

पुतळानं मनात वेगळा हिशेब मांडला होता— 'ही इहीर आटली आता. निस्ता डबरा बाकी हाय. ही इहीर आता बुजवावी.'

एके दिवशी गड्याच्या ऐवजी पुतळाचा नवरा जेवण घेऊन शिरपाच्या खोपटात शिरला व कडाडला, "ह्ये जेवान. प्वाट फुटेस्तर घे खाऊन. पुन्ना माज्या घरची भाकर न्हाई यायची. जर का पुन्ना माज्या घरला आलास, तर जिवं मारीन. माजी बाईल म्हंजे काय रानातली काकडी हाय? कुनीबी यावं आन् त्वांड लावावं!"

श्रीपतरावाला विजेचा धक्का बसल्यागत वाटलं. शेतात हात पसरून उभ्या केलेल्या बुजगावण्यानं मिठी मारली तर कसं होईल? श्येनाच्या शिराळशेटासारखा गोळा असा बाँब कसा बनला! म्होरमचा वाग हा खऱ्या वागाच्यावर कसा डरकाळायला लागला? कसलं जेवन नि कसलं काय? श्रीपतराव ताबडतोबीनं पुतळाच्या नवऱ्याच्या अगोदर पुतळाच्या, नव्हे स्वत:च्याच बंगलीत शिरला व अधिकारानं पुतळासमोर उभा राहिला. "पुतळा, तुजा दादला मला काय बोलतोय, त्ये तुला ठावं हाय का?"

पुतळा बोलेना, तेव्हा श्रीपतरावानं पुतळाचे दोन्ही खांदे धरले व तिच्या डोळ्यांत आपले डोळे खुपसले. पूर्वी पुतळा दहा वेळा, लाजली होती, "मलाच चहावानी प्येता काय? आवरा." असं म्हणत श्रीपतरावाच्या छातीवर विसावली होती. परंतु आज भलतंच घडलं. पुतळा टांगेवाल्याच्या हातातील चाबकासारखी कडाडली, "अरं मुड्द्या, तुला कोनी आयाभैनी हायती का न्हाई? अंग कशाला धरतुस माजं?"

श्रीपतीला अंगावर वाघीण आल्यासारखं वाटलं. तो चाचरत म्हणाला,

"पुतळा, अगं, मी तुझा श्रीपतराव— या बंगलीचा मालक. तुझा तो माकडतोंड्या दादला..."

"माज्या दादल्याला असं म्हटल्यालं मला आवडनार न्हाई. पुन्ना असं बोलशील, तर खेटरानं हानीन!"

श्रीपतराव समजला. आरं तिचा! म्हंजे, हा असा डाव हुता तर!

तरी आशेपोटी श्रीपतराव लघळपणे म्हणाला, "पुतळा, माज्यावरली प्रीती कशी काय इसरलीस? तवा म्हनायचीस की, मरतुकड्या दादल्यात काय दम न्हाई! माज्यासारका मरद भ्येटला न्हवता आणि आता माया पातळ क्येलीस व्हय?"

"कंची माया रं मुर्दाडा? माजी माया होती तुज्या पैक्यावर आनि तुझी माया व्हती माज्या गोऱ्यागोमट्या देहावर."

झालं. पुतळानं सरळ-सरळ फसवलं, हे श्रीपतरावाच्या ध्यानी आलं; पण करणार काय? श्रीपतरावाला पुतळा मुर्दाड म्हणाली होती, ते योग्यच होतं. म्हणूनच तर श्रीपतीला दोन वेळच्या अन्नाची सोय काय, हा प्रश्न पडला.

तो कळवळून म्हणाला, "पुतळा, कसं बी कर, पर तुझ्याजवळ ठ्येव मला. मी खुराडं सांबाळीन...गाई, म्हशीचं बगीन..."

"शिरप्या, माज्याकडं या कामाकरता अदुगरच एक दादला आनि दोन गडी हायती; त्येंचं मी काय करू?"

"पर म्या तुला बक्कळ पैका दिला न्हाई का? योक गडी कमी कर आनि मला ठ्येव कामाला." श्रीपतराव कमालीचा लाचार झाला होता.

पुतळा खिंकाळत म्हणाली, "अरं गाडवा, या दोन गड्यांनी मला काय कमी पैका दिला हाय? ह्ये सारं तुज्यावानीच हायती. माज्यामागं लागून, घरदार इस्कटून, ह्ये बी आल्याती. आसं माज्यामागं धावनाऱ्या साऱ्यास्नी मी जवळ ठिवू लागले, तर कोंबड्याचं हाय तसं दुसरं बाप्यांचं खुराडं ठिवावं लागलं मला. हो बाहीर. पुन्ना मला त्वांड दावू नगोस."

आणि काय? श्रीपतरावाचा पुन्हा शिरपा झाला...नाही, शिरप्या झाला.

-०-०-०-

.८.

सावध हो बाई सावध हो!

गोपाळराव पत्नीला म्हणायचे, ''लीला, तुझी काळजी व चिंता योग्य आहे. वृंदाचं वागणं मला थोडं जास्तच बिनधास्त वाटतं. वृंदाला मैत्रीण अशी एकच आहे, पण मित्र मात्र अनेक आहेत. बरं, हा वैद्यकीय अभ्यासक्रम वेळेच्या बाबतीत बंदिस्त नाही. वृंदाला रात्री-अपरात्रीही जावं-यावं लागतं.''

''मामंजी हयात हवे होते. त्यांची कीर्तनं या नातीच्या कानावरून जायला हवी होती. त्यांनी वृंदाला सावध केलं असतं.''

''काय योग्य बोललीस! अगं, बाबांच्या कीर्तनांच्या कॅसेट्स आहेत ना. आपण रोज रात्री त्या लावू. 'बाबांचा आवाज ऐकावासा वाटतो, त्यांची आठवण येते', असं मी म्हणेन व कॅसेट्स लावेन. तूही वृंदाला 'कॅसेट्स ऐक' असं म्हणू नकोस. ती हट्टी आहे. ती कॅसेट्स ऐकायचीच नाही.''

''चंदना आली असताना कॅसेट्स लावते. चंदना समंजस व शांत आहे. ती ऐकेल. मैत्रिणीच्या नादाने वृंदाही ऐकेल.''

वृंदाच्या व चंदनाच्या कानांवर कीर्तनकारांचा आवाज पडला. आवाज गोड व आर्जवी होता. वृंदाला आजोबांच्या आवाजाची अपूर्वाई वाटली. ती वडिलांना म्हणाली, ''यापूर्वीच आजोबांच्या कॅसेट्स मला का ऐकवल्या नाहीत? आजोबांचा आवाज छान आहे.''

कीर्तनकार आजोबांच्या शब्दांत सीतास्वयंवर, रुक्मिणीस्वयंवर, सुभद्राहरण, सावित्रीसंस्मरण अशी स्त्रीविषयक आख्यानं वृंदाने ऐकली.

चंदनाला आवाजाबरोबर उपदेशही चित्तवेधक वाटला. पण वृंदाच्या मते, आजोबांचे विचार बुरसटलेले व जुनाट होते. त्यांचा सर्व उपदेश येऊन-जाऊन स्त्रियांनाच होता, त्यात पुरुषांना उद्देशून दोन शब्दही नव्हते.

कीर्तनकार मांडायचे, ''या स्त्रियांची पतींवरची निष्ठा योग्य होती. कारण या स्त्रियांचे पती थोर होते, देव वाटावेत एवढे मोठे होते. आता तुम्हाला तुमच्या अवतीभोवती कुणी राम, कृष्ण, अर्जुन दिसतात का? तसे पुरुषसिंह तर आता नाहीतच, उलट लांडग्या-कोल्ह्यांच्या जातीच्या पुरुषांची गर्दी वाढते आहे. म्हणून स्त्रियांनी सावध राहावं. पुरुष स्त्रियांशी एकनिष्ठ नसतील, तर स्त्रियांनी पतिनिष्ठ राहून आपलं आयुष्य विस्कटून टाकू नये.''

चंदना म्हणे, ''वृंदा, लोखंड व काचेचं भांडं जवळ येणार असतील तर कुणीही झालं तरी काचेलाच उपदेश करणार.''

''चंदना, स्त्रिया म्हणजे काच ही कल्पनाच अयोग्य आहे. स्त्री ही पोलाद आहे; स्त्री पोलाद होऊ शकते.''

कीर्तनकार सांगायचे, ''आपली संस्कृती परस्त्रीला मातेसमान व भगिनी समजून तिचं रक्षण आदरपूर्वक करावं, असं शिकवणारी आहे. मात्र आजच्या समाजातील पुरुष मला बुभुक्षित दिसतो. तो स्त्रीला भोग्य वस्तू समजतो. पुरुषांच्या या अध:पतनाची लाज वाटते. सिनेसंस्कृती याला कारणीभूत आहे. पुरुषांना समजावण्याची गरज आहेच, पण मला मुख्यत्वे माझ्या माता-भगिनींना कळकळीने सांगायचं आहे की, बाई गं, गुन्हा पुरुष करतो, पण शिक्षा स्त्रीला तिच्या उदरी वाढवावी लागते; म्हणून स्त्रीने सावध राहायला हवं.''

कीर्तनकार शंकरराव वामन आळतेकर हे तत्त्वज्ञानाचे नामवंत प्राध्यापक होते. त्यांनी लोकशिक्षण करण्यासाठी कीर्तनाचं व्रत स्वीकारलं असावं. कॉलेजच्या सर्व सुट्ट्यांचा वापर ते कीर्तनासाठी करत. कीर्तनकार गावोगावी स्वखर्चाने जात. त्यांना बिदागीच्या एका रुपयाची अपेक्षा नसे. दूरध्वनीक्रमांकासह त्यांच्या नावाचे पूर्ण पत्त्यांचे फलक कीर्तनाच्या गावी जास्तीत जास्त ठिकाणी लागावेत, ही त्यांची अट असे.

चंदना म्हणायची, ''वृंदा, तुझ्या आजोबांना दोन पिढ्यांनंतरचा पुरुष किती किडणार, सडणार आहे; किती स्वार्थी, आपमतलबी होणार आहे याचा छान अंदाज आला होता. आपण मुलींनी खरोखरच सावध राहायला हवं.''

''चंदना, पुरुष बिघडला आहे; पण आजची स्त्रीही पूर्वीची उरली नाहीय. स्त्री सर्व क्षेत्रांत पुढे गेली आहे. पुरुषांनीच आमच्यापासून सावध राहावं. माझ्या आजोबांचा फक्त आवाज ऐक. त्यांचा उपदेश कालविसंगत आहे.''

''वृंदा, तुझ्या घरचं वातावरण सात्त्विक आहे. तुझ्या घरी ओल्या पार्ट्या होत नाहीत. माझ्या घरचं वातावरण थोडं बाजारी आहे. माझे वडील व आई

दोघंही डॉक्टर आहेत. त्यामुळे असेल, पण माझ्या घरची राहणी बटबटीत व भडक आहे. मी माझ्या बालपणापासून माझ्या बाबांच्या व त्यांच्या मित्रांच्या गप्पा ऐकत आले आहे. मला त्या गप्पा सवंग वाटतात.''

''चंदना, तू काकूबाई आहेस. तू आजोबांच्या काळात जन्म घ्यायला हवा होतास.'' वृंदा शेरा मारायची.

वृंदा-चंदनाच्या चर्चा गोपाळराव व लीला ऐकत असत. लीला म्हणायची, ''पाहिलंत? आपली पोरगी ही अशी आहे! पालथ्या घड्याप्रमाणे. नातीला आजोबांच्या उपदेशाचं महत्त्व काय; तर शून्य!''

आशिष या आपल्या सहाध्यायी मित्राबाबत वृंदा वडिलांबरोबर गेली दोन वर्षं भरपूर रस घेऊन बोलत होती. आशिष त्यांच्या घरी येत होता, वृंदा आशिषच्या घरी जात होती. आशिष हा आपला जावई होणार, हे गोपाळराव व लीलाबाई धरून चालल्या होत्या.

आणि स्कूटरवरून जाणाऱ्या गोपाळरावांना अपघात झाला. पुलाच्या अखेरीचं वळण घेताना त्यांच्या पुढे धावणारा टँकर उलटला. टँकरमधील ज्वालाग्राही रसायनाने पेट घेतला. उलटणाऱ्या टँकरला वळसा घालून गोपाळरावांनी शिताफीने आपली स्कूटर बाजूने नेली खरी, पण स्कूटर आगीच्या लोळात सापडली, स्कूटरचाही स्फोट झाला; मात्र गोपाळराव सुदैवाने दूर फेकले गेले. आगीचा पल्ला एवढा दूरवर होता की, रस्त्याजवळच्या इमारतीपाशी उभी केलेली आठ वाहने जळाली व ज्वाळा इमारतीच्या पहिल्या मजल्यापर्यंत पोचल्या. दूर फेकले गेलेले गोपाळराव जिवानिशी बचावले. मात्र त्यांचं शरीर भाजून निघालं. वरती चार ठिकाणी अस्थिभंग झाला. गोपाळराव पुन्हा पायांवर उभे राहण्यासाठी वर्षा-दीड वर्षाचा काळ घेणार होते. त्यानंतरही ते घराबाहेर पडू शकणारच नव्हते. तसे ते कायमचे अपंगच राहणार होते.

वडिलांच्या सेवेत वृंदा रुजू झाली. वृंदा या डॉक्टर कन्येचा आधार लीलाबाईंना अत्यंत गरजेचा झाला होता.

गोपाळराव आजारातून सावरावे तसे सावरत नव्हते. त्यात ते मनानेही थोडे खचले. नेहमी येणारा आशिष एकाएकी येत नाही, हे कसं काय? तो इस्पितळातही आला नव्हता, घरीही फिरकला नाही. त्यांना वृंदाची काळजी होती.

वृंदाला गोपाळराव म्हणाले, ''वृंदा, आशिष का येत नाही? त्याचं आणि तुझं बिनसलं तर नाही? तो या घरचा जावई होणार, हे तर मी गृहीतच धरून चाललो होतो. मला अशांत वाटतं. तूही त्याच्याबाबत एका अवाक्षराने बोलत

नाहीस.''

आशिष या विषयावर बोलायला वृंदा तयार नव्हती. ती तरी बोलून-बोलून काय बोलणार होती? पण तिच्या न बोलण्यामुळे गोपाळरावांची व लीलाबाईंची चिंता वाढत होती.

आजोबांच्या कीर्तनाच्या श्रवणातून वृंदा शिकली नव्हती, की शहाणी झाली नव्हती. तिच्या वडिलांनी तिच्याकरताच आजोबांच्या कीर्तनाच्या कॅसेट्स लावल्या होत्या. ते भले म्हणाले असोत की, मला वडिलांचा आवाज ऐकावासा वाटतो; पण वडिलांचा उद्देश आपण आजोबांना ऐकावं हाच होता, हे वृंदाने ओळखलं होतं. आपली आईही हुशार आहे. चंदना आली असेल त्या वेळीच ती कीर्तने लावायची. चंदनाला त्या कीर्तनात काय गोडी वाटत होती, कोण जाणे! चंदना म्हणायची, ''वृंदा, थांब गं. मला आणखी एक कॅसेट ऐकू दे. ऐकताना समाधान वाटतं. आपण मुलींनी खरंच जपून वागायला हवं. वृत्तपत्रांतून किती हिंस्र व क्रूर बातम्या आपण वाचत असतो. बलात्काराच्या, अपहरणाच्या, हुंडाबळीच्या, जाळण्याच्या, ॲसिड फेकून चेहरा विद्रूप करण्याच्या, ऑफिसातल्या लैंगिक छळाच्या... या बातम्या मला एकच सांगतात— तुझ्या आजोबांचा उपदेश योग्य आहे. आपण मुलींनी पुरुषांपासून सावध राहायला हवं. 'पुरुष म्हणू नये आपला, साप म्हणू नये धाकला' ही म्हण खरी आहे.''

''चंदना, तूच कीर्तने का करत नाहीस? आजकाल कीर्तनसंस्था मोडीतच निघाली आहे. त्या प्रथेचं पुनरुज्जीवन होण्याची गरज आहे आणि हे पुनरुज्जीवन एका स्त्रीच्या हातून झालं, तर बहार होईल. कीर्तनकारांना साथ देण्यासाठी मागच्या बाजूला दोन-चार व्यक्ती लागतात. एक मी आहे, माझी आईही येईल. तुझी आई येते का पाहा.''

''वृंदा, तू माझी टिंगल कर. तू माझी जिवाभावाची मैत्रीण आहेस. तुला माझी थट्टा करण्याचा अधिकारच आहे. पण या उपदेशात तुला काय वावगं वाटतं? स्त्रीने पित्याच्या घरातून थेट पतीच्या घरात जावं. अधल्या-मधल्या स्टेशनात गाडी थांबवू नये.''

कीर्तनातून वृंदाला आजोबा शिकवत होते, आजोबांची कीर्तने ऐकून शहाणी झालेली चंदनाही वृंदाला शहाणं करण्याचा यत्न करत होती, पण वृंदा शिकायला तयार नव्हती. ती आशिषच्या प्रेमात हरवली होती. प्रेमात स्त्री आंधळी होते म्हणे; वृंदा बहिरीही झाली होती.

गोपाळरावांची श्री शिल्लक अपघातानंतर झपाट्याने खाली आली होती.

वृंदाचं एमबीबीएस्‌नंतरचं उमेदवारीचं वर्ष चालू होतं. त्यामुळे कॉलेजातल्या प्राध्यापक-डॉक्टरांची सल्लामसलत तिला मोफत मिळत होती, परंतु औषधांचा खर्च तर वृंदालाच करावा लागणार होता. मुख्य म्हणजे, गोपाळरावांची शारीरिक विकलता दीर्घकाळ, कदाचित कायमची टिकणार होती.

आशिषला वृंदा अधूनमधून माहिती देत असे, ''आशिष, बाबांची प्रगती अत्यंत मंद गतीने होत आहे. डॉ. पांडे म्हणत होते की, बाबा पूर्णपणे आपल्या पायांवर उभे राहणार नाहीत. ते घरातल्या घरात घरात चालतील, तेही दैव अनुकूल असेल तर. याचा अर्थ, लग्नानंतर तुलाच आमच्या घरी राहायला यावं लागणार. मी नोकरी करेन. म्हणजे माझ्या कामाचे ठरीव तास असतील, निश्चित उत्पन्न असेल. त्यामुळे मी घराकडे आणि आई-बाबांकडे पाहू शकेन. तू प्रॅक्टिस कर. प्रारंभी जरा ओढाताण होईल, धावपळ होईल; राहण्याच्या जागेची तर खूपच अडचण होईल, पण इलाज नाही. तुला दवाखान्याकरता जागा घ्यावी लागेल. ते पैसे आपण कसे उभे करायचे? आपण लग्न अत्यंत साधेपणाने करायचं. रजिस्टरच करू. तुला काय वाटतं?''

वृंदा पुढील जीवनाबद्दल चर्चा करे, ''आशिष, पहिली आठ-दहा वर्षं कष्टाची असतील. आपण जे स्वप्न पाहत होतो, ते सत्यात उतरणं आज तरी शक्य नाही. ठीक आहे; तडजोड केली पाहिजे. बाबांना झालेल्या अपघातामुळे सर्व चित्रच बदलून गेलं आहे. आशिष, मी एकटी असते तर खचले असते, पण माझ्याबरोबर तू आहेस. त्यामुळेच मी माझ्या आई-बाबांचा सांभाळ करू शकेन.''

'आठ-दहा वर्षं कष्टाची आहेत.', 'लग्नानंतर तुला आमच्या घरी राहायला यावं लागेल', 'मी माझ्या आई-बाबांचा सांभाळ तुझ्यामुळेच करू शकेन'— ही वाक्यं आशिष मनात घोळवे. यांचा अर्थ काय? यांचा अर्थ एकच, आणि तो म्हणजे —वृंदाबरोबर राहणं याचा अर्थ आठ-दहा वर्षं नव्हे, तर पूर्ण आयुष्य बरबाद करणं. आशिषने निर्णय घेतला की, आपण वृंदाशी विवाह करायचा नाही.

पण त्याचबरोबर वृंदाच्या लोढण्यातून सुटका कशी करून घ्यावी, हे त्याला समजत नव्हतं. आशिष दोन वर्षं वृंदाबरोबर हिंडत-फिरत होता. कॉलेजातल्या मित्रमंडळींना 'ही जोडी जमली आहे', हे माहीत होतं. वडिलांना झालेल्या अपघातामुळे वृंदा अडचणीत आहे, हेही साऱ्यांना माहीत होतं. अशा वेळी आपण वृंदापासून आपला आब राखून कसं दूर व्हायचं? कोणतं कारण द्यावं?

कारण तर आपल्यालाच निर्माण करायला हवं! आशिषने सांगायला आरंभ केला, ''वृंदाकरता मी तरी किती वेळ वाट पाहू? संसार म्हणजे गुलाबांचा

ताटवा आहे, पण गुलाबांना काटे असणारच. मी तर म्हणतो की, संसारात अडचणी येतात त्या आपली परीक्षा पाहण्याकरता. मी वृंदाला म्हणालो, 'तुझे वडील अपघातामुळे कायमचे अपंग झाले आहेत, होऊ द्यात; पण मी आहे ना! आपण दोघं मिळून त्यांना सांभाळू. लग्नानंतर हा अपघात घडला असता तर? तू एकटी त्यांना कसं सांभाळशील? आपण दोघं मिळूनच ही जबाबदारी पेलू. पण नाही; वृंदाचा आपला एकच हट्ट. मी आयुष्यात लग्नच करणार नाही. माझे वडील संपूर्ण बरे झाले, तरच मी विवाह करीन.' मी वृंदाला म्हणालो, 'वृंदा, आणि तुझे वडील बरे झाले नाहीत तर? डॉक्टरांच्या मतानुसार ते पूर्णपणे बरे होणार नाहीत. आपण त्यांना सोडणार नाही, पण त्याचबरोबर त्यांच्याकरता तू आणि मी आपलं जीवन का रोखायचं?' यावर वृंदा म्हणाली की, 'आशिष, मी तुला एका वचनातून मोकळं केलं आहे. तू विवाह कर.' मला काय करावं, हेच कळत नाही.''

बोलणाऱ्याचं खोटं खपतं; न बोलणाऱ्याचं खरंही त्याच्याजवळच राहतं. तसंच झालं. वृंदा व चंदना कॉलेजच्या वाचनालयापाशी प्रा. पांड्यांच्यासमोर आल्या. प्रा. पांडे पुढे झाले. त्यांनी वृंदाचा खांदा थोपटला व कौतुकाने म्हणाले, ''वृंदा, मला तुझा अभिमान वाटला. एकीकडे आश्चर्यही वाटलं. पण तसा तुझा निर्णय समजण्याजोगा आहे. आई-वडिलांसाठी तू अविवाहित राहायचं ठरवलंस; कमाल आहे!''

प्रा. पांडे एवढं बोलले. वृंदा काही बोलणार तोपर्यंत प्रा. पांडे यांना ''प्रिन्सिपॉलसाहेबांनी बोलावलं आहे'', असं सांगत कॉलेजचा शिपाई आला. ''कॅरी ऑन गर्ल्स'' असं म्हणत प्रा. पांडे निघून गेले.

चंदनाला वृंदा म्हणाली, ''चंदना, पांडेसर नेमकं काय म्हणाले गं? मी लग्न करणार नाही, अविवाहित राहणार आहे— असं मी केव्हा, कुणाजवळ म्हणाले?''

''वृंदा, तुला लग्न करायचं आहे; आशिषच्या मदतीने, संसार करता-करता तुला आई-वडिलांना सांभाळायचं आहे, हे फक्त मला माहीत आहे. पण कॉलेजात सर्वत्र पसरलं आहे की, तुला लग्नच करायचं नाही. तू तसं आशिषला निक्षून सांगितलं आहेस. आशिषने तुझं मन वळवण्याचा म्हणे खूप प्रयत्न केला, पण तू म्हणे त्याला तोडलंस. यापुढे मला भेटूही नकोस, असं सांगितलंस. वृंदा, मी सांगते आहे तसंच साऱ्यांपर्यंत पोचलं आहे आणि हे आशिषनेच पसरवलं आहे; पद्धतशीरपणे पसरवलं आहे.''

''चंदना, तू आशिषविषयी वेडंवाकडं बोलू नकोस. तो माझ्याबरोबर दोन

वर्षं आहे. त्याचा माझ्यावर किती जीव आहे, याची तुला कल्पना नाही.''

''वृंदा, मी तुझी जवळची मैत्रीण आहे. मी आशिषला ओळखत नाही, पण मी तुला ओळखते. आशिषला तुझ्याशी लग्न करायचं नाही, हेच सत्य आहे. तू ते स्वीकारणार नाहीस, याची मला जाणीव आहे. म्हणूनच गेला महिनाभर मी याबाबत तुला काहीही बोलले नाही. आज पांडेसर बोलले, हे बरं झालं. तुला समजलं तरी.''

वृंदा कॉलेजातून परतली. तिचं मन अस्वस्थ होतं. आशिष असा असेल? तो आपला शब्द फिरवेल? गेली दोन वर्षं आशिष हा आपला आयुष्याचा जोडीदार आहे, हे वृंदा गृहीत धरून चालली होती. वृंदाने पुढाकार घेऊन आशिषशी नातं जोडलं नव्हतं. पहिलं-पाऊल वृंदाने टाकलं नव्हतं; पुढाकार आशिषचा होता. कॉलेजच्या स्नेहसंमेलनात वृंदाने काही हिंदी-मराठी गाणी म्हटली होती. ती गाणी ऐकून आशिष वृंदाशी बोलायला आला आणि त्यानंतर या ना त्या निमित्ताने तो येतच राहिला. तोच वृंदाला आग्रह करकरून आपल्या घरी घेऊन गेला होता, तो वृंदाच्या घरी येत होता. त्यानेच वृंदाला अजिजीने लग्नाबाबत विचारलं होतं, ''आई-वडिलांशी बोलून सांगते'' असं वृंदाने सांगितल्यावर तो केवढा उसळला होता! तिने होकार दिल्यावर आशिष हर्षाने नाचला होता. ''वृंदा, तू माझ्याबरोबर आहेस; मी जिंकलो.'' अशी द्वाही त्याने फिरवली होती.

आपली निराशा, आपलं दु:ख आतल्या आत कोंडायचं; ते चेहऱ्यावर उमटू द्यायचं नाही, असा निर्धार करून वृंदाने आई-बाबांना धीमेपणाने वस्तुस्थिती सांगितली. ''मी आशिषला विसरले आहे, तुम्हीही विसरा.'' असं वृंदा शांतपणे म्हणाली. आईने लेकीला जवळ घेतलं आणि वृंदाच्या निर्धाराचा बांध फुटला. गोपाळरावांच्या डोळ्यांतून लेकीविषयीची काळजी अश्रूंच्या रूपाने वाहू लागली. गोपाळरावांनी अडखळत्या शब्दांत आपलं म्हणणं मांडलं, ''वृंदा, धीर धर. कर्णोपकर्णीची वार्ता खरी धरू नकोस. अद्याप आशिष तुला काही बोललेला नाही. त्याच्या न येण्यामागे त्याची काही वेगळी अडचण असेल. तू आशिषशी स्वत: स्पष्टपणे बोल.''

चंदनाला आई म्हणाल्या, ''चंदना, नेमकं काय घडलं आहे? वृंदा सांगत होती की, आशिषच काही उलटसुलट बातम्या पसरवतो आहे; प्रत्यक्षात त्यालाच वृंदाशी विवाह करणं टाळायचं आहे.''

''आई, वृंदाला समजलं आहे, तेच सत्य आहे. 'वृंदाशी विवाह करणं म्हणजे तिच्या आई-वडिलांत कायमचं अडकणं' हे वास्तव आशिषला जाणवलं

आहे. आशिष ही असली जबाबदारी घ्यायला तयार नाही. त्याचबरोबर हे स्पष्टपणे सांगण्याचं धैर्य त्या निर्लज्जाकडे नाही. म्हणून तर त्याने हा उलटा मार्ग शोधला आहे! 'वृंदाच लग्नाला तयार नाही, वृंदाच्या आई-वडिलांची जबाबदारी मी घ्यायला तयार असूनही वृंदाने अविवाहित राहण्याचा निर्णय घेतलेला आहे' असा प्रचार आशिषच करत आहे. मी खात्री करून घेतली आहे. हे कटू सत्य जेवढ्या लवकर वृंदाला समजेल व पटेल, तेवढं बरं.''

आईबरोबर गोपाळरावांनीही दीर्घ सुस्कारा सोडला. वृंदा दीनवाणी होऊन आईला बिलगली.

चंदनाचं बोलणं वृंदाला समजत होतं व नव्हतंही. ती काकुळतीने म्हणाली, ''चंदना, आशिषच्या तोंडून मी हे ऐकेन, तेव्हाच मी यावर विश्वास ठेवेन. तोपर्यंत माझा आशिष असा विश्वासघात करणार नाही, असंच मी म्हणत राहीन आणि तोपर्यंत मी आशिषचा विचार मनाबाहेर टाकू शकणार नाही...तोपर्यंत मी आशिषवाचून माझ्या आयुष्याचा विचारही करू शकणार नाही. मात्र आशिषनेच मला सांगितलं तर...''

आईने चंदनाकडे पाहिलं. चंदनाने आपले ओठ मुडपले. ती काय बोलणार?

आठच दिवस झाले. आशिषचा सकाळी-सकाळी वृंदाला हवा तसा, स्पष्ट शब्दांतला फोन आला, ''वृंदा, मी लग्न करतो आहे. तुझे वडील अपघातामुळं अपंग झाले आहेत; त्यात तुझा काहीच दोष नाही...पण त्यांना जन्मभर सांभाळणं मला जमणार नाही.''

वृंदाचा स्वत:च्या कानांवर विश्वास बसेना. आपण हे काय ऐकतो आहोत? आशिष असा अलिप्तपणे आपल्याशी बोलू शकतो? दोन वर्षांचा सहवास तो सहज मनाबाहेर टाकू शकतो?

तिने रुद्ध कंठाने विचारलं, ''आशिष, तू हे असं काय बोलतो आहेस? आपण काय काय स्वप्नं पाहिली होती...काय काय ठरवलं होतं!''

''वृंदा, मी पूर्वीचं काहीही विसरलो नाही, पण त्या वेळी तुझे वडील अपघाताने लुळे होऊन पलंगावर अडकले नव्हते. मी माझा संसार पलंगाच्या पायाला बांधू इच्छित नाही. आणि हो, मी चंदनाशी विवाह करत आहे. चंदना शारंगपाणी— तुझी मैत्रीण— तिने माझं मन समजून घेतलं आहे.''

''काय! चंदना तुझ्याबरोबर लग्न करते आहे?'' वृंदाने फोन ठेवून दिला.

वृंदाचं फोनवरचं बोलणं गोपाळराव व लीलाबाई ऐकत होत्या.

''काय? आशिषशी चंदना लग्न करते आहे?'' लीलाबाईंनी आश्चर्य

व्यक्त केलं.

संध्याकाळी वृंदाकडे नेहमीप्रमाणे चंदना आली. गोपाळराव चंदनाकडे रागाने पाहत होते. त्यांना खूप-खूप बोलायचं होतं. ते शब्द जुळवत होते, तोपर्यंत चंदना म्हणाली, "बाबा, तुम्ही काहीही बोलू नका. आशिषच्या सकाळच्या फोनमुळे तुम्हाला आधीच मनस्ताप झालेला आहे. त्यात पुन्हा बोलण्याचा त्रास नको. मीच बोलते. तुम्ही नुसतं ऐका. तुमचे कीर्तनकार वडील पुरुषांविषयी जे जे कीर्तनातून बोलत, ते शंभर टक्के खरं ठरलं आहे. आशिषने दोन वर्षं वृंदाबरोबर पुढच्या आयुष्याची स्वप्नं रंगवली, पण तुम्ही अपघातात सापडलात. त्याबरोबर आशिषमधल्या व्यवहारी पुरुषाने वृंदाशी विवाह करण्याचा निर्णय बदलला. कीर्तनकारांच्या शब्दांनी असाच स्वार्थी पुरुष रंगवलेला आहे. आशिष असा उफराटा वागेल, हे वृंदाला पटत नव्हतं. तिला आशिषच्या तोंडून नकार ऐकायचा होता. आशिषकडून नकार वदवून घेणं, ही मला माझी जबाबदारी वाटली. कारण वृंदा माझी मैत्रीण आहे. तिचा भ्रम दूर करणं, हे मला माझं कर्तव्य वाटलं. त्यासाठी मी स्वतःला पणाला लावलं.

"मी माझ्या वडिलांकडे गेले. मी त्यांना सांगितलं, डॅडी, तुम्हाला डॉक्टर घरजावई हवा आहे. त्या घरजावयाने तुमच्या हॉस्पिटलची व तुमच्या मुलीची अशी दुहेरी जबाबदारी स्वीकारावी, अशी तुमची इच्छा आहे. तुम्ही आशिषला विचारा. होय, होय— तोच आशिष, वृंदाशी लग्न करणार होता, तोच. मलाही तोच आवडला आहे, पण मी बोलले नव्हते. कशी बोलणार? वृंदा माझी जीवश्चकंठश्च मैत्रीण आहे. मी मैत्रिणीचा घात केला, असा आरोप माझ्यावर होईल! पण मी शांतपणे विचार केला. हा माझ्या आयुष्याचा प्रश्न आहे. मी आशिषशी सरळ- सरळ वाटाघाटी केल्या. आशिषची एकच अट आहे— लग्नानंतर तो हॉस्पिटलमध्ये तुमचा बरोबरीचा भागीदार होईल. डॅडी, मी मनात म्हणाले की, हा आशिष बावळट आहे. माझे डॅडी त्याला घरजावई करून पूर्ण हॉस्पिटल द्यायला तयार आहेत; हा तर फक्त पन्नास टक्के भागीदारी मागतो आहे! डॅडी, आज मी आशिषला बोलावलं आहे. तुम्ही त्याच्याशी बोला. त्याला भागीदारी द्या. वृंदाला काय वाटेल याचा विचार करू नका. तुमच्या मुलीच्या आयुष्याचं हित पाहा.

"वृंदा, माझे डॅडी हे एक पुरुषच आहेत. खरं तर त्यांनी मला समजवायला हवं होतं. वृंदा या मैत्रिणीच्या सुखात मी विघ्न आणू नये, असे मला बजावायला पाहिजे होतं. तू आणि आशिष काहीही करा; मी या व्यवहारात पडणार नाही' असं माझ्या डॅडींनी मला ठणकावून सांगायला हवं होतं. पण माझ्या डॅडींनी

रास्त, सरळ, न्याय्य व योग्य काय याचा विचार केला नाही. ते आशिषशी बोलले. आशिषने माझ्याशी विवाह करण्याचा विचार पक्का केला. माझ्या सांगण्यावरून माझ्याच घरातून त्याने तुला तसा फोन केला.

"बाबा, थांबा. फक्त ऐका. तुम्ही काहीही बोलू नका. माझं बोलणं अजून संपलेलं नाही. तुमचा संताप वाढू नये, म्हणून मी लगेच सांगते की, मी आशिषशी विवाह करणार नाही. बाबा, मी आले त्या वेळी तुमच्या चेहऱ्यावरचे संतापाने ताठरलेले स्नायू मी पाहिले. तुमच्या मनातले विचार मला समजले. 'ही चंदना— वृंदाची मैत्रीण! वृंदाला तिच्या आशिष या मित्राने तोंडघशी पाडलं पण चंदनाला त्याचं काहीही सोयरसुतक नाही. आशिषशी लग्न जमवून ही मोकळी झाली आणि तोंड वर करून, काही घडलंच नाही असं दाखवत, आमच्या घरी येण्याचं धाडस करते आहे! बाबा,' तुमच्या मनात हेच पुरुषाला शोभेलसे विचार होते. पण मी पुरुष नाही, स्त्री आहे; शिवाय वृंदाची मैत्रीण आहे. आशिष हा लबाड मुलगा आहे, हे वृंदाला पटणं गरजेचं होतं. त्यासाठी मी हे केलं. माझ्या वडिलांना माझ्या नाचरेपणाचा थोडा राग येणार आहे, पण येऊ द्या."

चंदना बोलायची थांबली.

जरा थांबून चंदनानेच विचारलं, "बाबा, तुमचे वडील हे एक पुरुषच होते. तरीही ते स्त्रियांना पुरुषांपासून सावध राहा, हे सांगत होते. हे कसं काय?"

गोपाळराव म्हणाले, "माझ्या वडिलांना त्यांच्याहून पाच वर्षं वयाने मोठी, राधा नावाची बहीण होती. वडील दहा वर्षांचे, राधा पंधरा वर्षांची. माझ्या वडिलांची बहिणीवर विलक्षण माया होती. शेजारी कुनीभावी आडनावाचं बोहरी कुटुंब बिऱ्हाडाने राहत होतं. त्या कुटुंबातल्या तरुण मुलाबरोबर राधा पळाली. या राधाचा पुन्हा पत्ता म्हणून लागला नाही. माझ्या वडिलांनी आपल्या बहिणीचा आयुष्यभर गावोगावी शोध घेतला. 'राधा फसली, ती सुखात नाही, ती संकटात आहे' अशी माझ्या वडिलांची खात्रीची समजूत होती. तिने एखादं तरी पत्र नक्की टाकलं असतं, असं त्यांना वाटे. तिचा शोध घेणं सोपं जावं, म्हणून त्यांनी कीर्तनकला शिकून घेतली. कीर्तनासाठी गावोगावी ते हिंडत होते ते आपल्या बहिणीचा शोध घेण्यासाठी. ज्या गावी ते जात, त्या गावी त्यांच्या नावाचा फलक लावला जावा, ही त्यांची अट असे. नाव वाचून राधा कीर्तनाला येईल, आपल्याला भेटेल, तिची खुशाली कळेल यासाठी माझे वडील धडपडले. त्यांची धडपड त्यांच्या मृत्यूनेच संपवली."

-०-०-०-

.९.

नराधम

प्रिया कोलते व ललिता शहा या खास मैत्रिणी होत्या. त्या दोघी शाळेपासून एकत्र होत्या. दोघींनीही कॉमर्सला प्रवेश घेतला होता, पण केवळ यामुळे त्या खास मैत्रिणी झाल्या नव्हत्या. त्या खास मैत्रिणी होण्यासाठी निमित्त घडले प्रियाच्या आजारीपणाचे.

प्रिया बारावीत असताना आजारी पडली. ती ओळीने तीन दिवस कॉलेजला आली नाही, तेव्हा ललिता देना बँकेत गेली. प्रियाचे वडील सदानंद कोलते हे देना बँकेत मॅनेजर आहेत, हे ललिताला माहीत होतं.

ललितानं बँक मॅनेजर कोलत्यांना आपलं नाव सांगितलं व ती म्हणाली, ''मी प्रियाची कॉलेजातील मैत्रीण आहे. प्रिया तीन दिवस कॉलेजात आली नाही. तिची चौकशी करण्याकरता मी आले आहे. अंकल, प्रियाकडून मी तुमच्याविषयी खूप-खूप ऐकलं आहे. माझ्या वडिलांच्यासारखे वडील मिळणार नाहीत, असं प्रिया नेहमी म्हणते.''

मागून आवाज आला. ''मिस्टर कोलते, तुम्ही नशीबवान आहात. माझी मुलगी माझ्याबाबत असं एकदा जरी म्हणाली, तरी मी धन्य होईन.''

''डॅडी, तुम्ही इथं कसे?'' ललितानं आपल्या डॅडींचा आवाज ओळखला.

चुनीलाल शहा म्हणाले, ''मला तर बँकेत यावंच लागतं. कोलतेसाहेब आमचे सावकार आहेत. पण तू इथं कशी?''

ललिता म्हणाली, ''डॅडी, माझी मैत्रीण प्रिया ही कोलते अंकलची मुलगी आहे. ती तीन दिवस कॉलेजला आली नाही. तिचं घर मला माहीत नाही. पण तिचे वडील देना बँकेत मॅनेजर आहेत, हे मी प्रियाच्या तोंडून ऐकलं होतं.''

कोलत्यांनी माहिती पुरवली, ''प्रियाला कावीळ झाली आहे. काविळीचं

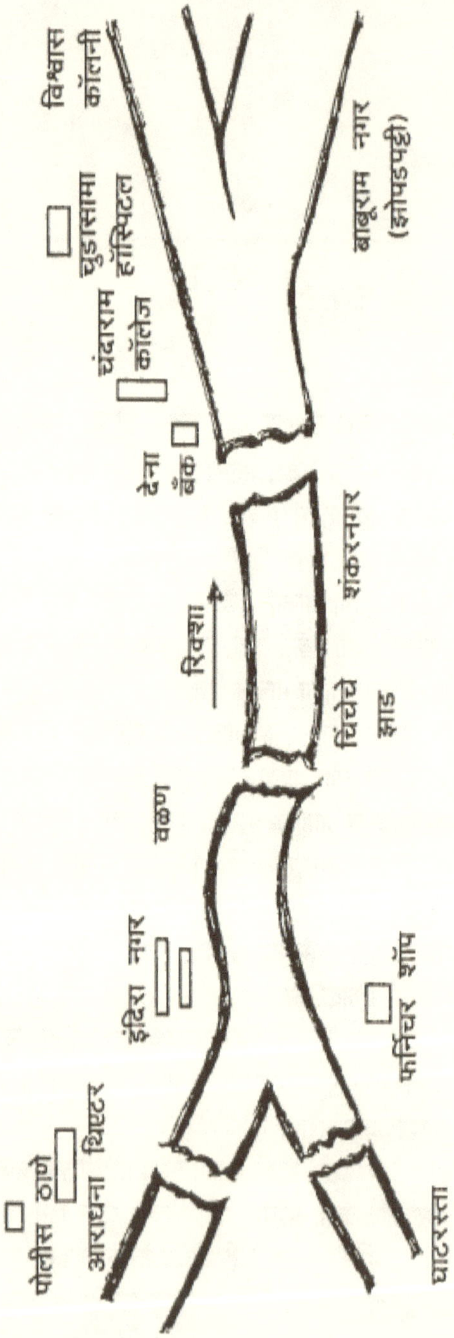
पोलीस ठाणे
आराधना थिएटर
इंदिरा नगर
वळण
रिक्शा
देना बँक
चंदाराम कॉलेज
चुडासामा हॉस्पिटल
विश्वास कॉलनी
बाबूराम नगर (झोपडपट्टी)
शंकरनगर
चिंचेचे झाड
फर्निचर शॉप
घाटरस्ता

दुखणं म्हणजे प्रियाला चांगली दोन-तीन आठवड्यांच्या विश्रांतीची गरज आहे.''

कोलत्यांनी ललिताला इंदिरानगरमधील आपल्या घराचा पत्ता दिला.

प्रियाच्या आजारीपणाच्या निमित्ताने प्रियाच्या घरी ललिता गेली. आजारीपणाच्या काळात दररोज जात राहिली. प्रियाला उसाचा व फळांचा रस यापलीकडं काही घ्यायचं नव्हतं. ललिता थर्मासमधून हे रस घेऊन जात असे. वर्गात काय झालं, हेही सांगत असे. ललिता अशी तीन आठवडे प्रियाकडे जात राहिली.

प्रियाच्या घरी गेल्यामुळं ललिताला प्रियाचं आणखी एक दुःख समजलं. प्रियाची आई सुशांता मणक्यांच्या दुखण्यामुळं बराच वेळ अंथरुणावर पडून असायची. हा आजार तसा बरा होणारा नव्हता. बसच्या अपघातात प्रियाच्या आईच्या पाठीच्या मणक्यांना जोरदार धक्का बसला होता. एक नाही तर तीन सर्जन्सनी 'ऑपरेशन करू नका. ऑपरेशनमध्ये कमी-जास्त झाले तर त्यांच्या मेंदूला इजा पोचेल', असं सांगितलं होतं. सुशांताही म्हणाली, ''मला लोळागोळा होऊन, चेतना गमावून, कायम अंथरुणावर पडायचं नाही. सध्याची स्थिती खूप बरी आहे. मी तुम्हा सर्वांशी बोलू शकते. पाहू शकते, थोडंफार वाचू शकते. घरात वावरू शकते. हे खूप आहे. ऑपरेशन करून घेऊन पूर्ण बरं व्हायचं; का ऑपरेशनच्या पोटात दडलेला, लोळागोळा होण्याचा धोका पत्करायचा, असा पेच आहे. मला ऑपरेशनचा धोका नको. प्रिया व तुम्ही रोज डोळ्यांना दिसता, हे सुख भरपूर आहे.''

सुशांताबाई गेली दहा वर्षे हे 'भरपूर सुख' भोगत होत्या. आईचं दुःख प्रिया भोगत होती.

प्रियानं ललिताजवळ मन मोकळं केलं. ''ललिता, माझी आई किती तरी वेळा माझ्यासमोर बाबांना विनवते. अहो, तुम्ही दुसरं लग्न करा. मी आयुष्यभर अंथरुणावर राहणार. उद्या लग्न होऊन प्रिया गेल्यावर तुम्ही एकटे नाही का पडणार? माझे बाबा यावर दोन वाक्यं उच्चारतात— सुशांता, तू माझी पत्नी आहेस. मला तुझ्यापलीकडे विचार करायचा नाही. माझे बाबा ग्रेट आहेत.''

तीन आठवड्यांच्या काळात ललिता ही प्रियाची मैत्रीण सुशांताबाईंची दुसरी लेक झाली. सुशांताबाईंच्या दुखण्यावर उःशाप म्हणून त्यांना ललिता ही जास्तीची दुसरी लेक मिळाली.

आराधना चित्रपटगृहातील संध्याकाळचा सहाचा सिनेमा पाहून प्रिया व ललिता रिक्षानं घरी परतत होत्या. खरं तर हा सिनेमा ललिताला पाहायचा

नव्हता. कारण या चित्रपटातील नायक तिच्या आवडीचा नव्हता, वर हे चित्रपटगृहही तिच्या आवडीचं नव्हतं. पण "मी तरी तुला आवडते ना? मग माझ्याकरता म्हणून चल." असं म्हणून प्रियानं 'हम पंछी एक डालके' हा सिनेमा ललितावर लादला होता.

प्रियाला तिच्या इंदिरानगरमधील घरी सोडून, रिक्षा घेऊन पुढं विश्वास कॉलनीतील आपल्या घरी ललिता जाणार होती. प्रियाच्या घरापुढं रिक्षा थांबली. प्रिया उतरली आणि ललिता 'विश्वास कॉलनी' असं म्हणाली. रिक्षा चालू झाली. ललिताला टाटा करण्यासाठी प्रिया अजून रस्त्यावरच उभी होती.

वळणावर रिक्षाचा वेग थोडा कमी झाला. दोन माणसं 'रिक्षा थांबवा, रिक्षा थांबवाऽऽ' म्हणत आडवी झाली. रिक्षा थांबली. दोन माणसं दोन बाजूंनी आत रिक्षात घुसली. 'वाचवाऽ वाचवाऽऽ' असा ललिताचा ओरडा प्रियाच्या कानापर्यंत आला.

प्रिया धावत-पळत "ललिताऽ ललिताऽऽ" अशा हाका मारत रिक्षाच्या दिशेनं गेली. तोपर्यंत रिक्षानं वेग पकडला. ललिताचा आवाज पुन्हा म्हणून ऐकू आला नाही.

प्रिया घरी पळत आली. काय घडलं, ते तिनं आईला सांगितलं. प्रियानं बँकेत वडिलांना फोन लावला. मॅनेजर कोलते इतक्या उशिरा बऱ्याच वेळा बँकेत काम करत बसतात, हे प्रियाला माहीत होतं.

"शी! बाबा बँकेत नाहीत!" प्रिया ओरडली.

"प्रिया, तू ललिताच्या घरी फोन कर. शहांच्या दुकानावरही फोन कर. ललिताच्या आईला प्रथम काही सांगू नकोस; शहासाहेबांनाच सांग. ललिताची आई घाबरेल." सुशांताबाईंनी प्रियाला सावधानता शिकवली.

प्रियानं फोन लावला. "काका, मी व ललिता आराधना टॉकिजमध्ये सिनेमाला गेलो होतो. आम्ही रिक्षानं परतत होतो. ललितानं मला घरापाशी सोडलं. ललिता रिक्षा घेऊन तशीच पुढं घरी जाणार होती. वळणावर तिची रिक्षा दोन जणांनी अडवली. तिचा 'वाचवा, वाचवा' असा आवाजही मी ऐकला. मी पळत गेले, पण रिक्षा वेगानं पुढं गेली होती...रिक्षाचा नंबर? मला माहीत नाही. आराधना टॉकिजसमोर आम्ही रिक्षा घेतली होती. हो, मी तुमच्या घरी फोन केला होता. मी काकूंना मुद्दामच काही बोलले नाही— काकूंनी घाबरू नये म्हणून."

रिक्षा ड्रायव्हर मोहनच्या पाठीला लावलेला अणकुचीदार सुरा त्याच्या

पाठीला सतत रुतत होता. मोहनच्या मागून धारदार आवाज दरडावत होता, “रिक्षा वेगानं याच दिशेनं सरळ जाऊ दे. जर काही आगाऊपणा केलास, ओरडलास, मागं वळून पाहिलंस; तर सुरा तुझ्या पाठीतून आरपार जाईल. तुला तुझे आई-वडील, बायकोमुलं कोणी म्हणून दिसणार नाही.”

मोहन मनात कण्हला, ‘आगाऊपणा करणारे तुम्ही दोघं! आणि वर मलाच सांगत आहात की, आगाऊपणा करू नकोस म्हणून!’

मोहनची रिक्षा मेन रोडवरून विश्वास कॉलनीकडं चालली होती. एक मैत्रीण इंदिरानगरमध्ये उतरली, दुसरी ‘विश्वास कॉलनी’ म्हणाली. विश्वास कॉलनी ही बंगलेवाल्यांची वस्ती आहे. याचा अर्थ, ही दुसरी मैत्रीण कोणा बंगलेवाल्याची मुलगी दिसते आहे... मोहन विचार करत होता.

हे दोन गुंड रिक्षात घुसले. एकानं आपल्या पाठीला सुऱ्याचं टोक लावलं आहे. सुरा आतवर रुततो आहे. आपण या गुंडांच्या म्हणण्याप्रमाणे वागावं. आपल्याला तसा पर्यायच काय आहे? गुंडांनी या मुलीला किडनॅप केलेलं दिसत आहे! ही मुलगी या रस्त्यानं येणार, हे गुंडांना आधी माहीत होतं. या मुलीचा काहीही आवाज ऐकू येत नाही. एकदाच ती ‘वाचवा वाचवा’ म्हणून ओरडली. त्यानंतर तिचा काही आवाज उमटलेला नाही. यांनी नाकावर गुंगीचा रुमाल वगैरे ठेवून तिला बेशुद्ध तर केलं नाही? पण तसा आपल्याला वास तर येत नाही. रिक्षाच्या वेगामुळं वाहतं वारं आहे, त्यामुळे वास येत नसावा. आपलं नाक तरी एवढं तीक्ष्ण थोडंच आहे? चित्रपटात असा रुमाल टाकतात खरा.

मोहनचं मन रिक्षाप्रमाणे प्रवास करत होते. उजव्या बाजूला चिंचेचं मोठं झाड लागलं; म्हणजे आपण शंकरनगरपाशी आलो.

तेवढ्यात मागून आवाज आला. “रिक्षा थांबव.” मोहननं रिक्षा थांबवली. चिंचेच्या झाडाच्या गर्द सावलीत आणि झाडाच्या मागच्या बाजूला वर अंधारात मारुती व्हॅन उभी होती. मारूती व्हॅनचा रंग पांढरा होता. मारुतीचं तोंड विश्वास कॉलनीकडेच होतं.

एक गुंड दुसऱ्याला म्हणाला, “तू रिक्षा घेऊन पुढं जा. मी हे पार्सल योग्य जागी पोचवतो.”

उंचनिंच, दणकट गुंड दोन हातांवर ललिताला आडवं तोलत मारुतीकडं गेला. मोहनच्या पाठीला सुरा जाणवत होता. मारुतीचं सरकतं दार बंद झाल्याचा आवाज मोहननं ऐकला. “विश्वास कॉलनी” मागचा सुरेवाला म्हणाला. रिक्षा चालू झाली. मोहनचं लक्ष होतं. मारुती मागून येत नव्हती.

मोहननं देना बँक मागं टाकली. चंदाराम कॉलेज ओलांडलं. मागच्या गुंडानं "रिक्षा थांबव. मी जाऊन आलोच, मला पुन्हा आराधना सिनेमाकडं जायचं आहे" हे दरडावून सांगितलं. गुंड उतरून बाबूरामनगरच्या आत शिरला.

बाबूरामनगराकडं जाणाऱ्या पाठमोऱ्या गुंडाकडं मोहननं पाहिलं. बेटा एकदम ठेंगू होता. आपल्या पाठीला सुरा लावून बसलेला हा ठेंगू आहे, हे आधी समजलं असतं तर... तर कदाचित आपण रिक्षा थांबवून, रिक्षातून उतरून पळालो असतो.

मोहननं बाबूरामनगरच्या झोपटपट्टीतल्या अंधाराकडं पाहिलं. हा गेलेला गुंड परत येण्यासाठी गेला नाही, हे मोहननं ताडलं. आपण भीतीपोटी इथंच थांबावं, पोलिसांकडे ताबडतोब जाऊ नये, आपल्या सहकाऱ्यांना जास्त वेळ मिळावा— एवढाच या ठेंगूचा हेतू आहे, हे उघड होतं.

हा ठेंगू पुन्हा आराधना सिनेमाकडं का म्हणून जाईल? आराधनाच्या मागच्याच बाजूला पोलीस ठाणे आहे. हा ठेंगू त्या ठाण्यावर गुन्ह्याची वर्दी द्यायला नक्की जाणार नाही! माझी रिक्षा पोलीस ठाण्यापाशी ठेंगूसह गेली, तर मी ठेंगूकडून रिक्षाचं भाडं आणि वर पाठीला झालेल्या जखमेच्या मलमपट्टीचे पैसे पोलीस अधिकाऱ्यांच्या समोर वसूल केल्याशिवाय थोडाच राहीन?

मोहननं मान उडवली आणि घडला प्रकार पोलीस ठाण्यावर सांगण्यासाठी त्यानं रिक्षा उलट आराधना चित्रपटगृहाकडं वळवली.

बाबूरामनगरच्या तोंडाशी असलेल्या खंडोबाच्या देवळाच्या भिंतीआडून ठेंगूनं रिक्षा हलली, हे पाहिलं. 'साला' अशी शिवी घालून ठेंगू बाबूरामनगरात आत खोल शिरला.

ठेंगूनं आपलं काम नीट पार पाडलं होतं. नूरमहंमदनं सांगितल्याप्रमाणे त्यानं ललितावर पाळत ठेवली होती. ललिता व प्रिया यांनी आराधना टॉकिजमध्ये सिनेमाची राखीव तिकिटं विकत घेतली आहेत, ही माहिती नूरबॉसला दिली होती. रिक्षावाल्याला जमेल तेवढा वेळ अडकवून ठेवण्याचा प्रयत्नही त्यानं केला होता.

नूरमहंमदचं देना बँकेचे मॅनेजर कोलते यांच्याकडं अर्जंट काम होतं. नूरनं जॉनमार्फत लेखी निरोप पाठवला होता— 'काननचं महत्त्वाचं काम आहे. फार तर तासाभराचं. तुम्ही तुमची मारुती व्हॅन घेऊन शनिवारी रात्री बरोबर नऊ वाजता मेन रोडवरच्या शंकरनगरजवळ या. व्हॅन चिंचेच्या झाडाखाली लावा. रात्री नऊ म्हणजे नऊ. गाडीतच बसून राहा. व्हॅनमध्ये पेट्रोल भरलेलं असू दे. गाडीतच बोलू. याबाबत कोणाशी काहीही बोलू नका. मला सुशांताभाभींच्या

प्रकृतीची काळजी तुमच्याहून जास्त आहे.'

मॅनेजर कोलत्यांना सुशांताची चिंता नव्हती. सुशांताचा आपल्यावर पूर्ण विश्वास आहे, हे कोलत्यांना माहीत होतं. त्यांना खरी काळजी कानन पटेलची होती. तिचा संसार आता आता चालू झाला होता. तिच्या संसारात आपल्यामुळं काही विघ्न निर्माण होऊ नये, एवढीच त्यांची इच्छा होती. त्यांनी व सुशांतानं काननकडं आपली मुलगी म्हणून पाहिलं होतं. तिच्या संसारात मिठाचा खडा पडता कामा नये; याकरता काननचं काम तरी काय आहे, हे जाणून घेणं जरुरीचं होतं.

कोलत्यांनी ठरल्याप्रमाणे रात्री नऊ वाजता शंकरनगरच्या चिंचेच्या झाडाखाली आपली मारुती व्हॅन उभी केली. चिंचेखाली अंधार होता. कोलत्यांना काही दिसत नव्हतं. कोलतेही कोणाला दिसत नव्हते. हा लपंडाव कोलत्यांना सोईचा वाटत होता.

नूरनं काचेवर टक्टक् केलं. कोलत्यांनी व्हॅनचा सरकता दरवाजा उघडून नूरला आत घेतलं. मागं वळून कोलते म्हणाले, "बोला, काय काम आहे?"

"जरा थांबा. थोडी विश्रांती घेऊ दे, मग कामाबाबत बोलतो."

काही वेळ गेला. चिंचेच्या झाडासमोरच्या रस्त्यावर एक रिक्षा उभी राहिली. रिक्षातून एक तगडी व्यक्ती उतरली. त्या व्यक्तीच्या हातावर एक मुलगी तोलून धरली होती. मुलगी पंजाबी ड्रेसात होती.

"ही मुलगी कोण?" कोलत्यांनी विचारलं.

नूर म्हणाला, "मेरी भतिजी, हिला ताबडतोब हॉस्पिटलमध्ये न्यायला हवं. कोलते, गाडी घाटरस्त्याला घ्या. गाडी जरा वेगानं घ्या. वाटेत कोणी गाडी अडवली, तर तुमचं व्हिजिटिंग कार्ड दाखवा आणि घाटरस्त्याला शुश्रूषा हॉस्पिटलजवळ आम्हाला सोडा व परता. मुख्य म्हणजे, हा सारा प्रकार विसरून जा."

कोलत्यांनी गाडी घाटरस्त्याकडं वळवली. हा प्रकार सरळ नाही, हे त्यांच्या लक्षात आलं. आपण नूरमहंमदचा निरोप ऐकून आलो, ही चूकच झाली. कानन पटेल आपल्याला व सुशांताला खूप जवळची वाटते, हे खरं आहे; पण काननबाबतच्या सहानुभूतीनं आपल्याला थोडं जास्तच खोल पाण्यात ओढलं! आपण वेळीच पोलिसांकडे जायला हवं होतं! अजून वेळ गेलेली नाही. नूरमहंमदनं काननचं नाव वापरून आपल्याला फसवलं; आपण फसलो. नसत्या बिलामतीत अडकलो.

मोहन रिक्षावाला पोलीस ठाण्यात पोलीस निरीक्षक सावंतांच्यापुढं उभा होता. त्यानं सर्व प्रकार जास्तीत जास्त खुलासेवार सांगितला. मोहन पुन्हा पुन: सांगत होता, "साहेब, त्या मुलीला किडनॅप केलं आहे, याची मला खात्री आहे. ती एकदाच 'वाचवाऽवाचवा' असं ओरडली. नंतर तिची काहीही हालचाल, बोलणं मला ऐकू आलं नाही. मी रिक्षा चालवताना काळजीपूर्वक लक्ष ठेवून होतो. शंकरनगरजवळच्या चिंचेच्या झाडाजवळ पांढरी मारुती होती. त्या मारुतीतून या मुलीला आराधना टॉकिजच्या दिशेनंच नेलं असणार! साहेब, तुम्ही ताबडतोब त्या पांढऱ्या मारुतीचा तपास घ्या. ज्या पांढऱ्या मारुतीत क्लोरोफॉर्मचा वास येत असेल, ती पांढरी मोटार ताब्यात घ्या. माझ्यामागून बाबूरामनगरच्या बाजूला कोणतीही मारुती आली नाही, याचा अर्थ ती पांढरी मारुती आराधनाच्या दिशेनंच गेली असणार."

पो. नि. सावंत काळजीपूर्वक ऐकत होते. मोहन रिक्षावाला तल्लख दिसत होता. हिंदी चित्रपटातील गुन्हेगारी पाहून सामान्य माणूस हुषार होत चालला आहे!

पो. नि. सावंत अशी घाईगर्दी करायला तयार नव्हते. एवढ्या रात्री ती पांढरी मारुती रस्त्यावरून थोडीच हिंडत असेल? मारुती केव्हाच गॅरेजमध्ये विसावली असेल. मारुती घाटरस्त्यालाही गेली असेल. रिक्षावाला मोहननं एका मुलीला ज्या घरापाशी सोडलं होतं, तिथं ते प्रथम राणे या हवालदाराबरोबर मोहनला पाठवणार होते. त्या मुलीकडून दुसरी मुलगी कोण ही माहिती मिळवणं त्यांना अधिक गरजेचं वाटलं. पळवली गेलेली मुलगी कोण, हे एकदा समजलं की, पळवणारा कोण याचा पत्ता लावणं सोपं जाईल, असा सावंतांचा होरा होता.

सावंतांनी हवालदार कदमांना मोहनकडून सर्व माहिती प्रथम लिहून घ्यायला सांगितली.

हवालदार कदमांनी, "बोला, नाव काय? राहण्याचा पत्ता, रिक्षाचा नंबर, रिक्षावर कर्ज घेतलं आहे का, रिक्षा मालकीची आहे का भाड्याची? मुलींची नावं, त्यांच्यातील संभाषण काय झालं? इतर कोण कोण रिक्षावाले तुझे मित्र आहेत..." अशी मोहनवर प्रश्नांची फैर झाडली. पोलीस ठाण्यावर सविस्तर माहिती नोंदवली जात होती.

घाटरस्त्याला शुश्रूषा हॉस्पिटलजवळ मॅनेजर कोलत्यांना नूरमहंमदनं मारुती व्हॅन थांबवायला सांगितली. नूर, दांडगट गुंड व पूर्ण काळ्या बुरख्यातील अडखळत चालणारी तरुणी ही तिघे खाली उतरले. कोलत्यांच्या ध्यानी आलं की, हा काळा बुरखा नूरनं त्या तरुणीवर व्हॅनमध्ये चढवला आहे. तरुणी

अडखळत का होईना, चालते आहे.

घाटरस्त्यावर चिटपाखरूही नव्हतं.

मॅनेजर कोलत्यांनी विचारलं, "नूरमहंमद, चंदाराम कॉलेजजवळ चुडासामा हॉस्पिटल आहे, ते मोठं आहे. आपण तिथं जायला हवं होतं."

"मॅनेजरसाहेब, तुमचं काम संपलं. मोठी हॉस्पिटलं आम्हाला परवडत नाहीत. तुम्ही परत जा. याबाबत कुठंही बोलू नका. कबुलीजबाबाबाबत मीही काही बोलणार नाही."

कोलत्यांनी गाडी वळवली. थोडं पुढं जाऊन रस्त्याच्या कडेला थांबवली. त्यांना अंधारात शुश्रूषाच्या पोर्चमधील उजेड नीट दिसत होता. त्या उजेडात नूर व त्याचा सहकारी शुश्रूषाच्या पुढे शेतात शिरलेले कोलते यांनी पाहिले. आता ती मुलगी धटिंगण गुंडाच्या खांद्यावर होती.

कोलत्यांनी जाणलं— 'कोणा तरी स्त्रीला नूरनं पळवलं आहे. त्यासाठी त्यानं आपली गाडी वापरली. आपण या पळवण्यात सहभागी झालो. कामाचं स्वरूप आधी समजलं असतं, तर आपण गेलोच नसतो. काम कानन पटेलबाबत असावं, या समजुतीनं आपण गेलो. आपण सरळ पोलिसांत जावं, जे घडलं ते सांगावं व मोकळं व्हावं, पण असं केलं, तर कानन पटेल अडचणीत येईल. तिचा संसार उद्ध्वस्त होईल. तिच्या जखमेवरची खपली पुन्हा निघेल, रक्त भळाभळा वाहील. तिच्या मनाला जखम करणारे आपण नाही. पण जखम झालेली कानन पटेल ही मात्र आपली व सुशांताची जणू मुलगीच झाली आहे! आता रात्रीचे अकरा वाजायला आले आहेत. आपण घरी जावं, उद्या सकाळी सुशांताशी बोलावं व काय करायचं ते ठरवावं...कोलते विचार करत होते.

आपण नूरमहंमदला पूर्ण एक लाख रुपये दिले, यात काही चूक केली नाही. कानन पटेलची सुटका होण्याकरता म्हणजे चांगल्या कामाकरताच आपले पैसे खर्च झाले, पण आपण कबुलीजबाब उगाचच दिला. पण त्या क्षणी आपल्याला पर्यायच काय होता?

घाटरस्त्याच्या आरंभी-आरंभी बाबालाल मेस्त्रीचं फर्निचरचं भलं मोठं वर्कशॉप आहे, हे मॅनेजर कोलत्यांना माहीत होतं. बाबालाल फार मोठ्या प्रमाणावर लाकडी व केनचं फर्निचर, लोखंडी कपाटे, स्वयंपाकघरातील तयार किचन ट्रॉल्या वगैरे वस्तू बनवत असत. बाबालालनी त्यासाठी खूप मशिनरी विकत घेतली होती. वर्कशॉप तीन शिफ्टमध्ये चालायचं. बाबालालनी बँकेकडून पन्नास लाख रुपये कर्ज घेतलं होतं.

कोलत्यांनी आपली गाडी वर्कशॉपकडं वळवली. मॅनेजर कोलत्यांनी बाबालालांची चौकशी केली. बाबालालांचा मोठा मुलगा हिंमतलाल हजर होता. रात्रपाळीला तो फेरी टाकायचा. त्याच्याशी चार शब्द बोलून व मी आलो होतो हे बाबासाहेबांना सांग, असा निरोप ठेवून कोलते घराकडे निघाले.

कोलते यांनी घरात पाऊल टाकलं न टाकलं तोच प्रिया त्यांच्याकडं धावली— ''बाबा, ललिताला कोणी तरी किडनॅप केलं आहे. आराधना चित्रपटगृहात 'हम पंछी एक डाल के' हा सिनेमा पाहायला मी आणि ललिता गेलो होतो. बाबा, ताबडतोब पोलीस ठाण्यावर चला. मी चुनीलालकाकांना फोन केला आहे. ते एव्हाना पोलीस ठाण्यावर पोचले असतील. 'वाचवाऽवाचवा' अशी ललितानं किंकाळी फोडली. मी ती ऐकली...ललिता घरी पोचलेली नाही. बाबा...''

''आता एवढ्या रात्री?''

''हो.''

''बरं, चल.''

प्रियाला बरोबर घेऊन कोलते मुख्य पोलीस ठण्याकडं निघाले.

चुनीलाल शहा व त्यांचे मुनीम धीरज कापडिया ठाण्यावर हजर झाले होते. मोहन रिक्षावालाने दिलेली सर्व माहिती नीट नोंदवून घेऊन हवालदार कदम मोकळे झाले होते. चुनीलाल शहा यांची तक्रार लिहून घेण्याकरता हवालदार कदम नवे ताव टेबलावर मांडत होते. हवालदार कदम लिखापढी करण्यात वस्ताद होते. उत्तम अक्षर, उलटसुलट दहा प्रश्न विचारण्याची कला व कमालीचा धीमेपणा हे कदमांचे खास गुण होते.

मोहन रिक्षावाल्याची तक्रार नोंदवून झाल्यावर हवालदार राणे यांना पो. नि. सावंत म्हणाले, ''राणे, मोहनला बरोबर घ्या आणि पळवून नेलेल्या मुलीच्या मैत्रिणीचा पत्ता लावा. रात्रीची वेळ आहे. मैत्रिणीला इकडं आणू नका. मला फोन करा. मी तिकडं येईन. पण तिच्या घरी तिचे वडील, भाऊ कोणी असेल, तर तिला ठाण्यावर याल का, असं विचारा.''

पो. नि. सावंतांनी हे वाक्य उच्चरायला आणि बँक मॅनेजर कोलते व प्रिया आत यायला एकच गाठ पडली.

''अंकलऽऽ'' म्हणत चुनीलालांच्याकडं प्रिया धावली. ''अंकल, ललिताला धोका आहे. ललिताला किडनॅप केलं आहे. 'वाचवाऽवाचवा' हा तिचा ओरडा मी ऐकला. मी व ललिता आराधना थिएटरकडून रिक्षानं येत होतो.''

''साहेब, त्या दोन मुलींपैकी हीच ती मुलगी.'' मोहन रिक्षावाला म्हणाला.

पो. नि. सावंत, हवालदार कदम, मोहन रिक्षावाला व प्रिया हे बोलत होते व चुनीलाल शहा व कोलते ऐकत होते.

श्रोत्याची भूमिका करता-करता कोलत्यांना नीट व स्वच्छ समजले की ललिताला किडनॅप करण्याकरता आपल्या मारुतीचा वापर झाला आहे. मोहन सांगत होता— ''माझ्या रिक्षातून एक धटिंगण गुंड आपल्या दोन हातांवर एका मुलीला तोलत पांढऱ्या मारुती व्हॅनकडं गेला. मारुती व्हॅन चिंचेच्या झाडाखाली उभी होती.''

कोलत्यांना तो धटिंगण दिसत होता. कोलत्यांना 'ती माझीच मारुती व्हॅन होती, नूरमहंमदने ललिताला किडनॅप केलं आहे', हे सांगावं असं वाटलं; पण आपण जे सांगणार आहोत, त्याची प्रतिक्रिया काय होईल, प्रियाला काय वाटेल— या विचारानं कोलते गोंधळले, गडबडले. ते काही न बोलता गोंधळल्यासारखे पाहतच राहिले.

पो. नि. सावंत म्हणाले, ''पांढऱ्या रंगाच्या मारुतीचा शोध घेणं तसं सोपं नाही. आपल्याकडं मारुतीचा नंबर नाही. मारुतीच्या चालकाचं वर्णन नाही. तरीपण आम्ही तपास करतो. चुनीलाल शेठ, तुमची मुलगी सुरक्षित असणार. धीर धरा. तिला किडनॅप केलं असणार ते खंडणीकरताच. तुम्हाला खंडणीचे फोन येतील. तुमच्या दुकानाचे व घरचे सर्व फोन नंबर देऊन ठेवा. टेलिफोन एक्स्चेंजमध्ये आम्ही सर्व फोन नंबर देखरेखीखाली घ्यायला सांगतो.''

सावंतांचा अंदाज बरोबर होता. चुनीलाल शहा यांना पहाटे पाच वाजता 'पंचवीस लाख रुपये तयार ठेवा, नाही तर तुमची मुलगी ललिता हिच्या जिवाला धोका आहे,', असा फोन आला. फोन पब्लिक बूथवरून आला होता. 'चुनीलाल, तुम्ही व तुमचे मित्र मॅनेजर कोलते हे पुन्हा पोलीस ठाण्यावर गेलात, तर याद राखा. या फोनबाबत पोलिसांना काही सांगू नका. तुमची ललिता तुम्हाला हवी असेल, तर आमचं ऐका.' असा त्या फोनचा उत्तरार्ध होता.

नूरनं जॉनला पोलीस ठाण्यापाशी फळाची गाडी लावून नजर ठेव, असं सांगितलं होतं. जॉननं पोलीस ठाण्यावर तक्रार करण्याकरता चुनीलाल शहा, मॅनेजर कोलते व रिक्षावाला मोहन हजेरी लावून गेले, ही वार्ता बशीर खत्री या शिंप्याजवळ दिली होती. बशीरनं ती नूरला पोचवली होती.

प्रियानं ललिताचा ध्यास घेतला होता. ललिता पळवली गेली त्याला

आपणच कारण आहोत, असं प्रियाच्या मनानं घेतलं होतं. प्रिया पुन: पुन्हा म्हणत होती, "आई, बाबा– ललिताला मुळी त्या सिनेमाला यायचंच नव्हतं, पण मी हट्ट केला. मी तिकिटं रिझर्व्ह करण्यासाठी तिला घेऊन थिएटरवर गेले. माझ्यासाठी ललिता सिनेमाला आली. ललिताचे 'वाचवाऽ वाचवा' हे शब्द माझ्या कानात घुमतात. ललिता सापडली नाही, तर मी कायमची दु:खी होईन. मला कायमचं अपराधी वाटत राहील."

सुशांताबाई प्रियाची समजूत घालत होत्या. त्यांचंही मन ललिताकरता कळवळत होतं. सुशांताबाईंना प्रियामुळं घरात शिरलेली ललिता ही प्रियाची मैत्रीण दुसरी मुलगीच वाटत होती. त्या विचारत होत्या, "सदानंद, ललिताचा पत्ता लागायलाच हवा. काही तरी करा."

पहिल्या फोननंतर दुसरा फोन आला नव्हता. ललिताचा तपास पोलीस घेत होते. ज्या दिवशी ललिताला पळवलं; त्या दिवशी घाटाच्या रस्त्याकडं गेलेली पांढरी मारुती व्हॅन हा तपासाचा एक धागा होता. पोलीस तपास चालू होता.

तपासात बाबालाल मेस्त्री या फर्निचर वर्कशॉपच्या मालकांनी पोलिसांना सांगितलं. "काल रात्री मॅनेजर कोलते आले होते. रात्री उशिरा, दहा-साडेदहाच्या सुमाराला! माझा मुलगा हिंमत वर्कशॉपवर होता. मी बँकेचा कर्जदार आहे. त्यासंबंधात आले असावेत. पण ते हिंमतशी तसे काही बोलले नाहीत."

पो. नि. सावंतानी मॅनेजर कोलत्यांना फोन केला. "कोलतेसाहेब, काल तुम्ही घाटरस्त्यावरच्या बाबालाल मेस्त्री या तुमच्या कस्टमरकडं रात्री उशिरा गेला होता, हे मला समजलं आहे. त्या सुमाराला तुम्ही त्या रस्त्यावर दुसरी पांढरी मारुती पाहिलीत?"

मॅनेजर कोलत्यांनी नकार दिला व मनात सुस्कारा टाकला. काल रात्री आपण बाबालाल मेस्त्री यांच्या वर्कशॉपमध्ये डोकावलो, याबद्दल त्यांनी स्वत:च्या नशिबाला धन्यवाद दिले.

ललिताचा ध्यास घेऊन प्रिया आजारी पडली. प्रियाचं दु:ख पाहून, तिची तगमग न पाहवल्यामुळं सुशांताबाईंनी 'ललिताचा काही तपास लागला का? तिच्या आठवणीनं प्रिया आजारी पडली आहे', असा चुनीलाल शहांच्या घरी फोन केला. आपल्या मुलीच्या अपहरणाचं दु:ख मनात असतानाच चुनीलाल व त्यांच्या पत्नी प्रियाला पाहण्यासाठी येऊन गेले.

कोलत्यांच्या जिवाची घालमेल होत होती. स्वत:च्या मुलीच्या अपहरणाची व्यथा चुनीलाल बाजूला ठेवतात, प्रियाला भेटायला येतात आणि आपण

ललिताबद्दलची माहिती पोलिसांपर्यंत पोचवत नाही? नाही, नाही...आपण सावंतसाहेबांकडं जायचं व जे घडलं ते सांगायचं. काननच्या संसाराचं काय बरं-वाईट होणार असेल तर होऊ दे. सुशांताची समजूतही आपण घालू. पण सावंतसाहेबांना माहिती द्यायचीच.

पण आपण सावंतसाहेबांकडं गेलो आणि ते नूरला समजलं तर? काल रात्री आपण पोलीस ठाण्यावर गेलो होतो, ते नूरला समजलं होतं.

काय करावं? ललिता सुखरूप परत यायला हवी. तिला सुखरूप आणण्याची जबाबदारी आपलीच आहे. तिच्या अपहरणात आपण नकळत सहभागी झालो आहोत. पोलिसांकडे जाण्याची सोय नाही. ललिता परत येण्यासाठी आपणच कोंडी फोडली पाहिजे. नूरमहंमदचा खंडणीचा फोन येण्याची वाट पाहणं म्हणजे पोलिसांना या प्रकरणात आणणं. यात ललिताच्या जिवाला काही बरं-वाईट झालं तर? नाही, आपणच नूरमहंमदकडं गेलं पाहिजे. नूरमहंमदकडं पोचण्याचा एक मार्ग आपल्याला माहीत आहे. आपण कानन पटेलमार्फत नूरला गाठलं पाहिजे.

कोलत्यांनी असा विचार केला आणि त्यांनी आपली मारुती व्हॅन बाबूरामनगरकडे वळवली.

लालजी पटेल हा बाबूरामनगरमधील छोटा किराणा व्यापारी होता. लालजी, त्याची पत्नी मीनाक्षी व मुलगी कानन असा हा छोटा पटेल परिवार होता. बाबूरामनगरमध्ये हा छोटा परिवार अधिकच छोटा करण्याकरता कॉलराची साथ आली. पिण्याच्या पाण्याची पाईपलाइन गटारातून टाकली गेल्यामुळे कॉलराची साथ आली, हे पालिकेनं नंतर शोधून काढलं; पण तोपर्यंत पटेल परिवारातील लालजी पटेल कॉलराच्या विकारानं निधन पावले होते.

पतिनिधनानंतर दुकान चालवण्याची जबाबदारी मीनाक्षीबाईंवर पडली. मीनाक्षीबाई या विधवा, चांगल्या दिसणाऱ्या. बाईवर वाईट नजर ठेवणारे बाबूरामनगरमध्ये एक नव्हे तर दहा रावण होते. बरं, यांना टाळावं असं मीनाक्षीबाईंनी ठरवलं तरी ते जमण्यासारखं नव्हतं. छेड काढणारा गुंड दुकानात गिऱ्हाईक म्हणून यायचा. गुळाचा भाव विचारताना निर्लज्जपणे विचारायचा की, गूळ मालकिणीसारखाच गोड आहे ना? साबण विकत घेताना दुसरा मवाली 'हा साबण वापरल्यावर मीही मालकिणीसारखा गोरा होईन ना?' असा प्रश्न खुले आम विचारायचा.

या सततच्या टोचणीचा मीनाक्षीबाईंना त्रास व्हायचा. पण करणार काय? दुकान तर चालवलंच पाहिजे. आपण जगलं पाहिजे; काननला शिकवलं पाहिजे,

मोठं केलं पाहिजे.

नूरमहंमद हा उदयोन्मुख गुंड लालजी पटेलचं गिऱ्हाईक होतं. नूर हा चित्रपटसृष्टीत तिसऱ्या-चौथ्या दर्जाचा नट म्हणूनही वावरत होता. चित्रपटातील त्याच्या भूमिकाही किरकोळ गुंडाच्याच होत्या. थोडक्यात, तो गुंडाची भूमिका पडद्यावर वठवत होता व प्रत्यक्षात जगतही होता. चित्रपटसृष्टीतील वावरामुळं नूर महंमदच्या गुंडगिरीवर सफाईचा मुलामा होता.

मीनाक्षीबाईंनी काननला सांगितलं, "कानन, नूरमहंमदना मी बोलावलं आहे म्हणून निरोप दे; पण त्यांना नूरमहंमद म्हणू नकोस, नूरचाचा म्हण."

कानननं नूरचाचांना आईचा निरोप दिला. कानननं आपल्याला चाचा म्हटलं याची नूरमहंमदनं नोंद घेतली. तोही नाटकीपणानं 'काय भाभीजी?' असं म्हणत दुकानापाशी हजर झाला.

मीनाक्षीबाईंनी आपला त्रास सांगितला. नूरचाचानं आश्वासन दिलं, "भाभीजी, यापुढं कोणीही बदमाषी करणार नाही. मी बघतो. कोणी वाकडं बोललं, तर त्याला जाब विचारा व नूरनं नाव विचारायला सांगितलं आहे, असं सांगा."

मीनाक्षीबाईंचा त्रास कायमचा नाहीसा झाला.

नूरमहंमद मनात पुटपुटला, "आपण प्रोटेक्शन देतो. तो आपला व्यवसाय आहे, पण आपण महिना हप्ता घेऊन संरक्षण करतो; फुकट नाही. नुसतं चाचा म्हटलं म्हणून या म्हातारीला प्रोटेक्शन दिलं, तर आपल्या गुंडगिरीच्या व्यवसायाला काळिमा लागेल. या म्हातारीकडून खंडणी तर घेतलीच पाहिजे— या ना त्या स्वरूपात!"

मीनाक्षीबाई ही नूरची खास बाई आहे, हा प्रवाद झोपडपट्टीत पसरला. ठेंगू शरीक, धटिंगण गुलेर व जॉन या नूरच्या बगलबच्च्यांनी, "भाई, पकडून पकडून कोण पकडली? तर म्हातारी? त्यापेक्षा सिनेमातल्या चार एक्स्ट्रॉ तुझ्यावर मरतात, त्या काय वाईट आहेत?" अशी नूरची टवाळीही केली.

भाभी म्हणण्यासाठी नूरमहंमद एकदाही मीनाक्षीबाईंच्या दुकानावर गेला नाही. नूरमहंमदतर्फे ठेंगू शरीक सामान विकत घ्यायला यायचा. त्याच्याकडून मीनाक्षीबाईंनी कधीही पैसे घेतले नाहीत.

लालजी पटेलांचं देना बँकेत खातं होतं. लालजींच्या निधनानंतर ते खातं बंद करण्याकरता व पैसे काढण्याकरता मीनाक्षीबाई बँकेत गेल्या.

'पटेल हे कस्टमर निधन पावले असून त्यांची पत्नी खातं बंद करण्याकरता आली आहे. खातं संयुक्त नव्हतं, खात्यावर नॉमिनी म्हणूनही त्यांच्या पत्नीचं

नाव नाही. त्यामुळं त्यांना खातं बंद करता येणार नाही. खात्यातील पैसेही देता येणार नाहीत,' असा निर्णय सेव्हिंगजच्या खिडकीवरच्या कर्मचाऱ्यानं नियमानुसार घेतला. परिणामी, मीनाक्षीबाई मॅनेजर कोलत्यांच्या केबिनमध्ये शिरल्या.

कोलत्यांनी खात्यातील पूर्वीच्या नोंदी पाहिल्या. दोन हजार रुपयांच्या आसपासची शिल्लक रक्कम पाहिली आणि ते मीनाक्षीबाईंना घेऊन थेट बाबूरामनगरात मीनाक्षीबाईंच्या छोट्या दुकानापाशी आले. त्यांनी आसपासच्या चार झोपड्यांतून, दुकानांतून चौकशी केली. मीनाक्षीबाई या लालजी पटेलांच्या पत्नी आहेत याची खातरजमा करून घेतली आणि तसे चार जणांकडून लिहूनही घेतलं. या चार जणांपैकी बशीर खत्री हा शिंपी देना बँकेचा खातेदारच होता.

मॅनेजर कोलत्यांनी आपल्या अधिकारात लालजींचं खातं मीनाक्षी लालजी पटेल (पत्नी) व कानन लालजी पटेल (कन्या) यांच्या संयुक्त नावावर केलं आणि वर मीनाक्षीबाईंना 'खातं बंद करू नका. पाहिजे तेवढे पैसे काढा. जास्तीचे पैसे घरी ठेवण्याचा धोका पत्करण्यापेक्षा खात्यात भरा, बँक थोड्या व्याजानं तुम्हाला प्रसंगी कर्ज देऊ शकते.' वगैरे समजावून सांगितलं.

मीनाक्षीबाईंना व त्यांच्या अठरा वर्षांच्या दहावी झालेल्या काननला ते सर्व समजलं. मुख्य म्हणजे, कोलते हे भले गृहस्थ आहेत, हे दोघींनाही समजलं.

असंच केव्हा तरी बँकेत आलेल्या मीनाक्षीबाईंना कोलत्यांनी, 'कानन काय करते?' असं विचारलं. कोलत्यांनी मीनाक्षीबाईंचं घर-दुकान पाहिलं होतं. आपल्या एका कस्टमरच्या त्या विधवा पत्नी आहेत, हे त्यांना माहीत होतं. कोलत्यांच्या मनात पटेल कुटुंबाविषयी सहानुभूती होती.

त्यात कोलत्यांना, सुशांताबरोबर दिवसभर घरी राहण्याकरता कोणी तरी चुणचुणीत, हुशार व जबाबदार अशी शिकलेली मुलगी हवी होती.

कोलत्यांकडं कानन पटेल कामाला आली, ती अशी. आली आणि चांगली दोन वर्षं राहिली.

कानन ही लाघवी, कामसू, सरळ मुलगी सुशांताबाईंना खूप आवडली.

प्रिया कॉलेजला गेल्यावर सकाळी दहा वाजता कानन यायची आणि संध्याकाळी सहा-सातला परतायची. बँकेला सुट्टी असेल, त्या दिवशी कोलत्यांची व काननची गाठभेट व्हायची. थोडं बोलणं व्हायचं.

सुशांताबाईंच्याबरोबर कानन दिवसभर असायची. त्यांना वाचून दाखवायची. काही खरेदी करायची असेल, तर ती करून यायची. फोनवरचे निरोप घ्यायची.

कपड्यांना इस्त्री करायची, धुण्याभांड्याच्या बाईंचा खाडा असेल तर धुणंभांडीही करून टाकायची. नुसतं बसून कंटाळा येतो, असं म्हणायची व कपाटं स्वच्छ करायची. कपड्यांची शिलाईची दुरुस्ती करायची. सकाळी येणाऱ्या स्वयंपाकीणबाई दोन्ही वेळचा स्वयंपाक करून जायच्या. रात्रीकरता काही कमी-जास्त लागलं तर प्रिया करायची. प्रियाचं ते काम काननं आपल्याकडं घेतलं आणि वरती कोलत्यांकडं लागतो तसा स्वयंपाक करणंही शिकून घेतलं. परिणाम असा झाला की, पूर्वी स्वयंपाकबाईंनी रजा काढली की कोलते कुटुंबात अडचण निर्माण व्हायची. आता तो प्रश्न सुटला. प्रिया तर म्हणायची, ''कानन, तू बाईंच्यापेक्षा किती चांगला स्वयंपाक करतेस!''

सुशांताबाई एकदा काननजवळ म्हणाल्या, ''कानन, तुला एखादी माझ्या वयाची मोठी बहीण असती, तर मी सवत म्हणून तिला मागून घेतली असती.''

प्रिया दुखावलेल्या स्वरात म्हणाली, ''आई, काही तरी काय बोलतेस? तू असं बोललीस, हे बाबांना मुळीच आवडणार नाही आणि ते काननलाही आवडलेलं नाही. कानन, सॉरी हं. आई काही तरीच बोलली.''

''कानन, मी असं बोलायला नको होतं. प्रिया, तुला माझ्या मनातील व्यथा समजायची नाही. माझ्या रूपानं सदानंदांच्या आयुष्यात दुर्दैव उभं राहिलं आहे. मुलींनो, रुग्णाईत पत्नी म्हणजे पुरुषाला शिक्षाच असते. स्त्रीसहवास ही पुरुषाची गरज आहे.''

सुशांताबाईंचं म्हणणं हे प्रियापेक्षा काननला नीट समजत होतं. स्त्रीशिवाय पुरुषाची कशी तगमग होते, हे कानन पाहत होती.

बशीर खत्री हा तरुण शिंपी काननच्या प्रेमात पडला होता. काननही त्याच्या प्रेमात पार बुडाली होती. दोघं चोरून भेटत होती. दोघांना एकमेकांचे होण्याची ओढ लागली होती. पण बशीर हा मुसलमान आहे, आपण हिंदू आहोत; आपण बशीरशी विवाह केला तर आपल्या आईला आवडेल, की नाही याबद्दलची चिंता काननच्या मनात वस्तीला होती. नूरमहंमदलाही आपण बशीरशी लग्न केलेलं आवडणार नाही, हे काननला माहीत होतं. पण तिला नूरचाचाची पर्वा नव्हती. बशीर या सच्च्या प्रेमिकाची तडफड काननला पाहवत नव्हती.

म्हणून तर सुशांताबाईंचं म्हणणं काननला आरपार समजत होतं. त्यामुळं ती म्हणाली, ''प्रिया, बाईंच्या बोलण्याचा मला मुळीच राग आला नाही. उलट, मला बाईंच्या वयाची मोठी बहीण नाही, याचं दुःख होतं आहे. बाई, मला मोठी बहीण असती तर ती दुप्पट सुदैवी ठरली असती. बाई, दुप्पट का— असं

विचारा ना.''

"कानन, दुप्पट सुदैवी का गं?'' प्रियानंच विचारलं.

"साहेब स्वभावाने एवढे चांगले आहेत की, त्यांच्यासारखा नवरा मिळाला म्हणून बहीण एकपट सुदैवी झाली असती; बाई, तुम्ही स्वभावानं एवढ्या छान आहात की, तुमच्यासारखी सवत मिळाली म्हणून माझी बहीण दुप्पट सुखी झाली असती!''

"कानन, तू चांगलीच वात्रट आहेस.'' प्रियानं दाद दिली.

"वात्रट नाही, मी शहाणी आहे. मी हे उत्तर शहाणपणानं दिलं आहे.''

नवऱ्याजवळ सुशांतानं काननच्या शहाणपणाची, नम्र स्वभावाची, कामसू वृत्तीची एवढी स्तुती केली की, कोलते म्हणाले, "हे बघ, तुला जर काननचा पगार वाढवायचा असेल, तर अवश्य वाढव. त्यासाठी तुला माझी परवानगी घ्यायची गरज नाही. कानन्ला मुलगी म्हणून दत्तक घ्यायचं असेल, तर मात्र तुला तिच्या आईची परवानगी घ्यायला हवी.''

कानन घरी आपल्या आईजवळ कोलतेसाहेबांची तोंड फाटेपर्यंत स्तुती करत होती. "आई, कोलतेसाहेबांच्यासारखा आदर्श पुरुष पाहायला मिळायचा नाही. शांत, समजूतदार, प्रेमळ, स्वतःच्या आधी दुसऱ्याचा विचार करणारे! मी त्यांच्याकडं दिवसभर कामाला असते, असे मला वाटतच नाही. मी स्वतःच्या घरीच काम करते, असं मला वाटतं. प्रिया माझ्याशी मैत्रिणीप्रमाणे वागते. सुशांताबाईंची मागच्या जन्मीची पुण्याई म्हणून त्यांना प्रियासारखी मुलगी व कोलत्यांसारखा नवरा मिळाला.''

"माझी कोणत्या जन्मीची पुण्याई म्हणून मला तुझ्यासारखी मुलगी मिळाली असणार बरं?'' मीनाक्षीबाईंना कानन या आपल्या मुलीचा अभिमान होताच होता.

मीनाक्षीबाई कासावीस झाल्या होत्या. पायाखालची धरणी दुभंगेल तर बरं, असं त्यांना वाटत होतं. नवऱ्याच्या मृत्यूनंतर छोटंसं किराणा दुकान कसं तरी चालवून त्या आपलं व काननचं पोट मानानं भरत होत्या.

चार गुंडांचा त्रास चालू झाला, तेव्हा नूरमहंमद हा गुंड काननचा मानलेला चाचा बनून मदतीला धावला होता. नूर हा गुंड आहे, सिनेमात काम करणारा व चांगली चालचालणूक असणारा नाही, हे मीनाक्षीबाईंच्या कानावर येत होतं. मीनाक्षीबाई याच नूरच्या 'बाई' आहेत, असंही बोललं जातं; हे मीनाक्षीबाईंपर्यंत पोचलं होतं. पण सत्य मीनाक्षीबाईंना माहीत होतं. नूर त्यांच्याशी कधीही वावगं

वागला नव्हता. तो दुकानावर फिरकतही नव्हता. त्याच्याकडून मीनाक्षीबाई मालाचे पैसे कृतज्ञतेपोटी घेत नव्हत्या.

नूरमहंमदनंतर त्यांना दुसरे भले गृहस्थ भेटले होते ते देना बँकेचे मॅनेजर कोलते. काननला कोलते या चांगल्या कुटुंबाचा आधार मिळाला होता.

आणि, मीनाक्षीबाईंच्या अचानक ध्यानी आलं की, काननला दिवस गेले आहेत. काननच्या पोटात गर्भ आहे. कानननं स्वत:च्या व मीनाक्षीबाईंच्या तोंडाला काळं फासलं आहे! वर पोटातल्या जिवाचा बाप याविषयी कानन एक शब्दही बोलायला तयार नाही. आईनं त्याबाबत काही विचारलं की, कानन कासावीस व्हायची, विलक्षण भेदरायची. काकुळतीला येऊन म्हणायची, ''आई, तू मला विष देऊन ठार मार. मी एका शब्दानं तक्रार न करता विष पिईन, पण नाव विचारू नकोस. मी नाव सांगणार नाही.''

कानननं कोलत्यांच्या घरी जाणं बंद केलं. बँकेचा शिपाई एकदा नाही, तर चार वेळा येऊन गेला. 'कानन आजारी आहे. आता ती कामाला येणार नाही. तिला भेटायला कोणी येऊ नका. ती भेटणार नाही', असा कोरडा निरोप मीनाक्षीबाईंनी पाठवला.

कोलते कुटुंबीयांना खूप बेचैन वाटलं.

शेवटी आपणच काही तरी केलं पाहिजे, या विचारानं मीनाक्षीबाई दुकानातून उठल्या व नूरमहंमदच्या अड्ड्यावर दाखल झाल्या. 'भाभीजी, तुम्ही इथं? तुम्ही नका इथं थांबू; मी तुमच्याकडं येतो.'' असं म्हणत नूरमहंमदनं मीनाक्षीबाईंना घरी पाठवलं आणि मागोमाग नूरमहंमद हजर झाला.

मीनाक्षीबाईंची कोंडी नूरमहंमदला समजली. यातून चट्दिशी मार्ग काढला पाहिजे, हे नूरच्या ध्यानात आलं.

''काननबेटी, तू नुसतं नाव सांग. मी त्या सैतानाला या जगातून नाहीसा करतो.'' नूरनं शब्दांतून आग ओकली. नूरच्या डोळ्यांत मुळातच गुंडगिरीची जरब होती. ती जरब गडद करण्याचे काम नूरचा अभिनय करत होता. कला जीवनाला उपकारक ठरते, ती अशी!

कानन धास्तावलेल्या नजरेनं नूरकडं पाहतच राहिली. तिच्या तोंडातून शब्द फुटत नव्हता. तिच्या आयुष्यात असा बिकट प्रसंग निर्माण करणाऱ्याचं नाव जिभेवर आणण्याचं धाडस ती करणार नव्हती. त्या नराधमानं तिला धमकी दिली होती, ''कानन, या प्रकारातील एक शब्द जरी आईजवळ बोललीस, तर तुझ्या आईचा खातमा करीन.''

खातमा कसा करतात, हे त्या नराधमानं काननला दाखवलं होतं. त्यानं रस्त्यावरून जाणाऱ्या एका निरपराधी माणसाला सहज म्हणून आत बोलावून घेतलं होतं आणि केवळ नमुना म्हणून तिला दाखवण्याकरता काननसमोर त्याच्या पोटात सुरा खुपसला होता. रक्ताचा सडा सांडला होता. कानन घेरी येऊन जमिनीवर पडली होती. कानन शुद्धीवर आली, त्या वेळी ती विवस्त्र होती. तिच्या विवस्त्र शरीरावर हात टाकून तो नराधम गुंड निवांत झोपला होता.

रस्त्यावरून ज्याला सहजपणे आत बोलावून घेतलं होतं, तो रस्त्यावरून सहजपणे चालला नव्हता; नूरमहंमदनंच जॉनला त्या वेळेला रस्त्यावर हजर राहायला सांगितलं होतं. जॉन हा नूरचा शागीर्द होता. चित्रपटसृष्टीतील सहकारी होता. नूरनं जॉनच्या पोटात खुपसलेला सुरा 'चित्रपटातील' होता. त्या सुऱ्याचं पातं समोरच्याच्या पोटात शिरत नसे. सुऱ्याच्या पोकळ मुठीत आत जात असे. आत सरकणाऱ्या पात्याच्या तळाला असलेल्या अणकुचीदार टाचणीनं पोकळीतील प्लॅस्टिकच्या लाल रंगानं भरलेल्या पिशवीला भोक पडत असे आणि पोटातून लाल रक्ताचा सडा बाहेर पडल्याचा देखावा निर्माण होत असे. या देखाव्यानं हादरून गेलेली कानन घेरी येऊन खाली बेशुद्ध पडली. खाली पडलेला जॉन उठला व नूरच्या झोपडीबाहेर पडला.

या एका ट्रिक सीननं कानन उद्ध्वस्त झाली होती. त्या दिवसानंतर काननही सतत धास्तावलेली हरिणी झाली. नूरचाचा हा नराधम... आपण त्याचं नाव घेतलं तर, आपल्या आईला ठार मारेल, याविषयी काननच्या मनात कसलाही संदेह नव्हता. ती नूरमहंमदच्या जवळपास उभी राहत नव्हती. फसवली गेलेली, नाडलेली, भेदरलेली कानन तिच्या पोटातील मुलाच्या बापाचं नाव सांगण्याचं धैर्य कोठून आणेल? खातमा करणं म्हणजे काय, हे दाखवण्यासाठी जो नराधम रस्त्यावरच्या अनोळखी माणसाला 'अहो मिस्टर, आत या' असं म्हणतो व त्याचा गंमत म्हणून खून करतो, तो नूरमहंमद काननला डोळ्यांत क्रौर्य नाचवत विचारत होता, "मुलाच्या बापाचं नाव सांग. मी त्या सैतानाला या जगातून नाहीसं करतो."

याच नूरनं दटावलं होतं, "झाल्या प्रकाराबाबत कुठं बोलशील, तर मी तुझ्या आईचा कोथळा बाहेर काढीन."

जिवावर बेतलं तरी कानन त्या नराधमाचं नाव सांगणार नव्हती. ती मरायला तयार होती, पण कोणत्याही परिस्थितीत ती आपल्या आईच्या मृत्यूला कारण होणार नव्हती. याबाबत तिला काही विचारायचीच खोटी, की कानन पांढरी-फटक पडत होती. वाऱ्याच्या झुळकीनं वेल थरथरते तशी भयानं ती

कापत होती. तोंडातून शब्द उमटत नव्हते.

काननची ही स्थिती बशीरला समजली होती. काननचा कोणी तरी घात केला आहे. चारित्र्यावरचा हा आघात तिला सोसवत नाही आणि अनामिक भयानं ती पछाडली आहे, हे बशीरच्या ध्यानी आलं होतं. तो बोलत नव्हता, पण त्याच्या नजरेत काननविषयी अपार करुणा व सहानुभूती दाटून राहिली होती. काननला बशीरची नजर आधार वाटत होती, पण बशीरलाही काही सांगण्याचा धोका कानन पत्करत नव्हती. काय नेम, हा नूरमहंमद आपल्या आईबरोबर बशीरलाही नाहीसा करेल!

नूरमहंमदला या प्रकरणाचा निकाल लावायचा होता. कानन आज बोलत नाही; उद्या बोलेल!

''भाभीजी, तुम्हाला कोणाचा संशय येतो?'' नूरमहंमदनं खोटी काळजी दाखवली.

''खरं तर कोणाचाच नाही. पण मनात एक विचार चुकचुकतो. बँकेचे मॅनेजर कोलते वयानं चाळिशीच्या आसपासचे आहेत. त्यांच्या पत्नी गेली दहा वर्ष अंथरुणावर खिळून आहेत. काननच्या तोंडून मी नेहमी कोलत्यांची भलावण ऐकत असते. कानन खूप वेळ उशिरापर्यंत त्यांच्या घरी थांबायची... माझ्या मनात शंका उमटते.''

मीनाक्षीबाईंची ही शंका नूरच्या शंभर टक्के पथ्यावर पडली. बँक मॅनेजर कोलते उशिरापर्यंत काम करत बँकेत असतात, ही माहिती जॉनमार्फत नूरनं मिळवली.

नूर संध्याकाळी उशिरा कोलत्यांच्या केबिनमध्ये घुसला व हातातील जांबिया पुढं करत कोलत्यांना दरडावून म्हणाला, ''साहेब, काननला तुमच्यापासून दिवस गेले आहेत. तुम्ही त्या पोरीला नासवलं आहे. एक तर तुम्ही तिच्याशी लग्न करा, नाही तर मी तुम्हाला जिंदा ठेवणार नाही.''

कानन कामाला येत नाही, यापुढे ती येणारही नाही, ती आजारी आहे– ही माहिती कोलत्यांना मिळाली होती. पण या माहितीनं कोलत्यांचं समाधान झालं नव्हतं. सुशांताबाईंचंही समाधान झालं नव्हतं. कानन ही कोलत्यांच्या घरची होऊन गेली होती. ती अशी अचानक येणं का थांबवेल? तिला काम सोडायचं असेल, तर ती येईल; काम सोडण्याचं कारण सांगेल, आपली अडचण सांगेल. काननचं येणं बंद झालं याच्या मागं काही तरी वेगळंच कारण असणार असं कोलते पतीपत्नीला वाटतच होतं.

अच्छा! ते कारण हे आहे तर. काननला कोणीतरी फसवलं आहे. कानन

या भाबड्या, सरळ मुलीवर हा प्रसंग कोणी आणला असावा? काननं आपलं नाव घेतलं असेल तर ते का? नूरमहंमदला आपला संशय का यावा?

कोलते अत्यंत शांतपणे म्हणाले, ''नूरमहंमद, काननची व कानचच्या आईची मान्यता असेल, तर मी काननशी लग्न करायला तयार आहे. मी जबाबदारी नाकारत नाही. पण मला प्रथम माझी पत्नी सुशांता हिच्याबरोबर बोलायला हवं. तिला घटस्फोट द्यायला हवा. मात्र मधल्या काळात कानन व काननच्या आई मीनाक्षीबाई यांनी माझ्या घरी राहायला माझी काहीही हरकत नाही.''

कोलत्यांच्या मनातील विचार स्पष्ट होता. कानननं जर आपलं नाव घेतलं असेल, तर तिला या संकटात आपलाच आधार वाटत असणार. कानन ही छचोर, नाचरी मुलगी नाही. ती शांत आहे. ती असा भलता आरोप का करेल? कदाचित या परिस्थितीत बाबूरामनगरमधील शेजारी तिला तिथं सुखानं राहून देणार नाहीत. त्यांना आपल्या घरात आणावं, म्हणजे त्यांचा प्रश्न नीट समजावून घेता येईल.

कोलत्यांच्या बोलण्यानं नूर गोंधळला. ''मॅनेजरसाहेब, तुम्ही त्या मुलाचे बाप व्हायला तयार आहात?''

''होय. पण काननला ते मान्य असेल तर! कानननं तसं मला मीनाक्षीबाईंच्या समोर सांगितलं पाहिजे.''

जे घडलं, ते नूरनं मीनाक्षीभाभींना सांगितलं. कानननंही ते ऐकलं. काननच्या डोळ्यांतून कृतज्ञतेचे अश्रू सांडले.

मीनाक्षीबाई म्हणाल्या, ''कानन, तू कोलत्यांशी लग्न करायला तयार आहेस? नाही तरी या स्थितीत तुझा स्वीकार कोण करेल?''

''नाही तर मूल पाडावं लागेल.'' नूरकडं त्याला सोईस्कर तोडगा होता. काननचं लग्न होणं नूरला नाही तरी नकोच होतं.

हा गुंता अनपेक्षितपणे बशीर खत्री या शिंप्यानं सोडवला. त्यानं कसम घेऊन सांगितलं, ''मी काननचा तिच्या पोटातील मुलासकट स्वीकार करायला तयार आहे. माझी एकच अट आहे— कानननं पुन्हा कोलत्यांच्या घरी जायचं नाही. कोलत्यांनी आमच्या आयुष्यात डोकावता कामा नये.''

बशीरचं बोलणं ऐकल्या-ऐकल्या कानन उठली व तिनं बशीरच्या पायांना स्पर्श केला.

नूरनं मॅनेजर कोलत्यांना बशीरचा निरोप सांगितला. नूर म्हणाला, ''मॅनेजर-साहेब, तुम्ही नशीबवान आहात. तुम्ही सहिसलामत सुटलात. तुम्हाला बशीरनं वाचवलं. यापुढं काननची भेट घेण्याचा प्रयत्न करू नका आणि बशीरला एक

लाख रुपये द्या. बशीरला म्हणजे, तुमच्या काननला. कोलते, मीही तुम्हाला वचन देतो. मी घडला प्रकार तुमच्या पत्नीला सांगणार नाही.''

कोलत्यांनी नूरला एक लाख रुपये दिले. सावधगिरी म्हणून कोलत्यांनी बशीरला ''तुझ्या निरोपाप्रमाणे मी तुझ्याकरता व काननकरता एक लाख रुपये दिले आहेत. मी तुझं अभिनंदन करतो. काननला सुखी ठेव.'' असा निरोप बँकेतील शिपायामार्फत पाठवला. बशीरनं तुच्छतेनं मान उडवली. कानन मिळाली होती, म्हणजे बशीरला स्वर्ग मिळाला होता. त्याला लाख रुपयांची पर्वा नव्हती. त्याला आयुष्यात कोलत्यांचं तोंड म्हणून पाहायचं नव्हतं. बशीरनं आपलं व काननचं देना बँकेतील खातं बंद करून टाकलं.

कोलते विचार करत होते. नूरनं ललिताचं अपहरण केले आहे. नूरनं त्याकरता प्रथम काननचं नाव वापरलं, नंतर आपली मारुती व्हॅन वापरली. प्रिया, सुशांता व चुनीलाल शहा यांच्या दु:खाला आपणच कारणीभूत आहोत.

खरं तर जे-जे घडलं, ते त्या-त्या वेळी आपण सुशांताला सांगायला हवं होतं. सुशांताचा आपल्यावर पूर्ण विश्वास आहे. तिनं सर्व समजून घेतलं असतं. तिच्या मनाला त्रास होऊ नये, म्हणून आपण तिला घडल्या प्रकारापासून दूर ठेवलं. आता सांगायला जावं, तर तसा उशीर झाला आहे. उशिरामुळं सुशांताला आणखी चार संशय येतील.

आता पोलिसांना सांगण्यात धोका आहे. नूरनं ललिताचं काही बरं-वाईट केलं तर? आता आपल्यालाच नूरला गाठणं भाग आहे. नूरमहंमदकडं काननच्या मध्यस्थीतूनच जायला हवं.

मॅनेजर कोलते बाबूरामनगरमध्ये मारुती व्हॅनमधून मीनाक्षीबाईंच्या दुकानापाशी दाखल झाले. त्यांनी काननची चौकशी केली. ''बाई, कानन कशी आहे? ठीक आहे ना?''

मीनाक्षीबाई चमकल्या. मॅनेजर कोलते हा माणूस, जणू काही घडलंच नाही, अशा तऱ्हेनं 'कानन ठीक आहे ना?' असं विचारतो! काय निर्लज्ज माणूस आहे हा!

मीनाक्षीबाई कडाडल्या, ''साहेब, माझ्या मुलीची चौकशी करता? तिच्या आयुष्याचं वाटोळं तुम्ही केलंत! तुम्हाला शरम वाटली पाहिजे.''

मॅनेजर कोलते बाबूरामनगरकडे गेले आहेत, ही वार्ता हवालदार राणे यांनी फोनवरून पोलीस निरीक्षक सावंतांना कळवली.

पोलीस निरीक्षक सावंत गेले तीन दिवस स्वत:च प्रश्न उपस्थित करत होते, माहिती मिळवत होते, माहितीची छाननी करत होते. त्यांना प्रश्नांची उत्तरे हवी होती.

प्रिया व ललिता या मैत्रिणी 'हम पंछी एक डालके' हा सिनेमा पाहण्यासाठी कोणत्या दिवशी जाणार आहेत, हे ललिताला पळवून नेणाऱ्या गुंडांना समजलं कसं?

आराधना थिएटरच्या बुकिंग क्लार्क जठारला पोलीस ठाण्यावर आणल्यावर या प्रश्नाचा उलगडा झाला. जठारला शरीक मसलतनं पन्नास रुपये देऊन प्रिया व ललितानं कोणत्या खेळाची तिकिटं काढली आहेत, ही माहिती विचारली होती.

ठेंगू शरीकनं जठारला सांगितलं होतं, "कापडव्यापारी चुनीलाल शहा यांच्या मुलाचं प्रिया या मुलीशी सूत आहे. त्याला ही माहिती हवी आहे."

ठेंगूला प्रिया व लता या कोण आहेत, हे माहीत होतं. जठारला खोटं सांगताना नाव बदलण्याचीही ठेंगूला गरज वाटली नव्हती.

पो. नि. सावंतांना निर्बुद्ध गुन्हेगारांचा दुप्पट संताप येतो. गुन्हेगार असल्याबद्दल आणि वर निर्बुद्ध असल्याबद्दल!

शरीक मसलत ठेंगू होता. तो तिकिटांचा काळा बाजार करत होता. या काळा बाजाराच्या व्यवहारात जठारची भागी होती.

मोहन रिक्षावाल्याला पो. नि. पुन्हा विचारत होते. "मारुती व्हॅन पांढरी होती. दोन गुंड होते. त्यानं एका गुंडाला बाबूरामनगरमध्ये सोडलं होतं." एवढीच माहिती मोहन देत होता.

सावंतांनी विचारलं, "मोहन, तू त्या गुंडांना ओळखशील?"

"साहेब, अंधार होता. शिवाय गुंड रिक्षाच्या मागच्या बाजूला बसले होते. मी त्यांना ओळखू शकणार नाही. हां! साहेब, एक गुंड उंचापुरा, धटिंगण होता. त्यानं ललिताला दोन हातांवर उचलून पांढऱ्या मारुती व्हॅनमध्ये ठेवलं. दुसरा ठेंगू होता. त्याला मी बाबूरामनगरपाशी सोडलं."

सावंतांनी बाबूरामनगरमध्ये गस्त घालणाऱ्या पवार व घोसाळकर या हवालदारांना बोलावून एक धटिंगण गुंड व एक ठेंगू गुंड यांची बेरीज किती, हा प्रश्न विचारला. पवार व घोसाळकरांनी 'तीन' असं उत्तर दिलं. घोसाळकर म्हणाले, "साहेब, ठेंगू गुंड शरीक मसलत असणार व त्याचा धटिंगण जोडीदार गुलेर बागवान." पवारांनी त्यात भर घातली. "साहेब, शरीक मसलत व गुलेर बागवान हे दोघं नूरमहंमदकरता काम करतात. नूरमहंमद हा सिनेमातही काम

करतो. ठेंगू शरीक मसलत सिनेमाच्या तिकिटांचा काळा बाजारही करतो.''

"शरीक, गुलेर व नूर यांच्यावर नजर ठेवा. ते पळून जाण्याचा प्रयत्न करतील, तर त्यांना अडकवा. मात्र ललिताचा शोध लागेपर्यंत त्यांना मोकळं ठेवा'' असं सावंतांनी समजावून सांगितलं.

ललिताला पळवलं, त्याच रात्री कोलत्यांची मारुती व्हॅन घाटरस्त्याकडं गेली होती. 'बाबालाल मेस्त्री यांच्या फर्निचरच्या वर्कशॉपकडं आपण गेलो होतो', असं कोलत्यांनी सांगितलं होतं. ते खरंही होतं. पण कोलते यापूर्वी कधीही त्या वर्कशॉपकडे गेले नव्हते; त्याच दिवशी ते का गेले होते?

सावंतांनी कोलत्यांच्या नकळत त्यांच्या व्हॅनमध्ये नजर टाकली होती. नजर टाकता-टाकता त्यांनी डोळ्यांबरोबर नाकाचाही वापर केला होता. त्यांना क्लोरोफॉर्मचा किंवा इतर कशाचाही वास आला नव्हता. मारुतीच्या खिडक्या दिवसभर उघड्या असतात. दोन-दोन दिवस वास रेंगाळत राहायला तो थोडाच आळशी व ऐदी नोकर आहे?

सावंतांना घाटरस्त्याला दुसरी पांढरी मारुती व्हॅनही आढळली नव्हती. कोलत्यांचा लौकिक उत्तम होता. ते सज्जन, सरळ व बँकेच्या गिऱ्हाइकांशी प्रेमाने वागणारे म्हणून प्रसिद्ध होते. कोलत्यांचा या व्यवहारात संबंध आहे का नाही?

कोलत्यांवरही लक्ष ठेवावं. ललिताचा पत्ता लागेपर्यंत व ती सुरक्षित ताब्यात येईपर्यंत कोणालाही ताब्यात घ्यायचं नाही.

सावंतसाहेब दक्ष होते, वर स्वत:लाच प्रश्न विचारत होते.

मीनाक्षीबाईंचं कडाडणं ऐकून जवळच्या झोपडीतून त्यांचा जावई बशीर खत्री बाहेर आला. कोलत्यांना पाहिल्यावर बशीरचं माथ भडकलं. मीनाक्षीबाईंच्या चढ्या सुरात बशीरचा आणखी वरचा स्वर मिसळला.

दोघांचे वरच्या पट्टीतले स्वर, 'मुलीसारख्या काननच्या आयुष्याशी आपण केलेला खेळ' आणि वर 'काननची चौकशी करण्याचा निर्लज्जपणा' या साऱ्यातून कोलत्यांना स्पष्ट अर्थबोध झाला. याचा अर्थ, मधल्या काळात संशयाचं निराकरण झालेलं नाही. काननच्या चारित्र्याला आपणच डाग लावला, ही समजूत अद्यापही कायम आहे तर! कोलत्यांनी स्वत:ला सावरलं, आपला आवाजही चढवला आणि ते घडाघडा, न थांबता बोलत सुटले. आपलं पूर्ण बोलणं मीनाक्षीबाई व बशीर यांना समजायला हवं; नाही तर आपल्यावर बाका प्रसंग ओढवेल, हे त्यांनी ओळखलं. कोलते बोलत होते, "मीनाक्षीबाई, माझ्याविषयी गैरसमज

करून घेऊ नका. काननला मी माझी मुलगी समजत होतो, आजही समजतो. जशी माझी मुलगी प्रिया, तशीच कानन. कानननं अडचणीत येऊन माझं नाव घेतलं असणार, असं मला वाटतं. मी त्या वेळी पितृत्व नाकारलं, तर काननच्या जिवाला धोका पोचेल; तिला जगणं अशक्य होईल, हे वाटल्यामुळं मी दोष माझ्यावर घेतला. नूरनं जेव्हा मला सांगितलं की, बशीर खत्री हा काननचा स्वीकार करायला तयार आहे, तेव्हा मला विलक्षण आनंद झाला. मी एक लाख रुपये बशीरला दिले, ते मी केलेल्या पापाचं प्रायश्चित्त म्हणून नव्हे. मी पाप केलंच नव्हतं. शरीरानंच काय, पण मनानंही मी पाप केलं नव्हतं. काननकडं मी माझी मुलगी म्हणून पाहिलं. मी पैसे काननच्या नव्या संसाराकरता दिले. बापानं मुलीच्या संसाराला द्यावेत, तसे! बशीर-काननच्या संसारात मी कधीही डोकावणार नाही, हे मी नूरला लिहून दिलं. कारण एकच— कसंही का होईना, फसवल्या गेलेल्या काननचं जीवन मार्गी लागावं; त्याकरता मला कलंक चिकटला तरी चालेल! आजही मी आलो नसतो. पण प्रियाची मैत्रीण ललिता शहा हिला नूरमहंमदने किडनॅप केलं आहे. त्यासाठी त्यानं माझ्या मारुती व्हॅनचा वापर केला. 'कानन संकटात आहे', असा खोटा निरोप पाठवून नूरनं मला बोलावून घेतलं. काननचं नाव वापरलं नसतं, तर मी नूरला भीक घातली नसती.''

''कोलते, एक शब्दही बोलू नका. मला नूरनं सर्व सांगितलं आहे. काननला तुम्ही फसवलंत, पण तुम्ही मला फसवू शकणार नाही.'' बशीर चवताळून कोलत्यांकडे झेपावला.

''बशीर, माझ्यावर विश्वास ठेव. मी कधीही वावगा वागलो नाही.''

कोलत्यांचा आवाज ऐकून मुलाला घेऊन कानन बाहेर धावली. ''बशीर, थांब. स्वत:ला आवर. कोलतेसाहेब हे देवमाणूस आहेत. बशीर, या मुलाचा बाप कोलते नाहीत; नूरमहंमद आहे. मला फसवणारा नराधम नूरमहंमद आहे. मी नूरमहंमदचं नाव कधीही घेतलं, तर नूरमहंमद माझ्या आईला ठार करणार होता. त्यानं माझ्यासमोर रस्त्यावरच्या एका अनोळखी माणसाला सहज हाक मारून आत बोलावलं व त्याच्यावर सुरा चालवला. नूरमहंमदचं नाव मी कधीही घेतलं, तर तो माझ्या आईची तशीच दशा करणार होता. बशीर, मी तुला जरी हे सांगितलं, तरी तो तुझाही बळी घेणार होता. आजही मी बोलले नसते; पण कोलतेसाहेब या देवमाणसाला व मुख्य म्हणजे ललिताला वाचवण्याकरता मी तोंड उघडलं. बशीर, ललिताला वाचवायला हवं. ललिता ही माझी बहीण आहे, असं समज.''

बशीर डोळे विस्फारून पाहतच राहिला. तो नराधम नूरमहंमद होता?

बशीरनं 'एक लाख रुपये कोलत्यांना परत कर; त्या पापी माणसाचा एक पैसाही मला नको', असं नूरमहंमदला खडसावलं होतं. 'मी पैसे कोलत्यांच्या तोंडावर फेकून मारले', असं नूरनं बशीरला सांगितलं होतं.

नूरमहंमदनं काही दिवसांपूर्वी बशीरला विश्वासात घेऊन सांगितलं होतं— ''बशीर, तू काननचा स्वीकार केलास. तू कोलत्यांचे लाख रुपयेही परत केलेस. पण हा सारा व्यवहार एकतर्फी झाला. मी मीनाक्षीबाईंना भाभीजी म्हणतो. काननची बेइज्जती ही माझी बेइज्जती. कोलत्यांना धडा शिकवेपर्यंत मला समाधान वाटणार नाही. मी कोलत्यांच्या प्रिया या मुलीला किडनॅप करणार आहे. मला प्रियाला लपवायचं आहे. मी कोलत्यांकडून पाच लाख रुपये खंडणी उकळतो. आपल्याला त्या पैशाची गरज नाही. आपण ते पैसे हाजयात्रेला जाणाऱ्यांना देऊ. आपल्याला कोलत्यांना अद्दल घडवायची आहे. प्रियाला लपवण्याकरता मला तुझी मदत हवी आहे.''

कोलत्यांविषयी बशीरच्या मनात संताप होताच. त्या संतापाचा नूरनं असा लाभ उठवला होता तर!

बशीर ओरडला, ''कोलते, म्हणजे जिला किडनॅप केलं ती तुमची मुलगी प्रिया नाही? ती ललिता आहे? ललिताला भिवंडीच्या माझ्या बहिणीच्या घरी नूरनं बंदिस्त करून ठेवलं आहे. चला, आपण भिवंडीला जाऊ व ललिताला सोडवू.''

कोलते व बशीर व्हॅनकडे वळणार तोपर्यंत पोलीस निरीक्षक सावंतांची जीप समोरून येताना त्यांना दिसली.

पो. नि. सावंतांनी ठेंगू शरीक व धटिंगण गुलेर यांच्यावर नजर ठेवण्याची व्यवस्था केली होती. नूरचा बशीरवरच काय, पण कोणावरच विश्वास नव्हता. भिवंडीला ललिता नीट बंदोबस्तात आहे की नाही, हे पाहण्याची कामगिरी नूरनं शरीकवर व गुलेरवर सोपवली होती. शरीकवर व गुलेरवर नजर ठेवण्याची व्यवस्था पो. नि. सावंतांनी केली होती. परिणामी रात्री बारा वाजता सावंतांनी शरीक, गुलेर, बशीरची बहीण यांना ताब्यात घेतलं होतं. ललिताला सोडवून तिला तिच्या घरी पोचवलं होतं. ललिता सुखरूप घरी पोचली आहे, हे कोणालाही, अगदी कोलत्यांनाही कळवू नका— असं सावंतांनी बजावून सांगितलं होतं. सावंतांनी नूरलाही रातोरात ताब्यात घेतलं. कारण धास्तावलेल्या शरीक व गुलेरकडून या अपहरणाच्या मागं नूरमहंमद आहे, हे सावंतांना समजलं.

सावंतांनी कोलत्यांवरही पाळत ठेवली होती. 'बँक मॅनेजर कोलते बाबूरामनगरमध्ये

गेले आहेत', ही वार्ता अर्ध्या तासापूर्वीच सावंतांना मिळाली होती. बाबूरामनगरमध्येच शरीक राहत होता. नूरही बाबूरामनगरवासी होता. 'चला, कोलत्यांना बाबूरामनगरमध्येच भेटू', असा विचार करून सावंत आले होते. कोलते हे सज्जन गृहस्थ या लफड्यात कसे काय अडकले, याचा सावंतांना काही म्हणजे काही अंदाज येत नव्हता.

सावंतांची जीप मारुती व्हॅनपाशी आली आणि कोलते मोकळे झाले. ते म्हणाले, "सावंतसाहेब, वेळेवर आलात. नूरनं ललिताला किडनॅप करून भिवंडीला बशीरच्या बहिणीकडं ठेवलं आहे. मात्र ती ललिता आहे, हे बशीरला माहीत नाही. त्याला ती माझी मुलगी प्रिया आहे, असं नूरनं सांगितलं आहे. या प्रकरणात नूरनं माझा व माझ्या मारुती व्हॅनचा वापर केला. पण ललिताला नूर किडनॅप करणार आहे हे मला माहीत नव्हतं."

मीनाक्षीबाई व कानन म्हणाल्या, "साहेब, कोलते हे देवमाणूस आहेत. त्यांना काही त्रास होऊ देऊ नका. त्यांचा यात काहीही दोष नाही."

सावंत मनातून खूष होते व नाखूषही होते. पोलीस तपास यशस्वी झाला, ललिता मुक्त झाली. गुन्हेगार हाती आले, म्हणून ते खूष होते. पण नूरमहंमद या तिसऱ्या दर्जाच्या, सुमार अभिनयाच्या नटावर व चौथ्या पातळीवरच्या गुन्हेगारावर त्यांचे सोन्यासारखे तीन दिवस फुकट गेले होते.

-०-०-०-

.१०.

एका वेळी एकानं...

मालतीबाई आतेबहिणीच्या मुलीच्या लग्नासाठी पुण्याला गेल्या होत्या. लग्नघरात त्यांनी गौरीला पाहिलं. गौरी चहा-कॉफीचं पाहत होती, फराळाचं आणून देत होती. कोणी पुण्याच्या गल्लीबोळातील पत्ते दाखवून त्या-त्या ठिकाणी कसं जायचं याची चौकशी करत होतं. गौरी त्यांना रस्ते, खाणाखुणा समजावून सांगत होती. सदानंदानं गौरीला कागदावर चार फोन नंबर लिहून दिले व द्यायचे निरोप सांगितले. त्यांपैकी एका फोनवर 'श्री कृपेवरून आमचे सुपुत्र' अविनाश हा वरच निरोप घेण्यासाठी दाखल झाला! मग काय— निरोप देऊन झाल्यावर, "प्लीज, जरा थांबा हं, लताला तुमच्याशी बोलायचं आहे", असं म्हणून 'सौ. कां.' लताला गौरीनं निरोप दिला, 'लता, तुला कोणाचा तरी फोन आहे!, फोनवर बोलून झाल्यावर लता आरडाओरडा करत सुटली, "गौरी, कुठं आहेस तू? तुझ्या पाठीत चार धपाटे घालणार आहे!" आणि सर्वांना गौरीनं लताची केलेली मज्जा समजली.

मालतीबाई हे सर्व पाहत होत्या व ऐकत होत्या. तजेलदार चेहऱ्याच्या गौरीचा प्रसन्न हसरेपणा मालतीबाईंच्या नजरेला ठसठशीतपणे जाणवला.

लग्न दुसऱ्या दिवशी होतं, पण जवळची मंडळी आधीच पोचली होती. सुनंदानं कार्यालय दोन दिवसांकरता घेतलं होतं. दुपारी जेवणाची तशी घरचीच पंगत बसली. कोणी तरी म्हणालं, "भोजन हे नेहमी साग्रसंगीत असावं. मराठी गाणी लावा."

सुनंदा म्हणाली, "गाणी लावण्याची योजना आहे; पण ती उद्या, लग्नानंतर; आज नाही. मात्र गाणी ऐकवण्याची घरगुती व्यवस्था मी आता करते. गौरी आहे म्हणजे गाणी आहेत; फक्त गाण्यांना वाद्यांची साथ नाही."

"गौरी, छान छान मराठी गाणी म्हण ना!'' असं सुचवल्याबरोबर गौरीनं गाणी म्हणायला आरंभ केला. मालतीबाईंच्या कानात गौरीच्या आवाजातील गोडवा व स्पष्ट शब्दोच्चार दरवळत राहिला.

लग्नाच्या दुसऱ्याच दिवशी मालतीबाईंनी आतेबहिणीला विचारलं, "सुनंदा, ही गौरी कोणाची कोण गं? काय करते? आपल्या नात्यातील आहे?''

"नाही, नात्यातील नाही. पण आता घरचीच झाली आहे. आमच्याशेजारी कुलकर्णी कुटुंब राहायला आलं आहे. गौरी ही कुलकर्णीसरांची मुलगी. घरची एक गरिबी सोडली, तर गौरीकडं राजकन्येचे गुण आहेत. बी. ए. झाली आहे, पण आजकाल सहजी नोकरी कुठं मिळते? नोकरी नाही, शिवाय घरची परिस्थिती सामान्य; त्यामुळं गौरीच्या लग्नाचं जमत नाही.''

"अच्युतकरता पत्नी म्हणून गौरी कशी आहे?'' मालतीबाईंनी थेट विचारलं.

"मालती, तू गंभीरपणे विचारतेस, का गंमत करतेस?''

"गंभीरपणे.''

"मालती, तू जे म्हणशील ते-ते गौरीला येतं. स्वभावानं नम्र व प्रेमळ आहे, पण तू एवढी तालेवार; तुला गरिबाची मुलगी चालेल? कुलकर्णीसर दोन्हीकडचा लग्नखर्च रीत म्हणून कसा तरी निभावतील. त्यासाठीही त्यांना कर्ज काढावं लागेल. कुलकर्णीसरांना एक मुलगा व गौरी अशी दोनच मुलं आहेत. पण मुकुंदा म्हणजे सरांचं मागच्या जन्मीचं पाप आहे. धड शिकला नाही. स्वतःला नोकरी मिळवता येत नाही; सरांच्याकडे पाहून कोणी तरी नोकरी देतं, पण ती टिकवता येत नाही.''

"मी गौरीबद्दल विचारलं होतं, तिच्या भावाबाबत नाही. दोन दिवस मी गौरीला पाहते आहे. गौरीची आई तुझी मैत्रीण आहे?''

"नाही. गौरीचे वडील सदानंदचे शाळेतील मित्र होते. जुनी ओळख नवी झाली आहे. गौरी माझ्याकडं सकाळी व संध्याकाळी फेरी मारते आणि मला मदत करते. मित्राला दोन पैशांची मदत व्हावी आणि तशीच मदत घेणं त्याला जड वाटू नये, म्हणून सदानंदनं ही योजना केली. सहाच महिने झाले आहेत. मालती, या दोन फेऱ्यांत गौरी एवढं काम करते की, सांगता सोय नाही. तिच्या हाताला चव आहे. तिला शिवण येतं. स्वयंपाकघरातील यंत्रांची किरकोळ दुरुस्तीही ती करते. पाल, झुरळ, उंदीर यांना ती घाबरत नाही. आता बोल! एका वाक्यात सांगू? मला मुलगा असता, तर मी गौरीला मागणी घालून घरी सून

एका वेळी एकानं... । ११९

म्हणून आणली असती.''

"सुनंदा, मी तेच करणार आहे. गेल्या-गेल्या मी अच्युतला तुझ्याकडं पाठवते. त्याला ती पसंत पडायला हवी. मात्र तू गौरीजवळ काहीही बोलू नकोस. तिची निराशा व्हायला नको.''

मालतीबाईंनी अच्युतला गेल्या-गेल्या सांगितलं, ''मी तुझ्याकरता मुलगी पाहून आले आहे. मुलगी नक्षत्रासारखी आहे, पण घरची अत्यंत गरीब आहे. दोन्हीकडचा लग्नखर्च आपल्याला करायला हवा. हुंडा, मानपान विसरायला हवा.''

''आई, तू मला उगीच चिडवू नकोस. माझी टोकाची मतं तुला माहीतच आहेत. मी लग्न साधेपणानं करणार. सर्व लग्नखर्च आपणच करायचा. आपल्याला काय कमी आहे? आणि गरिबीचं म्हणशील, तर तू व बाबा मूळचे गरीबच होता ना? तूच तर नेहमी सांगतेस.''

''खरं आहे, मी गरीब होते. तुझे वडीलही तसेच होते. म्हणून तर माझं तुझ्या वडिलांशी लग्न झालं. मात्र तुझे वडील कर्तबगार होते. त्यामुळे त्यांच्या माघारी आपण सधन आहोत. पण मी गरिबी विसरले नाही. म्हणून तर गरिबाकडची गौरी पसंत करून आले आहे. मात्र मी गौरीला एका शब्दानंही बोलले नाही. तुला मी पसंत पडली नाही, तर तिची निराशा व्हायला नको. तू गौरीला पाहा. पाहण्याचा कार्यक्रम सहज होईल. गौरी सुनंदाकडं सकाळ-संध्याकाळ घरकामात मदत करण्याकरता येते. तुला जर गौरी पसंत पडली, तर मात्र सुनंदामावशीमार्फत पसंती कळवून व लग्न ठरवून ये. गौरीचं तिच्या सामान्य परिस्थितीमुळं लग्न जमत नाही म्हणे! अच्युत, माझ्यासारख्या दुसऱ्या रत्नपारखी बाईच्या नजरेला गौरी पडली, तर तिचं लग्न केव्हाच ठरून जाईल.''

''या गौरीनं तुझ्यावर जबरदस्त मोहिनी टाकलेली दिसते. आई, तुझ्या पसंतीला उतरणं, हे महाकठीण कर्म आहे. आतापर्यंत आलेल्या चार सुकुमार, देखण्या...''

''त्या चारही श्रीमंत बाहुल्या होत्या. मला बाहुली नको, गृहलक्ष्मी हवी. मला गरिबी-श्रीमंतीचं काहीही पडलेलं नाही; मी गुणांची चाहती आहे. मुख्य सांगायचं राहिलं— तिचा गळा गोड आहे.''

''काय सांगतेस काय? मी उद्या मावशीकडं निघालो! बरोबर बाजाची पेटी घेऊन जाऊ का?''

''नको. तू तिच्यापुढं लग्न लागेपर्यंत पेटी वाजवू नकोस. तुझ्या बेसूर

पेटीवादनामुळं तिनं तुला नापसंत केलं तर?''

सुनंदामावशीकडं दुसऱ्या दिवशी संध्याकाळी अच्युत हजर झाला. गौरी होतीच. मावशीनं विचारपूर्वक अच्युतला फैलावर घेतलं, ''अच्युत, तू माझ्याकडं उतरू नकोस. पुण्यात एक सोडून चार उत्तमं हॉटेल आहेत. तिथं उतर. तिथून मला फोन कर व विचार— मावशी, हाऊ आर यू? तू लग्नाला का आला नाहीस? लताला तुझा खूप राग आला आहे.''

''मावशी, मला लताच्या रागाची पर्वा नाही. तिचा नवरा तिचा राग काढेल. मला तुझी भीती वाटते. तरीपण मी हॉटेलात जाणार नाही, इथंच राहणार. जेवायला वाढलंस तर जेवीन, नहून उपाशी राहीन.''

मावशीनं या घरगुती भांडणात गौरीला ओढलं. अच्युतला गौरीची परीक्षा करण्याची संधी मिळावी, यासाठी.

''गौरी, हा माझा भाचा अच्युत. याच्या आईची व तुझी ओळख झाली आहे. हा मालतीचा मुलगा. मालतीबाई लक्षात आहेत ना तुझ्या? माझी मुंबईची बहीण. अच्युत कंपनीच्या कामाकरता आज आला आहे. याला सहा दिवसांपूर्वी लग्नाला यायला काय हरकत होती? म्हणजे, कंपनी मावशीहून मोठी आहे तर!''

गौरी बोलायला लागली. ''काकू, यांना लग्नाला यायला का जमलं नाही याची प्रथम चौकशी करा. माणसाची काही अडचण असू शकते. यांना बोलायला संधीच दिली नाही, तर त्यांच्यावर अन्याय होईल. मला विचाराल, तर नोकरी लग्नाहून मोठी आहे. नोकरीवरच तर सर्व काही अवलंबून असतं. मला नोकरी नाही, म्हणूनही मी हे बोलत असेन. पण 'सर्वारम्भाः तण्डुलप्रस्थमूलाः।' हे खरं आहे.'

''गौरी, 'सर्वारम्भाः' काय म्हणालीस?'' अच्युतनं विचारलं.

''कोणत्याही कामाला आरंभ करण्यासाठी शेरभर तांदूळ लागतात, हा या वचनाचा अर्थ आहे. 'आधी पोटोबा, मग विठोबा' या अर्थी. नोकरी महत्त्वाची, कारण नोकरीवर पोट अवलंबून असते.''

गौरी गेल्यावर अच्युत म्हणाला, ''मावशी, मला मुलगी पसंत आहे. मावशी, आईनं मला बजावून सांगितलं आहे की, गौरी पसंत असेल तर लग्न ठरवूनच ये. तू आईशी बोल.''

दुसऱ्या दिवशी सकाळी गौरी आली. सुनंदाकाकू म्हणाल्या, ''गौरी, अच्युतला तुझ्याशी जरा बोलायचं आहे. तू त्याच्याशी बोल; मी आत जाते. दोघांत मी तिसरी नको.''

अच्युतनं गौरीला त्याच्या येण्याचं प्रयोजन सांगितलं. अच्युत म्हणाला, "गौरी, तुमच्या घरची आर्थिक परिस्थिती साधारण आहे, हे मला मावशीकडून समजलं आहे. तुमची स्थिती उत्तम असती, तर मला अर्थातच बरं वाटलं असतं; पण लग्नासंबंधातच म्हणशील, तर मला तुझ्या माहेरच्या परिस्थितीशी काहीही देणं-घेणं नाही, हे मी केव्हाच ठरवलं आहे. दोन्हीकडचा खर्च आम्हीच करू. तू माझ्या आईला पसंत आहेस, मला पसंत आहेस. आमच्या घरात मी व आई असे दोघंच आहोत. मावशीला तर तू पसंत आहेसच. मी तुला पसंत आहे का? तुला माझ्याबाबत काही माहिती हवी असेल, तर तू विचार."

"तुम्ही काकूंचे भाचे आहात. तुमचं म्हणणं मी ऐकून घ्यावं, असं खुद्द काकूंनी सांगितलं आहे, यात सर्व आलं. मला एकच सांगायचं आहे— तुम्हाला माहीत आहे तरी सांगायचं आहे. आमची आर्थिक परिस्थिती सामान्य नाही, तर अतिसामान्य आहे. या स्थितीला कारण माझे आई-वडील नाहीत; माझा मोठा भाऊ व वहिनी आहेत. मोठ्या भावाविषयी वाईट बोलू नये; पण मी बोलते. मुकुंदा बेफिकीर आहे. ऐदी, व्यसनी व लबाड आहे. सरितावहिनी मुकुंदाला शोभेशी आहे. मुकुंदानं नानामाईंना सांभाळायला हवं. प्रत्यक्षात नानाच मुकुंदा-सरिताला पोसत आहेत."

"समजलं. लग्नानंतर तू आमच्या घरी येणार आहेस; मी तुमच्या घरी नाही. हां, तुझा भाऊ आपल्या घरी येऊ शकतो. त्या वेळी त्याच्याशी कसं वागायचं, हे तू ठरव. मी किंवा माझी आई त्याच्याशी तुटक वागू शकणार नाही. कारण तशा वागण्यानं तुला दुःख पोचेल. मात्र जर तू निश्चयपूर्वक सांगितलंस, तर मी तुझ्या भावाला आपल्या घरापासून दूर ठेवेन. मी मावशीला तुझ्या घरी आताच्या आता जाऊन पसंती कळवायला सांगतो. संध्याकाळपर्यंत मी इथं आहे. आई-वडिलांना मला भेटायचं असेल, बघायचं असेल, तर मला कळव. मी तयार राहतो."

गौरी थोड्याच वेळात परतली. तिनं निरोप दिला, "नाना व माई दुपारी तीनला येणार आहेत. तुम्हाला ही वेळ सोईची आहे ना, हे विचारायला मला पाठवलं आहे. दुपारी मी येणार नाही. मला तुम्ही पसंत आहात, हे मी नाना-माईंना स्पष्टपणे सांगितलं आहे."

...गौरी सून म्हणून घरी आली आणि मालतीबाईंना धन्य-धन्य वाटलं. आपण भाचीच्या लग्नाकरता पुण्याला जातो काय आणि गौरी हे रत्न आपल्याला लाभतं काय! अच्युत आईला म्हणाला, "आई, तू गौरीला सून म्हणून घरी

आणलंस, हे अफाट काम केलंस!''

सर्व छान, सुखात चाललं होतं. गौरीनं नाना-माईंना आपला संसार पाहण्यासाठी बोलावून घेतलं. गौरी सधन घरी पडली आहे याची नानामाईंना कल्पना होती, पण सधन म्हणजे किती, याचा त्यांना अंदाज नव्हता. गौरीला लाभलेलं वैभव पाहून नाना-माई आनंदित झाले. आपल्या मुलीच्या गुणांचे चीज करणाऱ्या मालतीबाई व अच्युत अशी माय-लेकरं या जगात आहेत, याचं त्यांना अप्रूप वाटलं.

नाना-माई गौरीची संपन्नता पाहून परतले आणि घरी त्यांनी गौरीच्या श्रीमंतीची व भाग्याची आपापसात उजळणी चालू केली. ही उजळणी त्यांना आनंददायक वाटत होती. पण मुकुंदा व सरिता ही दोघं गौरीच्या श्रीमंतीच्या वार्ता मनात साठवून ठेवत असतील, याचा नाना-माईंना अंदाजच आला नाही.

अच्युत व मालतीबाई यांच्यासाठी किती करू व काय करू, असं गौरीला होऊन गेलं होतं. गौरी करत असलेली धावपळ पाहून मालतीबाई म्हणाल्या, ''गौरी, मी घरी सून आणली होती. सून म्हणजे दुसरी मुलगीच. मी घरकामाकरता बाई अन् अन्न शिजवण्याकरता स्वयंपाकीण आणलेली नाही. अगं, घरात आपण तीन तर माणसं आहोत. मी अजून पूर्ण हिंडत-फिरती आहे. अच्युतलाही स्वतःची कामं स्वतः करायची सवय आहे. तू कशासाठी आमच्या दोघांची कामं स्वतःवर ओढवून घेतेस अन् दिवसभर कामात राहतेस? माहेरी तू कष्ट केलेस; आता सासरी जरा आराम कर. मला व अच्युतला कामाची सवय आहे. चांगली सवय आहे. ती टिकू दे. आम्हाला आळशी बनवू नकोस.''

''आई, मी वेळ कसा घालवू? वेळ घालवण्याकरता मी कामं करते व कामात मला आनंद भेटतो. नोकरी करेन म्हटलं, तर नोकरी मिळत नाही. काही घरगुती व्यवसाय करीन म्हटलं, तर अच्युत डोळे मोठे करतो. तुम्हीच तर आता म्हणालात की, तिघांचं काम आहे. काम आहेच कुठं? आणि मी नको म्हटलं तरी अच्युत मला मदत करतोच. आई, तुमचा मुलगा खूप चांगला आहे.''

''गौरी, तुला कामाची एवढी आवड आहे, तर कर बाई काम. पण माझं एक काम काही तू करत नाहीस, ते तू कर. फार तर अच्युतच्या मदतीनं कर.''

''अच्युत कशाला हवा मदतीला? मी करून टाकते. काय काम आहे?''

''तू एकटीनं केलंस, तर फारच छान. काम साधंच आहे. मला नातू हवा आहे.''

गौरी लाजली, हसली व पुटपुटली, ''आई, तुम्ही म्हणजे अशा आहात!''

पण गौरीनं अच्युतच्या मदतीनं मालतीबाईंनी सांगितलेलं हे कामही फत्ते केलं. आनंद हा नातू मालतीबाईंना मिळाला.

या पहिल्या बाळंतपणाकरता गौरी माहेरी गेली होती. बारशाला मालतीबाई व अच्युत दाखल झाले. गौरीच्या घरची स्थिती या मुक्कामात अच्युतनं घरातून पाहिली. अच्युतच्या डोळ्यांतील सहानुभूतीचा भाव लबाड मुकुंदानं वाचला. तो हळू आवाजात म्हणाला, "अच्युतराव, बाहेर याल का? थोडं बोलायचं आहे."

मुकुंदानं अपराधी स्वरात सांगितलं, "अच्युतराव, मला सांगायला लाज वाटते, पण सत्य तुमच्याजवळ नाही तर कोणाजवळ बोलणार? नाना-माईंनी गौरीला बाळंतपणासाठी रिवाज म्हणून माहेरी आणलं खरं, पण आमची तशी ऐपत नाही. नानांनी स्वत:ला दहा हजार रुपयांच्या कर्जात अडकवून घेतलं आहे. कंपनी बंद झाल्यामुळे माझी नोकरी गेल्याच महिन्यात सुटली आहे. तुम्ही मला दहा हजार रुपये उसने द्याल का?"

"उसने काय म्हणून? मी तसेच देतो. गौरी माझी पत्नी आहे. तिच्यासाठीचा खर्च मीच करायला हवा. मी नानांना पैसे देतो."

"नानांना? मग नकोच. नाना मानी आहेत. कर्ज झालं आहे, हेच ते अमान्य करतील. तुम्ही पैशाचं विसरा. मी दुसरी काही तरी व्यवस्था करीन."

अच्युतनं दहा हजार रुपये व आश्वासन दिलं. "मुकुंदा, मी नानांपाशी या पैशाबद्दल काहीही बोलणार नाही; काळजी करू नकोस."

परतताना नानांना अच्युत म्हणाला, "महिन्याभरानं मी पुन्हा येईन. गौरीला व आनंदला घेऊन जाईन. हे पाच हजार रुपये तुमच्याकडं असू द्यात."

"अच्युतराव, मी तुमचा अपमान करत आहे, असं समजू नका; पण मला पैसे कशासाठी देता? मी गौरीचं उत्तम करीन. ती तुमची पत्नी आहे, ही जाण मनात बाळगून मी गौरीची काळजी घेईन."

अच्युत मनोमन काय ते समजला. मुकुंदानं दहा हजार रुपये नानांकरता नाही, स्वत:करता घेतले. सुनंदामावशीला अच्युत म्हणाला, "मावशी, मुकुंदानं माझ्याकडून नानांकरता म्हणून दहा हजार रुपये घेतले आहेत. जरा चौकशी कर."

मावशी म्हणाली, "चौकशी करायची गरज नाही. सदानंदकडून पाच रुपये नाना उसने घेत नाही; ते तुझ्याकडं काय मागतील? मालती, तुझा मुलगा भोळा आहे. मुकुंदा त्याला लुबाडणार!"

अच्युतनं व मालतीबाईंनी मुकुंदाची ही हातचलाखी गौरीपासून लपवली.

गौरीच्या मनाला त्रास होऊ नये, यासाठी!

मुकुंदाचा ग्रह झाला की, हे पैसे बाहेरच्या बाहेर पचले.

काही महिने गेले. मुकुंदानं पुढचं पाऊल उचललं. तो मुंबईत आला. अच्युतराव ऑफिसला गेले आहेत व मालतीबाई घरी नाहीत याची पाळत ठेवून त्यानं खात्री करून घेतली व तो घरात शिरला, "गौरी, मी धावत-पळत आलो आहे. नानांना इस्पितळात ठेवलं आहे. हार्ट ॲटक आला आहे. निकडीनं पैसे हवेत. पन्नास हजार तरी पाहिजेत."

"पन्नास हजार? माझ्याकडं एवढे पैसे नाहीत. अच्युत ऑफिसला गेला, आहे. आई पण घरात नाही. तू थांब, मी अच्युतला फोन करते."

"अच्युतरावांना ऑफिसात कळवू नकोस. त्यांच्या कंपनीत नेहमीच काही प्रश्न असतात. त्यांचा मूड जाईल. मी निघतो. मला पुण्याला पोचायला हवं, पण तुझ्याजवळ थोडेही पैसे नाहीत?"

"आईंच्या कपाटात असतील. मी पाहते. थांब."

आईंच्या कपाटातील पैशाला गौरीनं प्रथमच हात लावला. यापूर्वी कधी वेळच आली नव्हती. कपाटात बारा हजार रुपये होते. गौरीनं ते पैसे मुकुंदाला दिले. "मुकुंदा, गेल्या-गेल्या फोन कर. अच्युत आल्यावर मी त्याच्याशी बोलेन. बाकीच्या पैशाची व्यवस्था होते का, ते पाहते."

मालतीबाई घरी आल्या. गौरीनं घडलेलं आईंच्या कनावर घातलं. मालतीबाई 'बरं' म्हणाल्या. मुकुंदानं गौरीला फसवलं म्हणावं, का नाना खरंच इस्पितळात आहेत? चौकशी करायला हवी.

संध्याकाळी अच्युत आला. गौरीनं जे घडलं, ते सांगितलं. अच्युतनं नानांच्या, माईंच्या प्रकृतीची चौकशी करण्याकरता सुनंदामावशीकडं फोन लावला. मावशी फोनवर म्हणाल्या. "नाना-माईंची प्रकृती उत्तम आहे. तू फोन केलास, बरं केलंस. तू प्रकृतीची चौकशी करण्यासाठी फोन केला, हे ऐकल्यावर त्यांना बरं वाटेल. तासापूर्वीच माई आल्या होत्या. त्या गौरीची व तुम्हा सर्वांची चौकशी करत होत्या."

फोनवरचं बोलणं गौरी ऐकत होती.

गौरीवर अच्युत डाफरला, "गौरी, तुझा भाऊ लफंगा आहे, हे तुला माहीत आहे. तूच मला लग्नापूर्वी सावध केलं होतंस. मी आनंदच्या बारशाला आलो होतो, तेव्हा मुकुंदानं मला दहा हजारांची टोपी घातली होती; आता ही बारा हजारांची. तुझा भाऊ मला भिकेला लावणार. कंपनीत कामगारांनी संपाची

नोटीस दिलीच आहे. मूर्ख! मावशीला फोन करावा, एवढंही तुला सुचलं नाही?''

गौरी गोरीमोरी झाली. काही न बोलता ती आपल्या खोलीत शिरली. झोपलेल्या आनंदला तिनं खोलीतून बाहेर आणलं व अच्युतजवळ ठेवलं. ती पुन्हा खोलीत शिरली. पण तिनं खोलीचं दार बंद करण्यापूर्वी मालतीबाईही आत शिरल्या. मालतीबाई म्हणाल्या, ''गौरी, मी काय सांगते, ते नीट ऐक. अच्युतनं तुझ्यावर ओरडायला नको होतं. त्यानं तुला मूर्खही म्हणायला नको होतं. कंपनीत त्याचं काही तरी बिनसलं आहे; वर मुकुंदाची लबाडी. मुकुंदा तुझा भाऊ हा केवळ योगायोग आहे! अच्युतनं तुझ्यावर राग काढला. मुकुंदानं अच्युतला दहा हजार रुपयांना फसवलं, हे मलाही माहीत आहे. केवळ तुझ्यावरच्या प्रेमापोटी, तू आमची आहेस म्हणून व तुला वाईट वाटू नये यासाठी मी व अच्युतनं मुकुंदानं केलेली फसवणूक तुझ्यापासून लपवली. ती आमची चूक झाली. तुला दहा हजार रुपयांचा व्यवहार माहीत असता, तर आज तू फसली नसतीस. बारा हजार गेले तर गेले; आपण आता कायमचे शहाणे होऊ. तू आनंदला बाहेर आणून अच्युतजवळ का ठेवलंस, हे मला माहीत नाही. पण उगाचच शंका आली. 'तुझा भाऊ मला भिकेला लावणार' या वाक्यामुळं तोल गमावून तू आत्महत्या करशील, अशी मला भीती वाटली. वृत्तपत्रात मी अशा बातम्या आजकाल फार वाचते. आईनं अभ्यास कर, टीव्ही पाहू नकोस, असं सांगितलं की मुलगी पंख्याला टांगून घेते. बायको रागानं माहेरी निघून जाते आणि नवरा निराशेपोटी आत्महत्या करतो. गौरी, क्रोध वाईट. तू आत्महत्या केलीस तर मी, अच्युत, आनंद यांना केवढी शिक्षा होईल? तुला एवढी शिक्षा आम्हाला द्यायची आहे? आणखी एक लक्षात ठेव— नवरा-बायकोनं एकाच वेळी कधीही रागवायचं नाही. एका वेळी एकानंच मूर्खपणा करायचा. दुसऱ्याने शहाणपणानं वागून सावरायचं.''

तेवढ्यात अच्युतनं दारावर टक्टक् केली, ''आई, गौरी-दार उघडा. तुम्ही दोघी एक होऊन माझ्यावर रागवू नका. मी गौरीवर उगीच रागावलो. तिचा काहीही दोष नाही.''

डबडबलेले डोळे पुसत गौरी म्हणाली, ''आई, मी केवढी चूक करणार होते! मी यापुढं आयुष्यात रागावणार नाही. अच्युत रागावला तरी आणि तुम्ही रागावलात, तरीही.''

-०-०-०-

.११.

रुसा-हसी

डबेवाला आला. दिगू डब्याची वाटच पाहत होता. त्यानं जेवणाचा डबा पुढं ओढला व आपल्या मित्रांना हाक दिली, ''अशोक, विश्वासऽऽ चला रे. तुमचे डबे उघडा. मला सकाळी घर सोडायला उशीर झाला, त्यामुळे नुसत्या चहावर मी निघालो. संध्या त्यावरून माझ्यावर रागावली, 'गाडी चुकेल, बस चुकेल, या भीतीनं तू खात-पीत नाहीस, हे बरं नव्हे. स्वत:ची प्रकृती प्रथम सांभाळ आणि नंतर ऑफिस.' मला प्रचंड भूक लागली आहे.''

अशोक व विश्वास पडेल चेहऱ्यांनी दिगूजवळ पोचले.

''काय झालं रे? साहेबांनी आजही ताणलं की काय तुम्हाला? आणि दोघांना एकाच वेळी ताणलं? उगी-उगी रे बाळांनो.''

''नाही रे, साहेब काय ताणतोय आम्हाला?''

''बरोबर आहे. साहेब तुम्हाला ताणणं शक्यच नाही. ताणून काहीही उपयोग नाही, हे साहेबांना केव्हाच कळून चुकलं आहे. तुम्ही बसता त्या टेबल-खुर्च्या सुधारल्या. त्या आता ऑफिसच्या कामात चुका करत नाहीत; पण तुम्ही काही सुधारणार नाही. मग आज झालं तरी काय? आज पुन्हा तुमच्या बायका तुमच्याशी भांडल्या की काय?''

दोघांनीही होकारार्थी माना हलवल्या. दोघं दिगूसमोर बसले व कोरसमध्ये रडले, ''आजही पुन्हा आमचे जेवणाचे डबे नाहीत.''

''म्हणजे आजही तुमच्या बायका भांडल्या, नंतर रडल्या आणि गॅस बंद करून व स्वयंपाकाच्या ओट्याला टाटा करून बंद खोलीत जाऊन बसल्या?'' दिगूला सौ. ऐश्वर्या अशोक व सौ. माधुरी विश्वास यांच्या युद्धनीतीच्या वार्ता ऐकून-ऐकून पाठ झाल्या होत्या.

अशोकनं सांगायला प्रारंभ केला, “मी बंद खोलीच्या बाहेर, ‘ऐश्वर्या, तू रडू नकोस; मी चुकलो, पुन्हा असं करणार नाही.’ असं चांगलं पंधरा मिनिटं म्हणत बसलो. ऐश्वर्यानं दार काही उघडलं नाही. मी तरी किती वेळ बसणार? ऑफिसची नोकरी नसती, तर मी दिवसभर दाराशी ‘ऐश्वर्या, ऐश्वर्या’ असा जप करत बसलो असतो.”

अशोकनं मित्रांजवळ जास्तीचं दुःख मोकळं केलं, “आमचं सारं नशीबच खोटं आहे. स्वयंपाकघरात बसून चहा घेताना पेपरमधील मथळा मोठ्यानं वाचण्याची दुर्बुद्धी मला झाली. ‘विवाहितेची आत्महत्या’ –सुटली बिचारी! ऐश्वर्याला बातमीचा मथळा पुरे झाला. तिनं मोठ्यानं सुस्कारा टाकला, ‘बस्स! नाही तर आम्ही. इथं रोज शंभर वेळा मरत आहोत. असंच मरत जगणार किंवा जगत मरणार.’ मी म्हणालो, ‘ऐश्वर्या, उगाच काही तरी बोलू नकोस. ऑफिसात काम करून मी मरतो आहे; तू घरी राणीसारखं राज्य करते आहेस.’ ऐश्वर्यानं जबाब दिला, ‘लग्नापूर्वी मीही नोकरी करत होते म्हटलं. नोकरी करायची म्हणजे नोकरीच्या नावावर ऑफिसात चकाट्या पिटायच्या, बायकोनं करून दिलेला डबा आयता हादडायचा, चार वेळा चहा ढोसायचा— म्हणे नोकरी! लग्न होऊन, माहेर सोडून इकडं आले. माझी कराडची नोकरी व माहेरची स्वतंत्रता गेली आणि वर जन्माची गुलामगिरी पदरी आली. मी कराडचाच मुलगा पसंत करायला हवा होता.’ मग मी म्हणालो, “करायचा होतास! मी सुटलो असतो!”

दिगूनं अशोकला थांबवलं अन् विश्वासला विचारलं, “विश्वास, तुझ्या घरी काय झालं?”

विश्वासनं दुःखाचा धूर काढायला आरंभ केला, “उठल्या-उठल्या काही कारण नसताना माधुरीनं माझ्या मातोश्री यशोदाबाई, धाकटा भाऊ मुकुंदा, मुकुंदाची बायको राधा या सर्वांचा उद्धार चालू केला.”

“उठल्या-उठल्या आणि उगाचच? माझा विश्वास बसत नाही.” दिगू म्हणाला.

“उगाच म्हणजे उगाच...” विश्वासानं स्वर चढवला, “मी नुसतं म्हणालो की, चहा बरोबर नाही. हा चहा व कोल्हापूरचा चहा यात खूप फरक आहे. कारण कोल्हापूरचं दूध चांगलं असतं. बस्स! एवढ्यावर माधुरी भडकली. मी माधुरीला दोष दिला नव्हता; चहा वाईट होता, असं मी म्हणालो. पण त्या वाईटपणाला दूध कारणीभूत आहे, असं मी स्पष्ट केलं होतं. आदल्या दिवशी माधुरीनंच भय्याला दुधावरून ताणलं होतं. म्हणून मी दुधाचा उल्लेख केला.

मला वाटलं की, त्यामुळं माधुरी खूश होईल.''

"विश्वास, पुढचं मी सांगतो.'' अशोक म्हणाला.

"तुला काय माहीत?''

"ऐक तर खरं विश्वास. माधुरी तुला म्हणाली, 'विश्वास, तुझ्या कोल्हापूरच्या महानंदा व गोकुळ या दूध योजनांतील भ्रष्टाचार आधी थांबव. म्हणे, कोल्हापूरचं दूध चांगलं! रंकाळ्याच्या तलावात पाणवनस्पती माजली आहे, ती आधी साफ कर. आणि काय रे, तुझी आई यशोदा, धाकटा भाऊ मुकुंदा, माझ्या जाऊबाई राधा— सगळं गोकुळच जमवलं आहे तुझ्याकडं. तुझं नाव पेंद्या ठेवून एखादी गवळण तुझ्या गळ्यात बांधून तुझ्या आईनं घरात पूर्ण कृष्णचरित्र करायचं नाही का?''

"अशोक, एकदम बरोबर!'' विश्वासनं भांडणाचं दुःख विसरून दाद दिली.

दिगू म्हणाला, "विश्वास, तू त्याच त्या पद्धतीनं, त्याच त्या मुद्द्यावर माधुरीशी किती वर्षं भांडत राहणार आहेस?''

"त्याच त्या मुद्द्यावर व त्याच त्या पद्धतीनं म्हणजे?'' विश्वासला काहीच समजलं नाही.

"विश्वास, याच चहाच्या मुद्द्यावर, कोल्हापूरच्या दुधाच्या गुणवत्तेवर नि रंकाळ्यातल्या पाणवनस्पतीवर तू आणि माधुरी मागच्याच पंधरवड्यात भांडला होता.'' अशोकनं स्मरण करून दिलं. "तू आम्हाला भांडण सविस्तरपणे सांगितलं होतंस.''

विश्वासनं कपाळावर हात मारून घेतला. "देवा रे देवा! आता मात्र या माधुरीची हद्द झाली! ही कसली रे बायको? दिगू, आता माझ्या ध्यानी आलं— याचसाठी मला या संसाराचा व माधुरीचा उबग आला आहे. भांडणामुळं नाही, तर भांडणातल्या त्याच-त्यापणामुळं.''

"विश्वास, तुझ्या घरी जे, तेच माझ्या घरी. तुला काय वाटतं? मी व ऐश्वर्या रोज थोडेच नव्या विषयावर भांडतो? चार वर्षं आमची भांडणं त्याच विषयावरची आहेत. मी भांडतो असं नाही; ऐश्वर्या भांडते. ऐश्वर्याकरता लग्नात चार पातळं घेतली. त्या पातळांचा रंग गेला. आम्ही तशी रंग जाणारी पातळं मुद्दाम मागणी नोंदवून मिलकडून विणून घेतली, असं ऐश्वर्या म्हणते. या भांडणाला अंत नाही.'' अशोकनं आपली व्यथा सांगितली.

"अशोक, माधुरीपासून मला सुटका हवी.'' विश्वास कळवळला.

“विश्वास, ऐश्वर्यापासून मला मुक्ती हवी.” अशोकनं दु:ख व्यक्त केलं.

“दिगू, आम्हाला वाचव.” दोघांनी दिगूला साकडं घातलं.

दिगूनं दोघांना चुचकारलं, “या बाळांनो, या भुकेपोटी तुम्ही हे असं भलतंसलतं बोलत आहात. एरवी तुम्हा दोघांच्या तोडून ‘माझी ऐश्वर्या, माझी माधुरी, ती असं म्हणाली, तसं म्हणाली’, हे ऐकून मला कंटाळा येतो. दोन घास खा, तुम्हाला बरं वाटेल.”

“दोन घास खाऊन घ्यायला आमच्याकडं डबे आहेतच कुठं? हा तुझा डबा आहे. तुझ्या डब्यातील पदार्थ वाटून घ्यायचे आणि नंतर पावभाजी खायला बाहेर जायचं. चला, आलिया भोगासी असावे सादर!” असं म्हणत विश्वास व अशोक पुढं सरसावले व त्यांनी दिगूच्या डब्याचा ताबा घेतला.

दोघांनी दिगूचा डबा उघडला. डब्याच्या वर चिठी होती.

दिगू ओरडला, “चिठ्ठी मला द्या. ती माझी आहे, खासगी आहे. संध्यानं नवरा-बायकोतील काही मजकूर लिहिला असेल. असा मजकूर वाचणं, हे पाप आहे.”

“आम्ही वाचतो आणि परत करतो. चिठ्ठी प्रेमाचीच असणार. गेल्या चार वर्षांत अशा प्रेमचिठ्ठ्यांची आमची सवय मोडली आहे. संध्यानं काय लिहिलं आहे, हे आम्ही वाचणारच,” असं म्हणत चिठ्ठी दिगूपासून सुरक्षित अंतरावर धरत अशोक व विश्वास यांनी प्रकट वाचन केलं :

“आज सकाळी घाईघाईनं तू काही न खाता नुसत्या चहावर घराबाहेर पडलास. आता तू दुपारी डबा उघडेपर्यंत मला तोंडात काहीही टाकवणार नाही. मी सकाळी किती वेळा तुला उठवत होते, पण तू झोपेतून बाहेर यायलाच तयार नाहीस. तुला साडी धरून अशी गाढ झोप येते याचा एकीकडं मला हेवा वाटतो, दुसरीकडं तुला उठवणंही माझं कर्तव्यच आहे. ते जाऊ दे. तू गेल्यावर मी घाईघाईनं तुझे आवडते गुलाबजाम केले. ते डब्यात पोळीखाली आहेत. नीट चावून खा, सावकाश जेव, घाई करू नकोस. जेवताना तुला हमखास ठसका लागतो. जवळ पिण्याचे पाणी ठेव.

- तुझी संध्या”

चिठ्ठी वाचल्यावर अशोक व विश्वास यांचे डोळे पाझरू लागले.

दिगूनं झडप घालून चिठ्ठी घेतली व पुन्हा नजरेखालून फिरवली, “साल्यांनो, यात रडण्याजोगं काय आहे? मला वाटलं की, तुम्ही वाचलात त्याहून काही

वेगळाच मजकूर चिठ्ठीत आहे.''

अशोक व विश्वास यांचे समूह-शब्द उमटले, ''आम्ही आनंदानं रडत होतो. आम्हाला नाही तर नाही; पण तुला तरी प्रेमळ बायको मिळाली याचा आम्हाला आनंद झाला. 'नीट चावून खा. सावकाश जेव, ठसका लागेल, जवळ पाणी ठेव!' अशा प्रकारच्या सविस्तर प्रेमळ सूचना आमच्या दैवात नाहीत. दिगू, साडी धरून गाढ झोप, हा प्रकार काय!''

मग अशोक म्हणाला, ''दिगू, याचा अर्थ तुला घरी जेवताना ठसका लागतो? त्या वेळी संध्या तुला पाणी देते? संध्या तुला थोपटून झोपवते-तेव्हा तू तिची साडी धरून ठेवतोस?''

''नुसतं पाणी देत नाही; तर ती भांडं माझ्या तोंडाला लावते. वरती 'हळूहळू' असं म्हणत प्रेमानं पाठीवरून हात फिरवते...आणि मला झोपताना साडी धरायची सवय आहे.''

''काय? काय?'' विश्वास आश्चर्याच्या फिरत्या चाकाखाली अडकला.

दिगू शांतपणे म्हणाला, ''यात आश्चर्य काय? तुमच्या बायकाही तुमच्याशी अशाच वेड्या मायेनं वागतील; पण त्यासाठी आपण नवरेपण टाकायचं व मूल व्हायचं. 'स्त्री ही क्षणाची पत्नी असते; पण अनंतकाळची माता असते', हे सूत्र ध्यानी ठेवायचं. पत्नी फार तर प्रेम करू शकेल, तेही फार तर क्षणभर. सततची माया मात्र आईच करू शकते. पत्नीला अरेरावी नवरा आवडत नाही. तिच्यावर अवलंबून राहणारं नवऱ्यातील थोडं उपद्रवी मूल तिला आवडतं. आपण घरात मूल होऊन वागायचं. जेवताना 'हे नको, ते नको, मला ही भाजी आवडत नाही, पोळीचे व ब्रेडचे काठ मी खाणार नाही', अशी भुणभुण मी करतो. मग संध्या रागावते. 'सर्व निमूटपणे खायचं. दिगू, तुला लहानपणी आईनी काहीही वळण म्हणून लावलेलं नाही.' असं संध्या माझ्यावर ओरडते. मग मी सर्व खातो. माझ्या आईमागं मी अशीच कटकट करायचो, ती आता संध्याजवळ करतो.

''मूलपण सोडणं व नवरा होणं हे पुरुषाला जमत नसावं, असं मला तरी वाटतं. स्त्रियाही लग्नापूर्वी मुली असतात, पण त्या पत्नीची जबाबदार भूमिका छानपणे पार पाडतात. त्यांच्या आया लग्नानंतरच्या जबाबदारीची त्यांना जाणीव देत असाव्यात किंवा निसर्गानंच त्यांच्या ठायी ही जास्तीची शक्ती ठेवलेली असणार. आपण पुरुष नवऱ्याची जबाबदार भूमिका पार पडण्यात कमी पडतो, असं मला माझ्यापुरतं तरी जाणवलं. आपल्यातील अळंटळं करणारं, किरकिरणारं, तक्रारखोर, आजचं काम उद्यावर व आपलं काम दुसऱ्यावर ढकलणारं मूल

लग्नानंतरही मुक्काम हलवत नाही, अन् नवरेपणाचा अधिकार गाजवण्याची खुमखुमी मात्र आपल्यात नव्यानं शिरते. अंघोळीला जाताना टॉवेल न्यायला मी विसरतो. लग्नापूर्वी 'आईऽऽ टॉवेल' असं मी न्हाणीघरातून ओरडायचो; आता 'संध्याऽऽ टॉवेल' म्हणून ओरडतो. लहानपणी मला झोपवायला आई हवी असायची. माझी ती सवय घालवण्याकरता आईनं मला तिची एक जुनी साडी दिली होती. त्या साडीचा काठ पकडून मी झोपी जायचो. मला साडीचीच सवय झाली. मी लग्नानंतर संध्याला माझी ही सवय सांगितली. संध्यानं मला तिची साडी दिली. मी माझा मूलपणा लपवला तर नाहीच; तो कबूल करून टाकला. माझा प्रश्न सुटला.''

अशोक व विश्वास ऐकत होते. संसारगीतेचं रहस्य दिगू उलगडत होता आणि अशोक-विश्वास हे दोन गोंधळलेले अर्जुन भक्तिभावाने ऐकत होते.

तिघेही जेवून तृप्त झाले. संध्यानं डबा भरपूर भरला होता. अशोक व विश्वास हे आपल्या नवऱ्याचे मित्र पोळ्यांखाली लपवलेले गुलाबजामही हुडकून काढतील, हे ध्यानात धरून तिनं तिघांनाही पुरतील एवढे गुलाबजाम लपवले होते.

पोट जड झाल्यावर अशोक व विश्वास यांची हृदये ऐश्वर्या व माधुरी यांच्या आठवणीनं गलबलली. दोघंही परस्परांजवळ हळहळले, ''बंद खोल्यांतून आपल्या बायका बाहेर आल्या असतील ना? खोली आतून बंद आहे, ती आपणच रागारागाने बंद करून घेतली आहे, हे त्यांच्या ध्यानात येईल ना? आपल्याला कोंडून ठेवलं आहे, या भ्रमानं त्या उपाशी राहिल्या तर? आपण मात्र त्यांचा विचार न करता जेवून मोकळे झालो, हे बरं केलं नाही.''

दिगूनं त्यांची समजूत घातली, ''बघा, मी म्हणत नव्हतो का, की तुमचं अजून तुमच्या बायकांवर आतून प्रेम आहे. तुमच्या मनात सतत तुमची पत्नी असते. मग तुम्ही खुळ्यासारखे कशासाठी भांडता? तुमच्या बायका भांडतात आणि तुम्ही भांडत नाही, हा तुमचा गैरसमज आहे. तुम्हीही भांडता; नव्हे, तुम्हीच भांडणाला निमित्त पुरवता. एका हाताने कधीही टाळी वाजत नाही. मी काय ऐश्वर्या व माधुरी यांना ओळखत नाही? त्यांच्यासारख्या साध्या व सरळ आया या जगात नाहीत. त्या बायका म्हणून प्रेमळच असणार. तुम्ही दोघांनी तेवढा क्षणभराचा काळ सोडून एरवीच्या काळात मूल व्हायला काय हरकत आहे? मूल व्हायचं म्हणजे 'चहा वाईट झाला आहे', हे वाक्य तोंडातून काढायचं नाही, 'विवाहतेची आत्महत्या' या मथळ्याची बातमी वाचायची नाही.

मात्र धोरण म्हणून, सोय म्हणून पळवाट म्हणून, मूलपणा पत्करायचा नाही. मनापासून, आनंदानं मूल व्हायचं. तसा प्रयत्न तरी प्रामाणिकपणे करायचा.''

"दिगू, यापूर्वीच तू आम्हाला शहाणं का केलं नाहीस?'' अशोकनं जाब विचारला.

"तुम्ही दोघं माझे बालमित्र आहात. तुम्ही दोघंही सपत्नीक शंभर वेळा माझ्या घरी येत असता. माझ्या सहवासानं तुम्ही शहाणे व्हाल, हे मी गृहीत धरलं होतं... ठीक आहे. आता तरी शहाणे व्हा. पुन्हा नवा जन्म घ्या आणि मूल होऊन सुखाने जगा.''

"बस्— बस्. यापुढे मूल होऊनच बायकोबरोबर सुखानं नांदणार.'' अशोक व विश्वासनं वसा घेतला.

"आता तुम्ही घरी जाऊन काय करणार?'' दिगूनं शिष्यांना विचारलं.

विश्वासनं आरंभ केला. "मी पश्चात्ताप पावून घरी जाणार. मी ऐश्वर्याची समजूत घालणार. तिला बाहेर घेऊन जाणार. फुलांची वेणी विकत घेणार. बाहेर हॉटेलात जेवणार.''

"मीही तसंच वागणार.'' अशोक म्हणाला.

"मूर्ख! अशी लाडीगोडी लावणं म्हणजे लबाड कोल्ह्यासारखं, म्हणजेच नवऱ्यासारखं वागणं झालं. तुम्ही नवऱ्यासारखे वागलात की तुमची बायको बायकोसारखीच वागणार. म्हणजे पुन्हा युद्ध होणार, पुन्हा चुकांची उजळणी होणार. तुम्ही घरी जा आणि मुलासारखं वागा.''

"म्हणजे कसं?''

"घरी जा. ऑफिसची बॅग भिरकावून द्या— मुलं दप्तरं भिरकवतात, त्याप्रमाणे. मग पायांतील बूट काढा व फेकून द्या. एका वेळी एक फेका. बायकोला दोन वेगळे आवाज ऐकू यायला हवेत. मग बायकोच्या जवळ जा— अगदी जवळ जाऊ नका. तिच्याकडं पाठ करा आणि फुणफुणा, 'मी असाच रोज उपाशीपोटी ऑफिसात जाणार. मी असाच उपाशीपोटी काम करणार आणि उपाशीपोटीच घरी परतणार. मला रात्रीही जेवायचं नाही. भुकेनं मी मेलो तर मेलो.' तुमच्या या बोलण्यावर तुमच्या बायका काहीही प्रतिक्रिया दाखवणार नाहीत. त्या मख्खपणे बघत राहतील. मग तुम्ही खूप आवाज करत हातपाय धुवा व कॉटवर जाऊन धाड्कन अंग टाका. बायकोची एखादी चुरगाळलेली साडी घ्या व ती छातीशी धरून म्हणा, 'मी अगदी वाईट आहे. मी वाईट वागतो. मी माझ्या बायकोला छळतो. देवा, तू मला उपाशी ठेवून-ठेवून ठार

मार. मी मेलो, तर माझी बायको सुटेल आणि सुखी होईल.''

''एवढं केल्यानं ऐश्वर्या फसेल?'' अशोकनं प्रश्न केला.

''मला पश्चात्ताप झाला आहे, हे माधुरीला पटेल?'' विश्वासनं विचारलं.

''तुमच्या बायका फसणार नाहीत. पण त्यांच्यातील आया जाग्या होतील व त्या फसतील. एवढ्यावर त्या फसल्या नाहीत; तर स्वयंपाकघरात जा, फक्त एक कपच चहा करा. एक कप कोणासाठी, तर बायकोसाठी. तो तिच्यापुढं ठेवा व म्हणा— 'मला चहा नको आहे. मला दिवसभर अन्नाविना व चहाशिवाय राहण्याची सवय झाली आहे. माझ्यासारख्या दुष्टाला अन्न, चहाचं पाणी आणि हवा यांच्याशिवायच ठेवायला हवं.' तुमच्या बायकोतील आई जागी झाली की तुम्ही जिंकलात. जाग्या झालेल्या आईला पुन्हा झोपी जाऊ देऊ नका. तुमचा मूलपणा ऊर्फ हट्टीपणा, किरकिरेपणा कायम राखा. बायको आईसारखी समजूत घालेल. लगेच समजूत पटवून घ्या. मला यापूर्वी कोणी असं समजावलंच नाही, असं पुन्हा मुलासारखं कुरकुरा. कधीही नवरा होण्याची म्हणजे अरेरावी वृत्तीनं वागण्याची चूक करू नका. माझी बायको संध्या गेली चार वर्षे अनंतकाळची माता या भूमिकेत आहे. मी सुखी आहे. मूल होण्याचं नाटक-करता करता खरेच मूल व्हा.''

...दुपारी चारच्या सुमारास ऐश्वर्यानं माधुरीला सहज म्हणून फोन केला. माधुरीनं सहज म्हणून एक हुंदका दिला. ऐश्वर्यानं माधुरीला विचारलं, ''माधुरी, याचा अर्थ आज विश्वास तुझ्याशी भांडला? विश्वासनं तुला क्रूरपणानं वागवलं? माझ्याप्रमाणे तुलाही हा संसार नको, स्वयंपाक नको— असं वाटलं?''

दोघी समदुःखी मैत्रिणींनी परस्परांत सल्लामसलत केली आणि दोघींनी संध्याला फोन लावला आणि 'कौटुंबिक सल्लामसलतीकरता तुझ्याकडं येत आहोत', असं कळवलं; तर ''तू फक्त पोहे कर, आम्ही येताना 'हरि ओम' मधून कचोरी, सामोसे असं काही तरी आणतो'' ही पुस्ती जोडली. दोघींच्या मेनूवरून त्या दोघी दुपारी जेवल्या नसणार, हा अंदाज संध्यानं बांधला. बरं तर बरं, संध्यानं आज भरपूर गुलाबजाम केले होते.

ऐश्वर्यानं व माधुरीनं आपली संसारकहाणी ऐकवली. सर्व ऐकल्यावर संध्या म्हणाली, ''तुम्ही दोघी दोरीला साप समजून धोपटत आहात. तुमच्या नवऱ्यांना मी तुमच्याही आधीपासून ओळखते. माझं लग्न तुमच्या आधी दोन वर्षं झालं आहे. अशोक व विश्वास हे दिगूचे बालपणापासूनचे मित्र आहेत. त्यांच्याविषयी मी तुम्हा दोघींकडून काही वावगं ऐकूनच घेणार नाही. पाहिजे तर मी तुमच्याकरता

कांद्याची भजी करते; पण मी वावगं ऐकून नाही म्हणजे नाहीच घेणार. ते दोघे भांडणार नाहीत. ते आग लावणारे तर नाहीतच, ते आगीत तेलही टाकणारे नाहीत. आग लागली तर प्रथम जाऊन पाणी टाकतील. थोडे उतावळे आहेत. आग लागणार, अशी बातमी जरी त्यांना मिळाली, तर त्या जागी आग लागण्याआधी पाणी ओततील! तुम्ही दोघी कितीही भांडा, तंडा, वितंडवाद घाला; अशोक व विश्वास ब्रही उच्चारणार नाहीत. दिगू काय आणि त्याचे मित्र काय— अजाण पोरं आहेत. त्यांना आपणच सांभाळून घ्यायचं. त्यांच्या आयांनी त्यांना काही म्हणजे काही वळण लावलं नाही. आपण आपल्या नवऱ्यांना बाळासाहेब वगैरे म्हणतो, खरं तर ही अजून बाळंच आहेत!''

ऐश्वर्या व माधुरी ऐकतच राहिल्या. आपले नवरे काय व कसे आहेत, हे त्यांना छान माहीत होतं; पण संध्या काही तरी वेगळंच सांगत होती. आपल्या बदमाष नवऱ्यांना निष्पाप बालकं म्हणत होती.

नवऱ्यांचं मूल्यमापन का काय, ते करण्यात आपली चूक तर झाली नाही?

"संध्या, नीट समजावून दे. तुला काय म्हणायचं, ते स्पष्ट सांग.''

"मी स्पष्टच सांगितलं आहे. दिगू, अशोक व विश्वास ही पोरंच आहेत. यांच्या आयांनी यांना नवरा म्हणून कसं वागायचं, हे कधी शिकवलंच नाही. शिकवलं असतं तर ती अडाण्यासारखी का वागतील? आपण त्यांना पदराखाली घेतलं नाही, तर ती कुठं जातील?''

ऐश्वर्या व माधुरी जड पोटांनी, सुस्तावून घरी आल्या. आपण नवऱ्यांशी भांडतो, त्यांचा डबा करत नाही, त्यांना उपाशी पाठवतो; याचा त्यांना कधी नाही तो पश्चात्ताप झाला. त्यांना वाटत होतं, की आपण बदमाष नवऱ्यांना धडा शिकवत होतो; पण संध्याचं म्हणणं खरं असेल, तर आपण अजाण पोरांना छळत होतो! आई गं!

ऐश्वर्या व माधुरी ताठर शरीरानं पण मऊ मनानं घरी टी.व्ही.समोर बसल्या होत्या.

अशोक व विश्वास हे नवरे, दिगूच्या गुरुमंत्राप्रमाणे नवरेपणा टाकून व मूल होऊन आपल्या आपल्या घरी परतले.

अशोकनं हातातील बॅग फेकली, बूट भिरकावले. ऐश्वर्या डोळे विस्फारून अशोकचं पोरपण पाहत होती. दिगूनं पुरवलेल्या संवादाची फुणफुण अशोकनं चालू केली : "मी असाच उपाशीपोटी ऑफिसात जाणार. उपाशीपोटी नोकरी

करणार, रात्रीसुद्धा उपाशीपोटी झोपणार.''

तिकडं विश्वासनं माधुरीच्या पुढ्यात विम्याची पॉलिसी धरली होती. विश्वास समजावत होता, ''मी उपाशीपोटी काम करून करून मेल्यावर, तू या पत्त्यावर अर्ज कर. मृत्यूचा दाखला महापालिकेतून मिळतो. त्या दाखल्याची प्रत जोड. तू सुखात राहा.''

अशोकनं व विश्वासनं आपल्या-आपल्या घरी कॉटवर धाड्कन अंग टाकलं होतं. दोघंही अनुक्रमे ऐश्वर्याच्या व माधुरीच्या साडीचा काठ चुरगळत होते.

ऐश्वर्या व माधुरी यांच्यातील क्षणभराच्या कठोर, जहांबाज व भांडखोर बायका नाहीशा झाल्या. त्यांच्यातील अनंतकाळच्या माता जाग्या झाल्या. आपली पोरं उपाशी आहेत, हे या दोघींना प्रथमच जाणवलं.

आकाशात हिंडणाऱ्या घारीचं चित्त जमिनीवरच्या पिलांपाशी असतं; ऐश्वर्या व माधुरी या तर जमिनीवरच्या घारी होत्या.

''असं करायचं नाही— असं बोलायचं नाही. तुझी चूक तुला समजली ना? मग झालं तर!'' अशी वाक्यं ऐश्वर्याच्या मुखातून अशोकच्या कानात रुणुझुणु लागली.

जणू याच वाक्यांच्या झेरॉक्स प्रती माधुरीच्या मुखातून विश्वासच्या कानी पडत होत्या.

रुसण्याचा पाऊस गेला होता, हसण्याचं ऊन सांडत होतं.

आता कायम ऊनच खेळत राहणार होतं.

अशोक व विश्वास आता कधीही नवरे म्हणून होणार नव्हते, ते मूलच राहणार होते. बाप झाल्यावरही ते मूलपण गमावणार नव्हते.

-०-०-०-

.१२.

मैत्री

राघवनं भावहीन नजरेनं हबीबकडं एकटक पाहिलं. त्यानं हबीबला शांत सुरात सांगितलं, "हबीब, जा. तू यापुढं माझ्याबरोबर काम करू नकोस. शन्नो व सितारा यांच्याबरोबर तू राहा. तू आमचा नाहीस."

राघवच्या दंडावरच्या बँडेजखाली रक्ताचा ओलावा होता, पण त्याचे डोळे कोरडे होते.

राघवच्या डोळ्यांत एरवी निखारे फुलले असते. जिभेवरून विषारी शब्दांचे ओघळ वाहिले असते. मुठीत फत्तराचा कठीणपणा उतरला असता. राघवचं क्रुद्ध रूप पाहून आपल्या भविष्यात मृत्यू आहे, हे समोरची व्यक्ती समजून चुकली असती. बॉसनं तो मृत्यू आपल्यापर्यंत विनासायास व विनाविलंब पोचवावा, एवढीच माफक अपेक्षा समोरच्यानं धरली असती.

पण हबीबच्या बाबतीत राघव भावहीन, निर्लेप, अलिप्त होता. कारण हबीब हा राघवचा वर्गमित्र होता. सगळे पाश सोडणाऱ्या राघवला वर्गमित्रांच्या आठवणी सोडता येत नव्हत्या.

रोशन या वर्गमित्रामुळंच राघव गुन्हेगारीच्या विश्वात दाखल झाला होता.

हबीबला एकदा वाटलं की, आपण मागं फिरावं व बॉसचे पाय पकडून म्हणावं, 'बॉस, मी गद्दारी केली, पण नाइलाजापोटी. माझी जोरू शन्नो व लडकी सितारा करीमखानच्या ताब्यात होती. तुमचा सही ठिकाना मी सांगितला, तरच शन्नाला व सिताराला करीमखान सोडणार होता. मला माफी द्या."

पण हबीब मागं वळायचं धाडस करू शकला नाही; काही बोलण्याचा तर संभवच नव्हता.

हबीबनं अक्कलहुशारीनं शन्नो, सितारासह स्वत:ची सुटका करून घेतली

होती. त्यानं शन्नो व सितारा यांचा शेवटचा निरोप घेतला. हबीबला त्याची चूक समजली होती. शन्नो व सितारा या दोन पाशांमुळे राघवच्या गळ्याला फास लागला होता, हे हबीबच्या ध्यानात येऊन चुकलं होतं. तो अशी चूक पुन्हा करणार नव्हता. त्यानं शन्नो व सिताराला कायमचं सोडलं होतं. त्यानं तशी अल्लाची शपथ घेतली होती.

हबीबनं घेतलेली शपथ राघवला कधीच कळणार नव्हती, तरीही हबीब शपथ मोडणार नव्हता.

रोशन या टोळीच्या संस्थापक म्होरक्याची आणि त्याची जागा घेतलेल्या राघव या बॉसची साधी, सोपी व रोखठोक आज्ञा होती. टोळीतल्या माणसाला नातंगोतं असता कामा नये. टोळीतल्या माणसाला आई, बाप, भाऊ, बहीण, मुलगा कोणीही नसतं. त्यानं सगळे पाश सोडायचे आणि मगच टोळीत दाखल व्हायचं. फार झालं तर प्रथम टोळीत सामील व्हायचं, जुने पाश तोडायचे आणि नवे कधीही जोडायचे नाहीत.

हबीब टोळीत आला होता, तेव्हा रोशननं हा पाश तोडण्याचा अलिखित कायदा हबीबला सांगितला होता. पुढं तो कायदा हबीबनं टोळीतील दहा जणांपर्यंत पोचवला होता. अशी नातीगोती आपला घात करतातच; शिवाय आपल्या कुटुंबीयांना व मित्रांनाही अडचणीत आणणारी ठरतात.

राघव, हबीब, रोशन, सदा अत्तरदे, राजा आपटे, मुकुंद काटे, तानाजी भंडारे हे सारे वर्गमित्र होते.

राघव वर्गातील क्रमांक एकचा विद्यार्थी होता. शिवाय तो साऱ्यांचा खरा मित्र होता. राघव सर्वांबरोबर सर्व कार्यक्रमांत, अगदी त्यांच्या अडचणींच्या वेळीही असायचा. समुद्रात पोहण्याचा कार्यक्रम, दिंडोबाचा डोंगर चढण्याची योजना, भाकरी-पिठलं, मिरच्यांचा खरडा-हुरडा असा 'खादी'चा कार्यक्रम, रोज पाचशे असा महिनाभर सूर्यनमस्कार घालण्याचा शाळेतील नेम, स्नेहसंमेलनातील नाटक, क्रिकेटचे सामने, वक्तृत्व स्पर्धा आणि अभ्यास करणे म्हणजे वर्गातील मित्रांना त्यांच्या घरी जाऊन कच्च्या विषयात मदत करणं, त्यांच्या घरगुती अडचणी सोडवणं— या सगळ्या व्यवहारात राघव नुसता असे, एवढंच नव्हे, तर तो बरोबरीने असे व काही वेळा आघाडीच्या फळीत असे.

राघवला आईच्या इच्छेप्रमाणे डॉक्टर व्हायचं होतं, आईचे पांग फेडायचे होते. वडिलांच्या निधनानंतर तो आणि त्याची आई गाव सोडून मुंबईला तात्यामामांच्या आश्रयाला गेले होते. तात्यामामा हे राघवचे सख्खे मामा होते, पण ते बायकोच्या

पूर्णपणे आहारी गेलेले 'मामा' होते. चार नातेवाईक नावं ठेवतील, या सामाजिक दूषणाच्या भीतीनं त्यांनी राघवच्या आईला— म्हणजे सख्ख्या बहिणीला— आश्रय दिला होता.

गावी राघवच्या वडिलांचा चार भाडेकरू राहत असलेला मोठा वाडा होता. त्या घराचं भाडं यायचं. ते भाडं राघवच्या आईच्या नावे मनिऑर्डरीनं यायचं. ते तात्यामामा घ्यायचे. राघवच्या आईकडे चार दागिने होते. "नवऱ्यामाघारी तू काही दागिने वापरणार नाहीस. तूर्तास तुझे दागिने इंदिरा वापरेल. राघवच्या बायकोच्या वेळी आपण नवे करू", असं म्हणून तात्यामामांनी राघवच्या आईच्या होकाराचीही वाट न पाहता, तिच्या ट्रंकेतील दागिन्यांचा डबा काढून घेतला होता व इंदिरामामींच्या ताब्यात दिला होता.

राघवनं ते संतापानं पाहिलं होतं. राघवच्या डोळ्यांतील संताप त्याच्या आईनं पाहिला होता. तिनं नंतर राघवला शांत केलं होतं. "राघव, सहन करायला शीक. ईश्वराची इच्छा असेल, तर सर्व ठीक होईल. तुझे वडील खरे होते. न्यायानं वागणारे होते. रंगपंचमीला हिंदू-मुसलमान दंगल झाली. दंगलीत जे पाहिले, ते तुझ्या वडिलांनी न्यायालयात जसंच्या तसं सांगितलं. त्यांच्या साक्षीमुळं चार गुंड तुरुंगात गेले. पण तुरुंगात न जाता, न्यायालयातून सुटलेले दहा मागे राहिले होते. त्यांनी तुझ्या वडिलांना ठार मारलं. तुला घेऊन गावी राहणं धोक्याचं होतं, म्हणून मीच भावाकडे आश्रय मागितला. आश्रिताला अभिमान व राग ठेवून चालत नाही. यावर उपाय एकच— तू शिकणं व मोठं होणं. आपल्याला आश्रय देणाऱ्यांना आपण आश्रय देऊ शकू, एवढं मोठं होणं. तू डॉक्टर हो. तुझ्या वडिलांना वेळीच डॉक्टरी मदत मिळाली असती, तर ते वाचले असते."

सदा अत्तरदेला राघव म्हणाला होता, "सदा, मी डॉक्टर होणार आहे. माझ्या आईची तशी इच्छा आहे. ती मला पुरी करायची आहे. सदा, तुम्ही सर्व मित्रमंडळी आहात, म्हणून मी मनानं मोडलो नाही. तुम्हा मित्रमंडळीत माझा वेळ उत्तम जातो. मी तुमच्यात असतो, रमतो, म्हणून मी माझं दुःख विसरतो. माझ्या मामाच्या घरी माझ्या आईला स्वयंपाकीण व मोलकरीण अशी कामं करावी लागतात, वर तिला एक बरा शब्द ऐकायला मिळत नाही. ती कसं सोसत असेल?"

पण डॉक्टर होणं राघवच्या नशिबी नव्हतं. गुंड होणं, हे त्याचं विधिलिखित होतं. गुंड नसतानाही प्रथम त्याच्यावर गुंड असल्याचा शिक्का बसला. नंतर तो

किरकोळ गुंड झाला आणि शेवटी गुंडांच्या टोळीचा म्होरक्या, म्हणजे बॉस झाला.

पोलिसांच्या फायलीत खतरनाक गुंड अशी नोंद असलेल्या राघवची आई तिच्या मूळच्या गावी, स्वत:च्या वाड्यात एकटी राहत होती. पण ती राघवची, गुंड राघवची आई आहे, हे साऱ्यांना माहीत होतं. त्यामुळं तिला कसलाही त्रास देण्याचा विचार गावातील गुंड मनात आणत नव्हते. उलट, आईंना काही हवं-नको ते विचारण्यासाठी ते धडपडत होते. आईंच्यामार्फत राघवशी परिचय झाला व आपला गुंडगिरीचा व्यवसाय थोडा वाढला, तर त्यांना हवा होता!

आईच्या वाड्यात चार भाडेकरू राहत होते. ते भाडेकरू राघवच्या आईला अव्वाच्या सव्वा भाडं देत होते. भाड्याची रक्कम अर्थातच राघव पुरवत होता. भाड्याच्या त्या रकमेत राघवच्या आईचं व्यवस्थित चालत होतं. जेवढं व्यवस्थित चालत होतं तेच फार आहे, एवढं व्यवस्थित चालण्याची गरज नाही, हे राघवची आई शंभर वेळा बोलून दाखवत होती.

भाडेकरू जे भाडं देतात ते राघवमार्फत आपल्यापर्यंत येतं, हे राघवच्या आईला माहीत होतं. नाही तर अशा जुन्या जागेला एवढं भाडं कोण देईल?

भाड्याच्या या उत्पन्नामुळं पोलिसांना आईचा चरितार्थ व राघवची गुन्हेगारी यांचा संबंध जोडता येत नव्हता.

आपला राघव गुन्हेगार ठरला व झाला, हे आईंना समजलं होतं. आईंना हेही माहीत होतं की, आपला राघव स्वभावानं नेक आहे; सरळ व न्यायी आहे; मित्रप्रेमी व मित्रनिष्ठ आहे. त्याच्या या स्वभावामुळंच त्याला गुन्हेगार बनणं भाग पडलं.

राघव आईला म्हणाला होता, "आई, तुला सोडून जाणं मला भाग आहे. माफ कर. मला डॉक्टर होण्याची खूप इच्छा होती. पण मी विचित्र कोंडीत सापडलो आहे. मी खरं बोलेन, तर रोशन या माझ्या वर्गमित्राचा घात करेन. खोटं वागेन, मित्रद्रोह करेन व न्याय्य पक्ष सोडेन तर मला तुझ्याजवळ राहता येईल. पण माझं मन जन्मभर अशांत राहील. आता तुझी-माझी भेट रोज होणार नाही."

आई म्हणाली, "राघव, तुझ्या मनाला योग्य वाटेल, तेच तू कर."

राघवनं रोशन या मित्राचा पक्ष घेतला; नव्हे, त्याला तो घ्यावाच लागला. डॉक्टर होण्याचं, आईजवळ राहण्याचं, आईचे पांग फेडण्याचं स्वप्न राघवला सोडावं लागलं. पाश तोडावे लागले. राघवला आईला विसरावं लागलं.

राघव हा गुंड आज ना उद्या आईला भेटायला येणार, तो आपल्या

जाळ्यात गवसणार, अशी पोलिसांना खात्री होती. पोलिसांची आईंच्यावर नेहमीच पाळत असे. चौकशीसाठी ये-जा असे. राघवला हे त्याच्या माणसांमार्फत समजे. राघव मनात म्हणे, 'चला, त्या निमित्ताने का होईना, आईला मोफतचे पोलीस संरक्षण तरी मिळते आहे!'

पण राघवनं आईशी असलेलं आपलं या जन्मीचं नातं कायमचं तोडलं आहे, हे पोलिसांना कसं समजावं? राघव तन-मनानं रोशनबरोबर राहिला. टोळीची बांधणी करण्यात तो रोशनबरोबर होता; नव्हे, नेहमीप्रमाणे राघवच क्रमांक एक होता. पण टोळीचा म्होरक्या मात्र रोशन होता!

हबीब हा वर्गमित्र जेव्हा मदत मागण्यासाठी रोशनकडं आला, तेव्हा राघवनं हबीबला हरतऱ्हेनं समजावण्याचा यत्न केला, "हबीब, तुझी सौतेली मां तुला छळते आहे, हे मला समजलं. तुझे अब्बाजान तुझ्यावर विश्वास ठेवत नाहीत, त्यांना नव्या बायकोचंच कौतुक आहे. तुझ्या नव्या आईला मेलेल्या सवतीची मुलं नको झाली आहेत, हेही मला समजलं. तुला तुझ्या स्वत:च्या हालाची पर्वा नाही, पण तुझ्या धाकट्या बहिणीचं दु:ख तुला पाहवत नाही. तुला तिची काळजी आहे, हे सर्व मला समजलं आहे. तरीही तू घर सोडू नकोस. तू घरी असण्यानं तुझ्या बहिणीला आधार मिळतो. मला वाटतं, प्रश्न पैशाचा आहे. तू व तुझी बहीण यांच्या खर्चाचे पैसे आम्ही तुझ्या वडिलांना दर महिन्याला दिले तर? मला वाटते की, प्रश्न सुटेल. तू तुझं शिक्षण पुरं कर. तू मोठा हो. तुझे वडील भानावर येतील. बदलतील, तुझ्याशी बरे वागतील. म्हातारपणी तूच त्यांचा आधार आहेस. सौतेली आईही शहाणी होईल; पण शिक्षण सोडू नकोस, घर सोडू नकोस."

राघवचं सांगणं हबीबला पटलं नाही. हबीबचं माथं भडक होतं.

रोशननं हबीबला 'योग्य' मार्ग दाखवला. "हबीब, तू घर सोड. शाळा सोड. माझ्याकडंच राहा. दर महिन्याला तुझ्या बहिणीच्या खर्चासाठी आम्ही पैसे पाठवू. तुझी सौतेली आई तुझ्या बहिणीशी नुसती नीट नव्हे, तर अदबीनं वागेल याची व्यवस्था मी करतो."

राघव म्हणाला, "हबीब, हळूहळू आपल्याविरुद्ध पोलिसांकडे तक्रारी जाणार. पोलीस आपल्यामागे लागणार. आपला आयुष्याचा रस्ता बदलणार. या नव्या वाटेवर चालताना जुनी नाती विसरायची. बहिणीला विसर. जमेल ना?"

हबीबनं मान हलवली.

रोशननं दोन आडदांड तृतीय पंथीयांना हबीबच्या घरी पाठवलं. त्यांनी

हबीबच्या आईला घराबाहेर रस्त्यावर खेचून आणलं व सणकून हाणलं. आसपासच्यांना ऐकू जाईल एवढ्या वरच्या आवाजात सुनावलं, "हबीबशेठ बहिणीच्या खर्चाचे पैसे पाठवतात. त्यांच्या बहिणीची नीट उस्तवार व्हायला हवी. तिला फुलासारखं जपायचं. आम्ही अधूनमधून चौकशी करत राहणार. याद राख!"

आपल्या आईला रस्त्यावर कोणी मारत आहे, हे पाहून हबीबची छोटी बहीण मध्ये पडली व तिनं आईला वाचवायचा यत्न केला. शेजारची फातिमाचाची पाहतच राहिली! ती हबीबच्या आईला म्हणाली, "मुन्वर, या मुलीकडून काही शीक. तू मुलीचा राग-राग करतेस आणि ही मुलगी तुझ्याकरता रहेम मागते!"

या प्रसंगानंतरही मुन्वर शहाणी झाली नाही. आणखी चार वेळा मुन्वरला मार पडला. प्रत्येक वेळी हबीबची बहीण 'माझ्या आईला मारू नका', असं विनवत मध्ये पडली. मग मात्र मुन्वर शहाणी झाली, जरूर तेवढी प्रेमळही झाली.

रोशन, राघव व हबीब या तिघांची गुन्हेगार म्हणून हळूहळू वाढ झाली. ते किरकोळ गुंड होते, मग मध्यम दर्जाचे झाले, मोठे गुंड झाले, त्यानंतर खतरनाक गुंड बनले आणि शेवटी दाखलेबाज फरारी झाले. ओळखीच्या वस्तीत राहणं त्यांना केव्हाच धोक्याचं झालं होतं. राहण्यासाठी एक गाव, एक शहर, एक प्रांत असा प्रकारही धोक्याचा झाला. गुन्हेगार मोठा झाला की, त्याला हे 'विश्वचि माझे घर' असे होते ते असे! त्यांचे वास्तव्याचे पत्तेच पत्ते झाले किंवा असंही म्हणा की, त्यांचा राहण्याचा पत्ता म्हणून उरला नाही.

गुंड मोठे होतात तसे त्यांचे कार्यक्षेत्र वाढते. लोकप्रतिनिधी मोठे होतात तसा त्यांचा वावर ज्याप्रमाणे ग्रामपंचायतीपासून लोकसभेपर्यंत होतो तसेच गुन्हेगारांचेही होते. त्यांचे कार्यक्षेत्रही लांब-रुंद होते. त्या तिघांच्याभोवती हळूहळू पन्नास जण जमले. त्या पन्नासांच्या पुन्हा स्वतंत्र टोळ्या होत्याच.

रोशन हा टोळीचा प्रमुख होता, कारण तो टोळीचा संस्थापक होता. गुंडगिरीचे रक्त रोशनच्या धमन्यांतून वाहत होते. त्याचे वडील एका टोळीचे नेमबाज ऊर्फ शूटर होते. घरी त्यांच्या मालकीचे पिस्तूल ऊर्फ घोडा होता.

पण रोशनला थोड्याच काळात कळून चुकले की, राघव हा टोळीचा नायक व्हायला अधिक योग्य आहे. नायक व्हायला लागणारी धडाडी, बुद्धी, कल्पकता, निरपेक्षपणा आणि कोणता गुन्हा आपण करायचा व कोणता करायचा नाही, हे ठरवण्याचा विवेक राघवकडं आहे. गुन्हेही नैतिक व अनैतिक असू

शकतात याची समज राघवनं रोशनला दिली.

सुनेला सासू-सासऱ्यांनी जाळलं; पण न्यायालयात सासू-सासरे निर्दोष सुटले. वरती 'आमचं कोणी काहीही बिघडवू शकत नाही', अशा मस्तीत मुलाच्या दुसऱ्या लग्नाच्या तयारीला लागले. अशा सासू-सासऱ्यांना मारण्याची सुपारी जर मृत सुनेच्या भावानं दिली, तर ती घ्यायची. हा गुन्हा नैतिक आहे.

गोरगरिबांना प्रथम शब्दांची, नंतर पैशाची व त्यापुढं शस्त्रक्रियेच्या वेळी खरी भूल देऊन त्यांच्या किडन्या काढून त्या विकण्याचा वापर करणाऱ्या उच्च विद्याविभूषित डॉक्टरांकडून खंडणी वसूल करणं नुसतं नैतिकच नाही, तर न्याय्य आहे! रोशननं म्हणून तर राघवला बॉस म्हणायला आरंभ केला.

राघवनं निषेध नोंदवला, "रोशन, टोळी तुझी आहे. तू बॉस आहेस, मी नाही."

"राघव, मी मूळचा आहे खरा; पण टोळी चालवण्याची व सांभाळण्याची शक्ती व बुद्धी माझ्याकडं नाही. बॉस तूच आहेस. यापुढे मीच तुला बॉस म्हणेन. मग सारेच बॉस म्हणतील. मी व हबीब तुझे वर्गमित्र होतो. आता तू बॉस म्हणजे गुरू आहेस."

रोशनच्या हयातीतच राघव टोळीचा बॉस झाला होता.

बॉस झाल्यावर साऱ्यांना राघवनं एक धडा मंत्रासारखा जपायला सांगितला होता. टोळीतल्या माणसानं कौटुंबिक पाश तोडायचे, कुटुंबीयांना पार विसरायचं.

सगळे पाश तोडायचे याचा अर्थ, आपल्या कुटुंबीयांना वाऱ्यावर सोडायचं, असं राघवचं म्हणणं नव्हतं. आपल्या मिळकतीतून हबीबनं आपली बहीण, आपले म्हातारे आई-वडील, बिबी-बच्ची यांना पैसे पाठवायला बॉसची मुळीच हरकत नव्हती; पण ते पैसे त्यांच्यामार्फत नव्हे, तर बॉसमार्फत व बॉसच्या योजनेप्रमाणे जायला हवेत. त्या पैशाचा टोळीच्या कोणत्याही गुन्ह्याशी पोलिसांना संबंध जोडता येता कामा नये. होता होईतो, कुटुंबीय आपल्या पायांवर उभे राहतील, अशी पक्की तजवीज केली पाहिजे.

राघव असंही सांगायचा, "फार पैसे पाठवू नका. तुमचे नातेवाईक फार इतमामात राहायला लागले की, पोलिसांना संशय येईल. एरवी पोलीस संशय घेत असतातच. त्यांच्या संशयाला बळकटी येईल, असं आपण वागायचं नाही. आपले कुटुंबीय ऐतखाऊही होता कामा नयेत. ऐतखाऊ होतील, मग व्यसनी बनतील, कालांतराने नाश पावतील."

हबीबनं शन्नोशी निकाह लावला, तेव्हा राघव हबीबला म्हणाला होता,

"हबीब, तू हे काय करून बसलास? शन्नोबरोबर सलग सहा महिने राहिलास, हीच गलती होती. आता तू तिच्याशी लग्न करून बसला आहेस! पैसे मोजायचेस आणि शन्नोला मोकळं करायचं. आपणही मनातून शन्नोला काढून मोकळं व्हायचं. एका बाईची सवय होता कामा नये. बाईचंच काय घेऊन बसलास, गुन्हेगाराला कशाचीच सवय होता कामा नये! तू माझा वर्गमित्र आहेस, माझ्याबरोबर पहिल्यापासून आहेस. लग्न करून तू टोळीचा नियम मोडला आहेस. तुला म्हणून मी माफ करतो. मात्र तू पाश निर्माण करून बसला आहेस. हा पाश तुझ्या गळ्याचा फास ठरला नाही, म्हणजे मिळवलं."

हबीबचा पाश हा राघवचा, म्हणजे टोळीचाच घात करणारा ठरला होता.

राघव नेपाळमध्ये आहे, असा मुंबई पोलिसांचा कयास होता. राघवचा मोबाईल नेपाळमध्ये वाजत होता. राघवसारखा आवाज काढून बोलणारा राघवचा सहकारी जॉन नेपाळमधून राघवच्या आवाजात धमक्या देत होता, खंडणीसाठी फोन करत होता.

नेपाळमधील राघवच्या म्हणजे जॉनच्या आज्ञेप्रमाणे राघवचे दिल्लीतील, मुंबईतील आणि पाटण्यातील सहकारी सावजं किडनॅप करत होते, खंडणी वसूल करत होते व प्रसंगी घेतलेल्या सुपारीला जागून सावज टिपत पण होते.

पण राघव नेपाळमध्ये नव्हता. राघव मुंबईत, ताजमहाल हॉटेलात मुक्कामाला होता.

ताजमहालच्या रजिस्टरवर राघवचं नाव होतं बनवारीलाल मेहता. राघवजवळच्या व्हिजिटिंग कार्डावरही बनवारीलालचा अहमदाबादचा पत्ता होता, अहमदाबादचाच फोन नंबर होता. अहमदाबादचा बनवारीलाल हा माणूस एकदम अस्सल होता. त्याचं अहमदाबादला चांगलं हॉटेल होतं. बनवारीलाल हा राघवचा माणूस होता.

राघवनं बनवारीलालला निरोप दिला होता, "तू अमुक तारखेला मुंबईत ये. चेंबूरच्या कंदाहार हॉटेलात मुक्काम कर. मला तुझी गरज लागेल. मुंबईत तू कोणत्या कामासाठी जात आहेस, हे घरी बोलू नकोस. कंदाहार हॉटेलात खऱ्या नावानंच राहा. पण उगीच दहा ठिकाणी 'मी बनवारीलाल मेहता' असं सांगून हिंडू नकोस. फोनपाशी राहा. मुंबईत तू कोणाला फोन करू नकोस, कोणालाही हॉटेलवर बोलवू नकोस. गुप्तता पाळ. आठ दिवसांत माझा तुला फोन आला नाही, तर अहमदाबादला परत जा."

राघव आणि बनवारीलाल मेहता यांचा चेहरा-मोहरा, उंची सारखी होती.

राघवला बऱ्याच भाषा येत होत्या. गुजराती भाषा मराठी भाषेएवढी चांगली येत होती. बनवारीलाल करतो तसाच पोशाख राघवनं केला होता.

राघव नेपाळहून मुंबईला आला होता, तो करीमखानचा कायमचा काटा काढण्यासाठी. करीमखान हा अधम शत्रू होता; उमदा शत्रू नव्हता. करीमखान हा त्याच्या बदमाष वडिलांच्याखातर रोशनचा शत्रू झाला होता. रोशनच्या मृत्यूनंतर तरी करीमनं स्वतःला आवरायला हवं होतं. राघवनं करीमखानला समजावण्याचा यत्न केला होता, "करीम, माझा मित्र रोशन याने तुझे वडील शौकतमियाँ यांचा खून केला, पण याला कारण होती तुझ्या वडिलांची खोटी वागणूक! ठीक आहे, तू भावनेच्या आहारी गेलास व जन्मभर रोशनशी वैर करत राहिलास; पण रोशनच्या मृत्यूनंतर तरी तू स्वतःला सावरायला हवं होतंस. तू रोशनचा शत्रू म्हणून माझाही शत्रू, हा विचार मी कधीही मनात बाळगत नाही. मग तू मला तुझा वैरी का समजतोस?"

पण करीमची समजूत पटली नव्हती. राघवची टोळी नाहीशी व्हावी, राघव नाहीसा व्हावा, म्हणून करीम सतत प्रयत्न करत होता. करीमचे शंभर अपराध भरले, आता करीमला संपवलं पाहिजे, या विचारानं राघव मुंबईला आला होता.

राघव मुंबईत आला आहे व तो ताजमहालमध्ये उतरला आहे, हे हबीबला माहीत होतं.

हबीबमुळं तेवढंच करीमखानला समजलं.

मात्र राघव हा ताजमहालमध्ये बनवारीलाल मेहता या नावानं राहणार आहे, हे हबीबला माहीत नव्हतं. हबीबला माहीत नव्हतं, म्हणून ते करीमखानलाही हबीबकडून वदवून घेता आलं नाही.

टोळीच्या कामासाठी हबीब दिल्लीत पोचला होता. तिहार जेलमध्ये बिहारमधील खासदार बलवीर यादवांचा ड्रायव्हर नीलेश राणा अटकेत होता. नीलेश राणाला पोलिसांनी बोलतं केलं, तर खासदार यादवांना धोका होता. खासदार यादवांच्या विकास या पोरानं सरकारी हॉस्पिटलमधील डॉक्टरीण उचलली होती. त्या डॉक्टरणीनं आत्महत्या केली होती. आत्महत्येपूर्वी ती 'मला नीलेश राणा आणि...' एवढं बोलून थांबली होती. थांबली होती म्हणजे, कायमची थांबली होती!

नीलेश राणाला बिहारच्या पोलिसांच्या सांगण्यावरून दिल्लीच्या पोलिसांनी खासदार यादवांच्या बंगल्यामधून ताब्यात घेतलं होतं. नीलेश राणा मुका नव्हता.

तो वयाच्या दीड वर्षापासूनच बोलायला लागला होता. तो आजही बोलू शकत होता; पण तो काहीही बोलण्यापूर्वी कायमचा मुका व्हावा, अशी खासदारांची इच्छा होती.

नीलेश राणाला मारायची सुपारी मुथय्या स्वामीनं घेतली होती. तिहार जेलमध्ये राघवचे सहकारी खडी फोडतच होते. मुथय्या स्वामी व राघव यांनी चार कामे एकत्र केली होती. जेलमधील राघवच्या सहकाऱ्यांनी खडी फोडता-फोडता नीलेश राणाचं डोकंही फोडावं, अशी मुथय्या स्वामीची इच्छा होती. मुथय्या निम्मी सुपारी द्यायला तयार होता.

राघवची चार कामं निम्म्या सुपारीवर यापूर्वी मुथय्या स्वामींनं केली होती. मुथय्यानं सुपारी कितीची आहे, हे विचारलं नव्हतं; फक्त कामाचं स्वरूप विचारलं होतं.

राघव व मुथय्या यांच्यात आता व्यवहार उरला नव्हता. एका मित्रानं दुसऱ्या मित्राचं काम करायचं, कामाचं मूळ व कूळ विचारायचं नाही, दुसऱ्या मित्राला मदत करायची— असा शंभर टक्के मैत्रीचा मामला होता. कामाचं 'अनैतिक' स्वरूप राघवला आधी समजलं असतं, तर राघवनं हे काम स्वीकारलं नसतं.

डॉक्टरीणबाईंच्या भावानं किंवा नवऱ्यानं 'नीलेश राणाला बोलायला लावा' अशी सुपारी दिली असती, तर ती राघवनं अवश्य घेतली असती!

हबीब दिल्लीत तिहार जेलमधील आपल्या साथींना भेटण्यासाठी, नीलेश राणाला पाहण्यासाठी, एकूण कामाची जुळणी करण्यासाठी आला होता. येत राहणार होता.

तिहार जेलमध्ये करीमखानचे चार आदमी खडी फोडत होतेच. त्यांनी हबीबला ओळखलं आणि मोबाईलवरून मुंबईला करीमखानला वर्दी दिली.

करीमखान हा राघवचा वैरी होता, कारण करीमखानच्या वडिलांचा खून करणाऱ्या रोशनच्या टोळीत राघव होता. हबीब हा राघवला अत्यंत जवळचा होता. हबीबमार्फत करीमखानला राघवपर्यंत पोचणं शक्य होतं.

करीमखानचे वडील शौकतमियाँ यांची मुळात गलती होती. शौकतमियाँनी सिनेमात काम करणाऱ्या मुमताज या रोशनच्या मोठ्या बहिणीला लग्नाचं वचन देऊन फसवलं होतं. तशी चूक मुमताजचीही होती. दोन बायकांचा नवरा असलेल्या शौकतमियाँच्या प्रेमाचा व प्रेमाच्या बोलण्याचा मुमजातनं विश्वास धरायला नको होता.

पण मुमताजची चूक ही लहान वयातील मुलीची चूक होती. मुमताजच्या बापाच्या वयाच्या शौकतमियाँची ही बडी गलती होती.

रोशननं शौकतमियाँना विनवून मुमताजशी लग्न करायला सांगितलं. शौकतमियाँनी लग्नाला नकार देऊन मुमताजचा उल्लेख 'रंडी' असा केला. मुमताजच्या पोटातील मूल आपलं आहे, याचा शौकतमियाँनी इन्कार केला.

रोशन गुंडाचा मुलगा होता. त्यानं खिशातून घोडा काढला व शौकतमियाँवर झाडला. रोशनजवळ घोडा आहे, हे राघवला माहीत नव्हतं.

राघव हा गुंड नव्हता, पण तो रोशनचा वर्गमित्र होता. राघवजवळ आपल्या बहिणीचं, मुमताजचं दुःख रोशन बोलला होता. रोशनची बहीण ही राघवला स्वतःची बहीण वाटली होती. म्हणून तर रोशनबरोबर शौकतमियाँकडं बोलणी करण्यासाठी राघव गेला होता. शौकतमियाँना समजावण्यासाठी गेला होता.

पण संतापापोटी राघवसमोर रोशननं शौकतमियाँना गोळी झाडून ठार केलं होतं. रोशन घाबरला. त्यानं हत्यार तिथंच टाकलं. रोशन पळाला. रोशनबरोबर राघवही पळाला.

त्याच दिवशी रोशनला अटक झाली. राघवलाही अटक झाली.

रोशन व राघव हे दोघंही नववीचे विद्यार्थी होते, दोघंही अठरा वर्षांखालचे होते. घोडा आपला आहे, हे रोशननं नाकबूल केलं. शौकतमियाँना पश्चात्ताप झाला व त्यांनी स्वतःवर गोळी झाडून घेतली, असा जबाब राघवनं दिला. "रोशननं शौकतमियाँना आत्महत्या करण्यापासून रोखण्यासाठी त्यांच्या हातातून पिस्तूल काढून घेण्याची धडपड केली", असा जास्तीचा जबाब राघवनं विचारपूर्वक दिला.

पिस्तूल रोशनचं आहे, हे न्यायालयात सिद्ध झालं नाही. 'रोशन हा शाळकरी मुलगा पिस्तूल विकत घेण्याकरता पैसे आणेल तरी कोठून? असे पिस्तूल शौकतमियाँचंच असण्याची शक्यता जास्त आहे.' हा रोशनच्या वकिलांचा युक्तिवाद प्रभावी ठरला.

पिस्तुलावर रोशनच्या बोटांचे ठसे कसे, या प्रश्नाचं उत्तर राघवच्या जबाबातच होतं. रोशननंच तर शौकतमियाँच्या हातातील पिस्तूल काढून घेण्याचा प्रयत्न केला होता, त्या वेळी रोशनची बोटे पिस्तुलावर उमटली असणार.

'माझ्या बहिणीशी लग्न करा', अशी विनंती शौकतमियाँना करण्यासाठी रोशन गेला होता. मुमताजच्या पोटात शौकतमियाँचं मूल आहे. शौकतमियाँचा

खून करून रोशन आपल्या बहिणीला लग्नाआधी थोडाच विधवा करेल? हा रोशनच्या वडिलांचा बचावही पटण्यासारखा होता. परिणामी, रोशन व राघव खटल्यातून सुटले; पण हा निकाल पदरात पडण्यापूर्वी रोशन व राघव तुरुंगात दोन वर्षे एकत्र होते.

राघव तुरुंगात होता त्या काळात, बहिणीच्या जबाबदारीतून कायमची मुक्तता करून घेण्याची संधी तात्यामामांना मिळाली. "राघव गुन्हेगार आहे, गुन्हेगाराला जवळ करून मी माझी अब्रू घालवू की काय?" असा त्रागा करून त्यांनी बहिणीला गावी परत पाठवलं.

तुरुंगातून बाहेर आल्यावर राघव रोशनकडेच राहिला. आपण सुटलो याचं मुख्य कारण राघवची जबानी व राघवची सच्ची मैत्री आहे, हे रोशन विसरला नाही. राघव हा आपला बॉस आहे, हे रोशननं ठरवूनच टाकलं होतं.

शौकतमियाँचा करीमखान हा मुलगा आपल्या वडिलांच्या खुनाचा बदला घेण्यासाठी जंग-जंग पछाडत राहिला. करीमखानपासून स्वत:ला वाचवायचं, तर रोशनला व राघवला गुंड होणं भागच होतं. करीमखानचा प्रत्येक प्रयत्न राघवनं अयशस्वी ठरवला. राघव प्रत्येक वेळी रोशनला वाचवत राहिला. अखेरीस रोशन पोलिसांबरोबरच्या चकमकीत मरण पावला. राघव हा टोळीचा प्रमुख झाला. तो टोळीचा बॉस प्रथमपासूनच होता.

रोशन नाही तर नाही, रोशनला वाचवणाऱ्या राघवचा बळी घेतल्याशिवाय स्वस्थ बसायचं नाही, असं करीमखाननं ठरवून टाकलं.

करीमखाननं प्रथम हबीबची पत्नी शन्नो व मुलगी सिताराला ताब्यात घेण्याची व्यवस्था केली. हबीबनं त्या दोघींना तातडीनं दिल्लीला बोलवलं आहे, हा हबीबचा निरोप, विमानाची मुंबई ते दिल्ली अशी तिकिटं, आणखी सोबतीसाठी एक वयस्कर जोडपं वाटावं असे स्त्री-पुरुष एवढे थेट शन्नोपर्यंत पोचावेत, असं नियोजन करून करीमखान दिल्लीत शन्नो-सिताराची वाट पाहत राहिला.

करीमखाननं तिहार जेलच्या बाहेर 'फिल्डिंग' लावली होती.

करीमखानच्या अंदाजाप्रमाणे हबीबनं तिहार जेलकडं फेरी मारली. जेलमधून परतताना मारुती मोटारीच्या सरकत्या दाराआडून शन्नोनं हबीबला हाक दिली. हबीब मोटारीत शिरला व करीमखानच्या जाळ्यात अलगद सापडला.

हबीबच्या डोळ्यांसमोर शन्नो व सितारा यांना सिगारेटचे चटके देऊन करीमखाननं बॉस ताजमहाल हॉटेलात उतरला आहे, हे हबीबकडून काढून घेतलं. हबीबचा स्वत:चा प्राण गेला असता, तरी हबीबनं तोंडातून ब्र काढला

नसता, हे करीमखानला छान माहीत होतं.

'माझं मुंबईतील ऑपरेशन यशस्वी होत नाही तोपर्यंत या तिघांना सोडू नका', असं सांगून करीमखान मुंबईला परतला. करीमखाननं मुंबईत छत्तीस तास खर्च केले व ताजमहालच्या प्रत्येक खोलीत राहणाऱ्याची खातरजमा करून घेतली.

अहमदेबादहून आलेला बनवारीलाल मेहता हाच राघव, अशा निष्कर्षाला करीमखान आला. करीमखाननं विचार केला, 'संधी घ्यावी. हा मेहताच राघव असला तर प्रश्न कायमचा संपला. मेहता हा राघव नसला व उगाचच मारला गेला, तर आपण अहमदाबादला शोकसंदेश पाठवू!'

रात्री रूमसर्व्हिस देण्याकरता एक वेटर राघवच्या खोलीत शिरला. वेटरनं गोळी झाडण्यापूर्वी, सावध असलेल्या राघवनं त्याच्यावर आपलं रिव्हॉल्व्हर झाडलं होतं. वेटर जागीच मेला होता. बनवारीलाल मेहताच्या दंडात गोळी घुसली होती.

पोलीस आले होते. तो वेटर ताजमहालच्या नोकरांपैकी नव्हता, हे तासाभरात स्पष्ट झालं होतं. अहमदाबादचे मेहता प्रचंड भेदरलेले होते. ते काहीही बोलू शकत नव्हते. त्यांची बोबडी वळली होती! राघवला भ्यायल्याचा अभिनय करणं भागच होतं.

पोलिसांनी मेहतांची जे. जे. हॉस्पिटलमध्ये रवानगी केली. मेहतांच्या खोलीबाहेर पोलीस बंदोबस्त होता. मेहतांच्या दंडातील गोळी काढण्याची यशस्वी शस्त्रक्रिया सर्जन अत्तरदे यांनी पार पाडली. शस्त्रक्रियेनंतर सर्जन अत्तरदेंना बनवारीलाल मेहता म्हणाले, "सदा, मला तुझ्याशी थोडं खासगीत बोलायचं आहे."

सर्जन सदाशिव अत्तरदे चमकले. एक आवंढा गिळून ते म्हणाले, "कोण? राघव? तू?" डॉक्टरांचे डोळे विस्फारले होते.

"सदा, हळू बोल. तू बरोबर ओळखलंस. सदा, माझी एक इच्छा आहे. मी हॉस्पिटलमध्ये दोन दिवस तरी असणार. मला माझ्या वर्गमित्रांना भेटायचं आहे. राजा आपटे, तानाजी भंडारे, मुकुंद काटे, रघू ऐतवडे— हे मित्र इथंच आहेत ना? त्यांची व माझी गाठ घालून देशील?"

"प्रयत्न करीन. बहुधा जमेल. मुकुंदा काटे हा विमा एजंट आहे. त्याला गाठतो. त्याच्यामार्फत साऱ्यांना जमवता येईल."

"काय सांगशील?"

"काही तरी मार्ग काढेन. आपला मित्र, फरारी गुंड राघव आला आहे, हे तर नक्कीच सांगणार नाही. माझ्या घरी पार्टी ठेवतो. तू भेटलास, हे चमत्कार घडल्यासारखं वाटत आहे. गेले काही महिने मी तुझाच जप करत होतो. ताजमहालमध्ये गोळीबार झाला आणि मला पुन्हा तुझी आठवण झाली. गेले काही महिने मला मुथय्या स्वामीची माणसं खंडणीसाठी धमकी देत आहेत. मी त्याबाबत उद्या बोलेन."

त्याच रात्री हॉस्पिटलमधून मागच्या खिडकीतून राघव ऊर्फ बनवारीलाल पसार झाला. पुढच्या दरवाजावरचा पोलीस पहारा सुखरूप होता.

बनवारीलाल म्हणजे राघव, हे पोलिसांना कसं माहीत असावं? नाही तर पोलिसांनी जास्त सावधगिरी घेतली असती.

डॉ. अत्तरदे गेल्यावर राघवनं विचार केला, 'पाश तोडले पाहिजेत. वर्गमित्रांचेही पाश तोडले पाहिजेत. आपल्यामुळे आपल्या मित्रांना त्रास होता काम नये.'

चार-सहा दिवसांत बनवारीलाल मेहता हा राघव होता, हे पोलिसांना कळल्याशिवाय राहणार नाही. आपण राघव पानसे आहोत, हे डॉ. अत्तरदेंना समजलं असणार; त्याशिवाय त्यांनी जुन्या मित्रांचं संमेलन घरी का भरवलं? त्या संमेलनाला राघव पानसे होता? मग या सर्वांनी पोलिसांना का कळवलं नाही? पोलीस या पद्धतीनं नक्कीच विचार करतील.

सदा अत्तरदेला त्रास होईल.

तसा होता कामा नये.

पाश तोडलेच पाहिजेत— अरे हो!

मुथय्या स्वामीला सांगून डॉ. अत्तरदे यांना येणारे खंडणीचे फोन बंद केले पाहिजेत. पाश तोडायचे याचा अर्थ मैत्री तोडायची, असा थोडाच होतो?

-०-०-०-

.१३.

पेरणी

पालिकेच्या वॉर्ड क्र. ७ ची निवडणूक होती. एका पक्षातर्फे बाबूराव जमखिंडे, तर दुसऱ्या पक्षातर्फे नरसय्या अडसूळ उमेदवार होते. खरं म्हटलं, तर या निवडणुकीशी पक्षांचा असा काही संबंधच नव्हता. बाबूराव विरुद्ध नरसय्या अशीच ही निवडणूक होती. एका पक्षाने बाबूरावांना पाठिंबा दिला; त्यामुळे विरोधी पक्षाला नरसय्यांच्या मागं उभं राहावंच लागलं.

बाबूरावांचे वडील आबूराव आणि नरसय्याचे वडील व्यंकय्या या दोघांत अनेक वेळा याच वॉर्डात निवडणुका झाल्या होत्या. राजकारणातील वयानुसार म्हणजे नव्वदाव्या वर्षी ते दोघेही सक्रिय राजकारणातून निवृत्त झाले. निवृत्तीच्या वेळी दोघांनीही आपली मोठी मुले राजकीय वारस म्हणून घोषित केली. वॉर्ड क्रमांक ७ ची निवडणूक लढवायचे काम बाबूराव व नरसय्या या त्यांच्या मुलाकडं आलं होतं. दोन्हीही उमेदवार ताजेतवाने, दमदार, तरुण म्हणजे साठीच्या आसपासचे होते.

तसा या पोरांना निवडणुकांचा भरपूर अनुभव होता. गेली काही वर्षे दोघांचे वृद्ध वडील आबूराव व व्यंकय्या हे निवडणुकांचा भार सोसू शकत नव्हते. वयाच्या ऐंशीव्या वर्षापासून, म्हणजे गेली दहा वर्षे तर आबूराव व व्यंकय्या, 'अरे, आम्हाला सोडवा. समाजाकरता आम्ही भरपूर कष्ट केले, आता समाजसेवेची ही पालखी तुम्ही तरुण पोरांनी आपल्या खांद्यावर घ्यायला हवी', असं म्हणत होते. पण अनुयायी आणि मतदार ऐकायला तयार नव्हते. आबूराव व व्यंकय्या यांच्यामधील पाच-पाच वर्षांच्या आणखी चार निवडणुका पाहायच्या होत्या. निवडणुका लढवत, कधी जिंकत तर कधी गमावत, दोघेही शंभर वर्षांचे व्हा; मग निवृत्ती घ्या, असा मतदारांचा हेकाच होता. मतदारांना यांची आश्वासने

ऐकण्याचं व्यसन लागलं होतं.

परंतु, आबूराव व व्यंकय्या यांनी नव्वदी गाठली आणि त्यांचे हातपायच काम करेनात. त्यांचे मेंदू शाबूत होते, पण पालिकेचे काम करायचे म्हणजे एक वेळ मेंदू धड नसला तरी चालेल, पण हातपाय धट्टे-कट्टे हवेतच हवेत.

मोर्चा काढायचा, आमरण - चक्री - लाक्षणिक अशा उपोषणांकरता चौकात बसायचं, कोणाच्या तरी तोंडावर काळं फासण्याकरता उत्तेजन द्यायचं; म्हणजे जागेवरून हलणं आलं. ऐंशी वर्षांपर्यंत आबूरावांनी व व्यंकय्यांनी हे निभावून नेलं. पण नव्वदाव्या वर्षी दोघांनी आपापल्या मुलांना सांगितलं, "आता हा वॉर्ड तुमच्या ताब्यात घ्या. निवडणुकीत कधी हार होणार, कधी जीत. हे म्हणायला ठीक आहे, पण प्रत्यक्षात नेहमी आपलीच जीत व्हायला हवी. वॉर्डातील रस्ते नव्याने करायचे, फुटपाथवर लादी बसवायची, उद्यानातील जुनी माती काढायची व नवी घालायची, उद्यानात शोभिवंत कारंजी उभी करायची, नाले वळवायचे, त्यांची सफाई करायची, रस्त्यांची नावं बदलायची, जुने पुतळे काढून त्यांच्या जागी नवीन पुतळे उभारायचे— ही कामं झाली, तरच वॉर्डाची प्रगती होईल. वॉर्डाची प्रगती आपल्यामार्फत झाली, तरच आपला व आपल्या चार मित्रांचा विकास होतो. वॉर्डात शंभर रुपयांचा विकास झाला, तरच आपला घट्ट दहा रुपयांचा विकास होतो. शिवाय गावात प्रतिष्ठा मिळते, चार धंद्यांत भागीदारी लाभते. बेकायदा काम करायला परवानगी देण्याकरता, कायदेशीर कामं अडवण्याकरता, कामं पाडण्याकरता पैसे मिळतात; ते घ्यायचे. झोपड्यांना आग लागते, वाहनांचे अपघात होतात व त्यात कुटुंबातील कर्ता माणूस दगावतो. एखाद्या हुशार व गरीब विद्यार्थ्याचं शिक्षण अडलेलं असतं. अशा वेळी ही दुःखी-कष्टी माणसे आपल्याकडं मदत मागण्याकरता धावतात. त्या वेळी मदत द्यावीच लागते. आपण नगरसेवक नसलो, तरीही मदत द्यावी लागते. त्या वेळी मागं-पुढं पहायचं नाही. म्हणून आपला घट्ट दहा टक्के विकास साधतानाच समाजाकार्यासाठी जास्तीचे दहा टक्के घेऊन ठेवायचे; पण हे वरचे दहा आपले नाहीत, हे विसरायचं नाही."

खरं तर, बाबुराव व नरसय्या यांना त्यांच्या-त्यांच्या वडिलांनी एवढा सविस्तर उपदेश करायची गरजच नव्हती. बाबूराव व नरसय्या यांना घराण्याची रीतभात, परंपरा व विकासाची पद्धत माहीतच होती. त्यांचे वडील नगरसेवक होते. त्या-त्या काळात बाबूराव व नरसय्या त्यांच्या वडलांच्या नावाचा वापर करून, लपून-छपून समाजसेवा करतच होते. वडील घोड्यावरून पायउतार

केव्हा होतात आणि आपल्याला केव्हा समाजसेवेची थेट संधी मिळते, याची दोघेही वाट पाहत होते.

बाबूरावांच्या तुलनेत नरसय्यांचं नाणं खणखणीत होतं. बाबूरावानं नववीतच शाळा सोडली होती. नरसय्या दहावी उत्तीर्ण करून कॉलेजच्या पहिल्या वर्षात पोचला व त्यानं कॉलेज सोडलं. त्यामुळं नरसय्या उच्चविद्याभूषित होता. बाबूरावांचं रेशन दुकान होतं. नरसय्यांच्या प्राथमिक व माध्यमिक शाळा होत्या. बाबूरावांच्या मालकीचं तमाशाचं थिएटर होतं, नरसय्यांचं बार अँड रेस्टॉरंट होतं. वरती बारमध्ये मुली दारू देत होत्या. प्रत्येक बाबतीत नरसय्या तसा सरस होता. त्यामुळं बाबूराव चडफडत होता. आबूराव व व्यंकय्या यांच्या निवडणुकांच्या वेळी हीच परिस्थिती होती. पण आबूराव हिंमत हरत नसत, ते प्रतिकूल परिस्थितीचाही लाभ उठवत. जुन्या जुन्या गोष्टी उकरून काढत व त्यांचं भांडवल करत. आबुराव मतदारांना सांगत, ''हा व्यंकय्या इंग्रजीत वीस-वीस मार्कांनी नापास व्हायचा. मी फक्त एक-दोन मार्कांनी नापास व्हायचो. गावातील चौधरीमास्तरांना विचारून खात्री करून घ्या. समजा— उद्या वॉर्ड क्र. ७ मध्ये धरण बांधायचं काम निघालं, तर त्याकरता दिल्लीहून पैसे आणावे लागतात. दिल्लीत इंग्रजी बोलावं लागतं. हा वीस मार्कांनी नापास व्यंकय्या तिथं काय नुसतं एबीसीडी म्हणून दाखवणार?'' कोणी तरी अडाणी प्रश्न विचारे, 'पण धरण बांधायला वॉर्डात नदी कोठे आहे?' इतर सुबुद्ध मतदार त्या अडाण्याला गप्प करत, 'लेका, तू साधा मतदार. तुला कळतं, ते काय आबूरावांना समजत नसेल?' त्यांनी समजा, उद्या धरणाचं काम निघालं तर? असा प्रश्न विचारला आहे. ही निवडणूक आहे. दोघांनाही असं समजा, जर-तर या भाषेत बोलायला परवानगी आहे. व्यंकय्या आबूरावांना उत्तर द्यायला समर्थ आहेत. तू मध्ये बोलणारा कोण? आपण मतदारांनी नुसतं ऐकायचं.''

व्यंकय्या आपल्या बार अँड रेस्टॉरंटची टिमकी वाजवत व म्हणत, ''वॉर्डात पाणी कमी येईल, त्या दिवशी हक्कानं बारमध्ये यायचं आणि दारू मागायची. दारू घेतली की पाणी आलं नाही, हे तुम्हाला आठवणारही नाही.''

आबूराव उत्तर देत, ''मी गरिबांची कामे करणारा आहे. मी म्हणून तर रेशन दुकान टाकलं आहे. या बार अँड रेस्टॉरंटमध्ये इंग्रजी नृत्य चालतं, इंग्रजी ठेक्याची गाणी लावतात. मला हे मान्य नाही. अरे, आपल्या लोककलेचा अभिमान हवा. मी म्हणूनच तमाशाचं थिएटर खोललं आहे.''

व्यंकय्या विचारत, ''इंग्रजी नृत्य व ठेका मान्य नाही म्हणता, तर इंग्रजी

विषयातील मार्कांची चर्चा का करता?"

सभा अशा रंगत. जुगलबंदी होत राही. एकूण, निवडणूक गाजे. मतदारांचे कान आश्वासने ऐकून तृप्त होत. परिस्थितीप्रमाणे कधी आबूराव, तर कधी व्यंकय्या निवडून येत.

आता ही लढत बाबूराव व नरसय्या यांच्यात होणार होती. आपल्या पोरानं निवडून यावं, असं आबूरावांना वाटत होतं; पण परिस्थिती बाबुरावांच्या सोईची तर नव्हतीच, उलट अडचणीची होती. बाबूरावांच्या रेशन दुकानात किडक्या गव्हाची पोती दाखल झाली होती. गव्हात अळ्याही होत्या. दुकानावर येणारं प्रत्येक गिऱ्हाईक बाबूरावांच्या नावे खडे फोडत होतं.

किडक्या गव्हाला बाबूराव एका पैशानंही जबाबदार नव्हते. सरकार वरून जो गहू पाठवेल, तो बाबूरावांच्या दुकानातील नोकर विकणार. हां! चांगला गहू आला असता तर बाबूरावांच्या नोकरांनी, आबूरावांनी घालून दिलेल्या शिस्तशीर रीतीनुसार चांगल्या गव्हाऐवजी हलक्या गव्हाची पोती दुकानात घुसवली असती; पण मुद्दलात वाईट गहूच दुकानात आला, तर नोकर काय करतील? गिऱ्हाइकांनी वाटलं तर गहू घ्यावा किंवा घेऊ नये, असंच नोकर म्हणणार व मोकळे होणार.

पण वॉर्ड नं. ७ ची निवडणूक होती. बाबूराव निवडणुकीला उभे होते. बाबूराव विरुद्ध नरसय्या ही निवडणूक भारताच्या राजकारणावर दूरगामी परिणाम करणारी आहे, हे खरं तर शासनाला कळायला हवे होते. पण शासनाच्या गैरकारभारासंबंधी काय बोलावं व काय लिहावं? काश्मीरचा प्रश्न, अतिरेक्यांची घुसखोरी, बेळगावची समस्या, महागाईचा वाढता निर्देशांक, फेरीवाल्यांची अरेरावी व वॉर्ड नं ७ च्या निवडणुकीच्या वेळीच बाबूरावांच्या रेशन दुकानात किडका गहू पाठवणं— असा शासनाचा गोंधळ चालू आहे.

ठीक आहे, शासनानं एक झक् मारली; पण नरसय्या या विरोधी उमेदवारानं वस्तुस्थिती ओळखून धर्मयुद्धाप्रमाणे धर्मनिवडणूक लढवायला हवी होती. 'जे बाबूराव निवडणुकीच्या वेळीही मतदारांना किडके गहू खायला घालायला कमी करत नाहीत, ते निवडणूक झाल्यावर माती खायला घालतील', हा नरसय्यांच्या अपप्रचाराचा कळस होता!

नरसय्या प्रचारसभेत पद्धतशीर मांडणी करत, "हे पाहा, वॉर्ड नं. ७ ची निवडणूक आहे. मी विरुद्ध बाबूराव असा सामना आहे. निवडणूक आहे, म्हणजे आम्ही दोघंही उमेदवार चारच्याऐवजी दहा आश्वासनं देणार. हे करू, - ते करू असं अव्वाच्या सव्वा बोलणार! तुम्ही मतदार सुज्ञ आहात. तुम्हाला आम्हा

उमेदवारांची मन:स्थिती माहीत आहे. दहा आश्वासनांपैकी चारच पुरी केली तरी खूप झालं, असं तुम्ही समजून घेता. चोवीस तास वीज देऊ आणि तीही मोफत देऊ, याचा अर्थ दिवसातून केव्हा तरी अधूनमधून वीज येणार आणि जी वीज पुरवली जाणार नाही, त्या विजेचे पैसे घेणार नाही— एवढाच आहे, हे तुम्ही ओळखता. पण बाबूराव हे जगावेगळे आहेत. ते मतदारांच्या भावना टाचेखाली चिरडणारे सैतान उमेदवार आहेत. निवडणुकीच्या काळात रेशन दुकानात किडका गहू विक्रीला ठेवून बाबूराव तुम्हा मतदारांना, 'तुमची किंमत माझ्या हिशेबी शून्य आहे' हेच सांगत आहेत. किडका गहू देणाऱ्या बाबूरावांना तुम्ही निवडून द्याल, तर तो तुम्हाला निवडणुकीनंतर गव्हाच्याऐवजी खडे खायला देईल. सावध व्हा! तुम्हीच बाबूरावांना निवडणुकीत खडे चारा.''

नरसय्यांच्या या प्रचारानं बाबूराव जेरीला आले. ''वॉर्ड नं. ७ मध्ये मी नदी आणेन, त्या नदीवर धरण बांधेन. एकदा का धरण बांधलं की वॉर्ड नं ७ चा पाण्याचा व विजेचा प्रश्न सुटेलच, वरती बारमाही शेती करता येईल!'' अशी जंगी आश्वासनं द्यायला बाबूराव तयार होते. शेतीकरता जमीन कुठं आहे, या प्रश्नाला जमीन बाहेरून विकत आणू, असं म्हणायलाही बाबूरावांनी पुढं-मागं पाहिलं नसतं. पण नरसय्या अशा प्रकारचा वारेमाप आश्वासनं देण्याचा, सरळ प्रचार करायला तयार नव्हते. ते एकच किडक्या गव्हाचा मुद्दा धरून बसले होते. नरसय्या म्हणायचे, ''वॉर्ड नं ७ मध्ये मी विमानतळ आणेन, रेल्वे आणेन, अशी आश्वासने मीही देऊ शकतो. तुम्हाला अनंत काळच्या अनुभवावरून माहीत आहे की, या आश्वासनांना काही अर्थ नाही. गेली पन्नास वर्षे माझे वडील व्यंकय्या व बाबूरावांचे वडील आबूराव आश्वासन देऊन करमणूक करण्याचा खेळ करत आहेत. पण मला आश्वासनांची खैरात करायची नाही. तोंडावर आश्वासन व तोंडात किडका गहू हा काय प्रकार आहे? आमच्या दारूच्या दुकानात या— एकाही बाटलीतील दारू किडलेली नाही.''

बाबूरावांना काय करावं, हे सुचेना. ते आबूरावांच्यावरच उखडले, ''तुम्ही हे रेशनचं दुकान काय म्हणून चालू केलंत? गरिबांचं भलं करायला गेलात व माझं वाटोळं केलंत. नरसय्याच्या वडिलांनी प्राथमिक व माध्यमिक शाळा काढल्या. शाळातून काहीही ठोक माल द्यावा लागत नाही; फायदा मात्र बक्कळ सुटतो. तुम्ही शाळा का काढल्या नाहीत? तुमच्यामुळं मी निवडणूक हरणार.''

नवीन पिढीचं वागणं हे असंच असतं. स्वत: काहीही करायचं नाही आणि आपल्या अपयशाला जबाबदार धरायचं मागच्या पिढीला! तुला रेशन

दुकान चालवायचं नव्हतं ना? ठीक आहे. तू ते बंद का केलं नाहीस? तू शाळा का काढल्या नाहीस? तू नरसय्याला रेशन दुकान काढण्याची तोट्याची कल्पना का सुचवली नाहीस? असे प्रश्न आबूरावांना विचारता आले असते. पण आबूरावांनी मन शांत ठेवलं. ते म्हणाले, "बाबूराव, त्रागा करून काय होणार? परिस्थितीशी भांडायचं नाही; परिस्थितीवर मात करायची. आहे त्या परिस्थितीचाच फायदा उठवायचा."

"आबा, नरसय्या तेच करतो आहे. तोच परिस्थितीचा फायदा उठवतो आहे. आपल्या दुकानात किडका गहू आला आहे, याचंच तो भांडवल करतोय! वॉर्ड नं. ७ मध्ये मी समुद्र आणतो आणि बंदर उभारतो, असं आश्वासन देऊनही आता काही उपयोग नाही. मतदार शहाणे झाले आहेत. ते म्हणतात, दोन्ही उमेदवारांनी आश्वासनं द्यावीत, ती आम्ही ऐकून घेऊ व करमणूकही करून घेऊ; पण किडक्या गव्हाचं काय? ते प्रथम बोला. गहू हा आमच्या पोटात जाणार आहे, आश्वासनांप्रमाणे तो या कानातून त्या कानाकडे व नंतर बाहेर जात नाही."

"बाबूराव, या किडक्या गव्हाचाच फायदा घ्यायचा. मी सांगतो तसं कर. चांगला, उत्तम प्रतीचा पन्नास पोती खपली गव्हाचा टेंपो रात्री दोन वाजता आपल्या रेशन दुकानाच्या मागच्या दरवाज्याजवळ उभा कर. दुकानातील किडक्या गव्हाची दहा पोती बाहेर काढ."

"आणि त्या दहा पोत्यांच्या जागी, पन्नास पोती चांगला गहू ठेवू? आबा, तुमची बुद्धी पार कामातून गेली आहे! तुम्ही काय सांगताय, हे तुम्हाला तरी समजलं आहे का? रेशन दुकानावरील किडका गहू रातोरात मी बाहेर काढू; त्या जागी चांगला खपली, पंजाबी गहू भरू आणि माझं वाटोळं करून घेऊ? वा! हा किडका गहू संपला की नवीन किडका गहू येणार, मग मी रातोरात तो हलवणार व तिथं चांगला गहू ठेवणार! छान."

"बाबूराव, तू कधी शिकणार आणि शहाणा होणार? मी काय सांगितलं, ते तू नीट ऐकलेलं नाहीस. मी चांगल्या गव्हाचा टेंपो दुकानाच्या मागच्या बाजूला उभा कर, एवढंच म्हणालो. दुकानातील किडक्या गव्हाची दहा पोती बाहेर काढ, एवढंच म्हणालो. दुकानातील किडक्या गव्हाच्या जागी चांगला गहू भर, असं म्हणालो का? लेका, नुसता सीन तयार कर; मात्र दुकानाच्या मागं अंधार हवा. मागे पालिकेचा दिवा आहे. त्यावर काळा कपडा टाका. सगळा व्यवहार गुपचूप हवा. या कानाचं त्या कानाला कळता कामा नये. तू एवढं कर; पुढचं माझ्यावर सोड. नरसय्या चीतपट होतोय की नाही, ते तू बघच."

बाबूरावला पूर्ण समजलं नाही, अर्धवट समजलं. आपले वडील आबूराव अजूनही तेज मेंदू बाळगून आहेत तर! पण आबा नेमकं काय करणार आहेत, बाबूरावाच्या ध्यानी येईना.

"विचार काय करतोस? विचार मी केला आहे. सांगितलं तेवढं कर, तुला निवडणूक जिंकायची आहे की नाही? वॉर्ड नं. ७ चा विकास तुला हवा का नको? कामाला लाग. मुख्य म्हणजे, मी सांगितलं आहे, ते गुप्त म्हणजे गुप्तच राहायला हवं. चार विश्वासू माणसं घे." बाबूरावांच्या अंगात आबूरावांचंच रक्त होतं. त्यांना वॉर्ड नं. ७ चा विकास त्यांच्या मार्फतच व्हायला हवा होता.

काय करायचं, हे बाबूरावांना नीट समजलं होतं. गुप्तता महत्त्वाची होती, अंधार महत्त्वाचा होता, रात्रीची दोनची वेळ चुकवायची नव्हती. बाबूरावांनी या कामाकरता आप्पाराव व अण्णाराव या आपल्या दोन तरुण पोरांना बरोबर घेतलं. बाहेरचा माणूस घेण्याचा धोका त्यांनी पत्करला नाही. नाही तरी आपल्या तरुण पोरांना राजकारण समजायला हवं!

रात्री बरोबर दोन वाजता चांगल्या गव्हाचा टेंपो रेशन दुकानाच्या पिछाडीच्या दाराजवळ उभा राहिला. दुकानाचं मागचं दार खुद्द बाबूरावांनी उघडलं. किडक्या गव्हाची दहा पोती दुकानाबाहेर रस्त्यावर आली. शांतता होती, अंधार होता, गुप्तताही होती आणि तेवढ्यात चार बॅटऱ्यांचे प्रखर प्रकाशझोत टेंपोवर पडले. चार वृत्तपत्रांच्या चार वार्ताहरांनी कॅमेरे मिचकावले. बाबूराव, अप्पाराव, अण्णाराव, टेंपो, रस्त्यावरची पोती— हे सारं कॅमेऱ्यात कैद झालं. नरसय्यांना मिळालेली माहिती खरी होती.

प्रतिस्पर्धी उमेदवार नरसय्या आपल्या चार अनुयायांसह आणि चार पोलिसांसह हजर झाले. नरसय्या ओरडले, "बाबूरावांची कामगिरी तुम्ही तुमच्या डोळ्यांनी पाहिली आहे; आता ती कानांनी ऐका व वृत्तपत्रांतून छापा. रेशनच्या दुकानात आधीच बाबूरावांनी किडका गहू भरला आहे. तोही गरिबांच्या तोंडात पडू नये, ही त्यांची सदिच्छा आहे. हा किडका व सडका गहू बाबूराव रातोरात हलवणार आहेत आणि त्या जागी गव्हाच्या रंगाच्या खड्यांची पोती भरणार आहेत. गरिबांना किडका गहू खायला घालून बाबूरावांचं समाधान कोठून होणार? किडक्या गव्हाच्या ऐवजी तो नागरिकांना खडे खायला घालणार आहे. छापा, छापा हे. समजू दे हे मतदारांना. टेंपोमधील पोती पाहा. त्यात अस्सल खडे आहेत." नरसय्यांना ही आतील खडानूखडा माहिती कोणा हितचिंतकाने पुरवली होती.

तेवढ्यात जीपमधून बाबूरावांचे वृद्ध पिताजी आबूरावच हजर झाले.

आबूरावांच्या बरोबर पंधरा सुबुद्ध, सुजाण, समंजस, ज्येष्ठ मतदार नागरिक होते. नरसय्या ओरडले, "या-या. आपल्या चिरंजीवांचे पराक्रम पाहायला आपण आलात आणि बरोबर साक्षीदार आणलेत, हे छान केलंत! काढा, यांचेही फोटो काढा!"

"अच्छा! म्हणजे मला फोन आपणच केला तर?" आबूरावांनी दमदार आवाजात प्रश्न टाकला.

"मी? मी कशाला फोन करेन? मलाच एका हितचिंतकाकडून फोन आला. त्या फोनमुळेच मला बाबूरावांच्या काळ्या कामाची माहिती मिळाली. मी वार्ताहरांना जमवलं, पोलिसांना आणलं. मी तुमच्या मुलाची काळी करणी उघड्यावर आणली आहे."

"माझ्या बाबूरावाचं काळं काम? काळी करणी? म्हणजे काय?"

वार्ताहर राऊत पुढे सरसावले, "आबूरावसाहेब, तुमचे चिरंजीव बाबूराव, रेशन दुकानातील गहू बाहेर काढून त्याजागी गव्हाच्या रंगाचे खडे ठेवणार आहेत."

"लेको, गिऱ्हाईक रेशनवरचा किडका गहू घेताना खळखळ करतो; ते खडे घेताना खळखळ करणार नाहीत? गिऱ्हाईक फसायला काही दगड आहेत काय?" आबूरावांनी प्रश्न टाकला.

वार्ताहर केतकरांनी आपली तर्कबुद्धी वापरली, "आबूरावसाहेब, रेशनचा गहू बाहेर काढायचा, खड्यांची पोती दुकानात घुसवायची, नंतर दहा किलो गव्हात एक किलो खडे या प्रमाणात मिश्रण करायचं आणि मग खडेमिश्रित किडका गहू गिऱ्हाइकाला द्यायचा! तुमचे चिरंजीव बुद्धी तर वापरणारच की! ते नुसते खडे थोडेच विकतील?"

केतकरांच्या बोलण्यातील तर्क पोलिसांना समजला व पटला. त्यांनी माना हलवल्या. सुबुद्ध, सुजाण व समंजस नागरिकांनाही तो तर्क पटला, त्यात नवल ते काय? त्यांच्याही माना हलल्या.

आबूराव ठणठणीत आवाजात गरजले, "राऊत, राणे, केतकर, रासणे— तुम्ही चारही पत्रकार त्या टेंपोत चढा. टेंपोतील पोत्यातून हात फिरवा आणि पोत्यात खडे आहेत का, याची खात्री करून घ्या. सगळी पोती वरून-खालून नीट तपासा. खड्यांचे फोटो काढा. सगळी पोती तपासल्याशिवाय खाली उतरायचे नाही. समजलं?"

चारही वार्ताहर वर गेले व तपासणी करून खाली उतरले. त्यांचे चेहरे उतरले

होते. टेंपोतील सर्वच्या सर्व पोत्यांत उत्तम गहूच होता; नावालाही खडा नव्हता.

आबूराव कडाडले, "आता तुम्ही मला प्रश्न विचारा; मी उत्तर देतो. तुम्ही मला काय प्रश्न विचारणार म्हणा! मीच प्रश्नांशिवाय उत्तरे देतो. तुम्ही ऐका. रेशनच्या दुकानातील गहू किडका आहे, पोकळ आहे, माणसांच्या खाण्याच्या लायकीचा नाही. हा गहू सरकारी आहे; आमच्या शेतातील नाही. सरकारी गहू वाटणं, हे आमचं काम आहे. किडका गहू आला, तो विका व मोकळं व्हा— असा विचार कोणीही रेशन दुकानदार करणार; पण बाबूरावांमध्ये समाजसेवकाचं रक्त आहे. बाबूरावानं ठरवलं की, रेशनदुकानातील किडका गहू रातोरात हलवायचा, त्याजागी चांगला गहू भरायचा व तोच विकायचा. हे नेक काम बाबूराव रात्री, अंधारात गुप्तपणे का करत होते? कारणं दोन. एक तर बाबूरावांना या कामाचं श्रेय घ्यायचं नव्हतं. निवडणूक जिंकण्याकरता आपण हे करत आहोत, असा अर्थ कोणी काढायला नको! दुसरं एक कारण आहे. सरकारी गहू हलवणं, हा गुन्हा आहे. उद्या शासनाने विचारलं की, आम्ही दिलेला गहू कोठे आहे? शासनाचा गहू वाईट आहे, हे ठरविणारे तुम्ही कोण? शासन असे प्रश्न विचारू शकतं. शासनच कशाला, आमच्या नरसय्यांनाही चांगल्या गव्हात खडे दिसलेच की! नरसय्यांना माझ्या पोराचं हे सत्कृत्यही पाहवलं नाही. त्यांनी तुम्हा पत्रकारांना बोलावलं, पोलिसांना बोलावलं. तुम्ही आलात ते बरं केलंत. तुम्ही जे पाहिलं, ते छापा. बाबूराव, शासनाचा किडका गहू दुकानातच राहू दे. चांगला गहू परत ने. नरसय्यांच्या कृपेने मतदारांना भिकार गहू खाऊ दे. बाबूराव, तू सत्कृत्य करायला निघाला होतास; पण नरसय्या आडवे आले."

दुसऱ्या दिवशी साऱ्या वृत्तपत्रांतून छायाचित्रांसह खरा वृत्तांत छापून आला. बाबूरावांनी प्रचार चालू ठेवला. "मायबापहो, मला तुमच्या व तुमच्या पोराबाळांच्या तोंडात चांगला गहू भरवायचा होता. मी दुकानातील किडका गहू हलवणार होतो. माझा त्यात स्वार्थ तर नव्हताच, वरती मी तुमच्याकरता गुन्हा करायला तयार होतो; पण नरसय्या यात आड आले. आता तुम्ही निवडणुकीत नरसय्यांना आडवं करा!"

निवडणूक झाली. निकाल लागला. बाबूराव निवडून आले, हे काय सांगायला हवं? आबूराव म्हणाले, "बाबूराव, परिस्थितीवर मात करायला शिका. किडका गहूही विचारपूर्वक पेरला, तर विजयाचं पीक येतं!"

-०-०-०-

.१४.

आजीचा थयथयाट

आजी रागानं थरथर कापत होत्या. त्यांचे हात जोराजोरात वर-खाली होत होते. डोळे गरागरा फिरत होते. आजी अशा संतापलेल्या कोणीच पाहिल्या नव्हत्या. त्या करारी होत्या, पण कोपिष्ट असल्याचे यापूर्वी कधीही जाणवले नव्हते. त्यांच्या तोंडून शब्दांचे तोटे फुटत होते, "या पोरटीला मी किती मायेनं वाढवलं होतं! लहानपणी ही खाली ठेवली, की भोकाड पसरायची. मला हिचं रडं ऐकवायचं नाही. मी हिच्याकरता माझ्या मांडीचा बिछाना केला. ही माझी नात नाही, माझ्या गळ्याला लागलेली तात आहे. कोण कुठला विनायक गुळवणी— शिसपेन, वह्या-बॉलपेन विकण्याचं स्टेशनरी दुकान चालवतो! तो आणि त्याचे आई-वडील तीन खोल्यांच्या खुराड्यात राहतात. ही पोरटी त्याच्याशी प्रेमविवाह जमवून आली आहे. श्वेतानं विनायकशी विवाह केला, तर मी अन्नपाणी सोडीन आणि प्राणत्याग करीन. माझी नात मातब्बर घरी पडेल, अशी आशा मी धरली होती. काय चुकलं माझं? मी निक्षून सांगते, मी जिवंत आहे तोपर्यंत मी हा विवाह होऊ देणार नाही." क्रोधामुळे आजींचे शब्द सलगपणे बाहेर पडत नव्हते.

आजींच्या चेहऱ्यावरचा स्नायू नि स्नायू ताठर झाला होता. श्वेता भेदरून गेली. तिला आजीचा राग अपेक्षित होता. पण आजीचं थरथर कापणं, उलटसुलट हातवारे करणं, दम लागून थांबत-थांबत बोलणं... हे सारं भय उत्पन्न करणारं होतं. तरीही तिनं स्वत:ला सावरलं व तावातावानं आपली बाजू मांडायला आरंभ केला, "माझं काहीही चुकलं नाही. मी फक्त प्रेम केलं आहे. विनायक गुळवणी या निर्व्यसनी, निरोगी आणि गुणी तरुणाबरोबर मी लग्न करणार आहे. विनायक हा घरचा श्रीमंत नाही, नसेल; पण मी पैशाला महत्त्व देत नाही. विनायकला

गरिबांविषयी, रुग्णांविषयी कळवळा आहे. तो मनानं श्रीमंत आहे. त्या श्रीमंतीलाच मी किंमत देते व देणार. आणि पैसे पैसे असे लागतात किती? मी शिक्षिकेची नोकरी करतेच आहे. माझा पगार व दुकानातून मिळणारी विनायकची कमाई यावर मी, विनायक व माझे सासू-सासरे यांचा चरितार्थ उत्तम चालेल; किंवा जो व जेवढा चरितार्थ चालेल, त्यालाच मी उत्तम समजेन. म्हणे, मातब्बर स्थळ! आई-बाबांनी आणलेलं जयंत रणदिवेचं स्थळ हे आयतोबाचं स्थळ आहे. म्हणे— बंगला आहे, कार आहे व मंगल कार्यालयाचा व्यवसाय आहे! हे सर्व जयंताच्या वडिलांचं आहे व हे सर्व सांभाळण्याइतपत जयंता समर्थ नाही. तो साधा बीए होऊ शकला नाही. हां! स्वत:चं ऐंशी किलोचं जड शरीर तेवढं जयंताचं स्वत:चं आहे. बापाच्या जिवावर जगणारा व समाजाविषयी काहीही सोयरसुतक नसणारा नवरा मला नको. मी पूर्वी का बोलले नाही? कशी बोलणार? विनायकची अन् माझी गाठ उशिरा पडली, हा काय माझा दोष आहे? आणि उशीर कोठे झाला आहे? माझं लग्न अद्याप झालेलं नाही. आईनं शब्द दिला आहे, म्हणजे मुलगी तर दिलेली नाही? खरं तर आई-बाबांनी माझ्यासाठी असल्या फोपशा बुजगावण्याचा विचार करायलाच नको होता. आता उशिरा का होईना, मला विनायक भेटला आहे. माझा निश्चय पक्का आहे. माझ्या मनाप्रमाणे घडलं नाही, तर मी जीव देईन व चिठ्ठीत माझ्या आत्महत्येला आई-बाबा जबाबदार आहेत, असं लिहून ठेवेन.''

विश्वास व सुलभा यांना श्वेताचा प्रेमविवाह पूर्णपणे अमान्य होता. जयंत रणदिवे हा श्रीमंत जावई त्यांना हवा होता. पैसा महत्त्वाचा; तो वडिलोपार्जित असला काय किंवा स्वार्जित असला काय— काय फरक पडतो? श्वेता या कन्येपुढं आपलं काही चालणार नाही, हे त्यांना माहीत होतं. श्वेता ही त्यांची मुलगी होती, त्याहीपेक्षा ती आजीची नात होती. तिचं आणि आजीचं प्रत्येक बाबतीत पटायचं. पण श्वेताच्या प्रेमविवाहाला आजींचा विरोध का आहे? आजी पुरोगामी आहेत. बुरसटलेल्या विचारसरणीच्या नाहीत. श्वेताच्या विरुद्ध आजींनी अशी एका टोकाची भूमिका का बरं घेतली आहे? काही का असेना, श्वेता व आजी परस्परांविरुद्ध उभ्या आहेत आणि दोघीही अटीतटीला पेटल्या आहेत, हे छान घडलं आहे.

विश्वास व सुलभा धोरणीपणानं एका सुरात म्हणाले, ''श्वेता, काल-परवापर्यंत तुला जयंता नापसंत नव्हता; एकाएकी तू अशी कशी बदललीस? तू आता तुझ्या आजीशीच बोल. आजींनी तुझ्या प्रेमविवाहाला परवानगी दिली, तर

आम्ही तुझ्याकरता अपमान गिळू. त्याचबरोबर आजींना मान्य नसेल, तर तुला विनायकला विसरावं लागेल. घरात आजी वडील आहेत; त्यांचा शब्द शेवटचा.''

आई एकदा बोलल्या की बोलल्या; त्या माघार घेत नाहीत, हे विश्वास-सुलभाला माहीत होतं. आजी ऊठसूट संसारात तोंड घालत नाहीत, त्या अशा अलिप्त असतात. विश्वास कर्ज काढून मोटार घेणार होता. तेव्हा एकदा आजींनी तोंड उघडलं होतं. ''विसू, वडिलार्जित घरावर कर्ज काढून तू व्यवसाय चालू करणार असतास, तर मी सही दिली असती. तुला मोटार हवीच कशाला? मोटारीतून हिंडण्याच्या पात्रतेचा तू नाहीस. सुलभाही नोकरी करते आहे, एकाच मुलावर तुम्ही थांबला आहात म्हणून तुम्ही जरा छानछोकीत राहत आहात, एवढंच!'' आजींचा शब्द अखेरचा, असं म्हणून आपण स्वस्थ राहावं, आपल्या मनासारखं नक्की होईल, असा विश्वास व सुलभा यांना भरवसा होता.

या घनघोर प्रसंगानंतर दोनच दिवस गेले आणि आजींनी जाहीर केलं, ''श्वेताचा निर्णय बरोबर आहे. मी चौकशी केली. विनायक हा तरुण छान आहे. तालेवार नाही, पण खाऊन पिऊन सुखी आहे. मला चालेल. तुम्ही निवडलेला जयंता हा आयतोबा मला नातजावई म्हणून नको.''

विश्वास व सुलभा अवाक् झाले. आई एकदा बोलल्या की, माघार म्हणून घेत नाहीत; त्यांचा शब्द म्हणजे काळ्या दगडावरची रेघ, हे त्यांच्या अनुभवाचं होतं. आई अशा एकाएकी कशा बदलल्या? वर त्या 'मी चौकशी केली', असं म्हणतात! म्हणजे आपला निर्णय चुकीचा तर नव्हता? ''तुमचा जयंता मला पसंत आहे. श्वेता माझ्या शब्दाबाहेर नाही'' असं मालतीबाई रणदिव्यांना सुलभा बोलून बसल्या होत्या. घरात साखरपुड्याची चर्चा चालू झाली होती आणि आई एकदम फिरल्या. 'आईंचा शब्द शेवटचा', हे आपण बोलून बसलो होतो. 'मी अन्नपाणी सोडीन, मी प्राणत्याग करीन', असं एका टोकाचं आई बोलल्या व आईंचा अटीतटीचा पवित्रा आपल्याला सोईचाही वाटला होता; म्हणून आपण सर्वाधिकार आजींच्या स्वाधीन केले होते! आपण घोडचूक करून बसलो खरे.

...आई-बाबा घरी नाहीत, हे पाहून श्वेता आजीच्या गळ्यात पडून म्हणाली, ''आजी, तू खोटा-खोटा त्रागा करायचा, हे आधी ठरलं होतं; तरीही मी केवढी घाबरले! तुझ्या शरीराची थरथर, शब्दातील कापरेपणा मला खरा वाटला गं! मला वाटलं की, तू खरंच माझ्याविरुद्ध गेलीस.''

''खरा वाटला म्हणजे? तो खराच होता. एखादी गोष्ट मनाला पटली

की, तिचा पाठपुरावा करताना आपण जे-जे करायचं, ते सच्चेपणानंच करायचं. अभिनय करायचा, तोही खरेपणानं. तुला विनायक आवडला आहे. मलाही तो छान वाटला. मुळात मला जयंता पसंत नव्हताच. पण मला वाटलं की, तुलाही जयंताचं स्थळ मान्य आहे, म्हणून मी गप्प राहिले होते. आता विनायकबरोबर अत्यंत कसोशीने संसार व समाजसेवा कर. माझा तुला आशीर्वाद आहे. मला तुझाही अभिमान वाटतो. आजकालच्या मुली पैशाला भुलतात. तू तशी नाहीस.''

केवळ आजीमुळं आपण साखरपुड्याच्या बेडीतून सुटलो. बरं झालं, आपण आजीजवळ आपलं मन मोकळं केलं. श्वेताला आठवलं.

आपण रडक्या स्वरात आजीला म्हणालो, ''आजी, मला जयंताशी लग्न करायचं नाही. मला विनायक पसंत आहे. आम्ही प्रेमविवाह करणार आहोत.''

आजी जागची उठली, तरातरा नातीजवळ पोचली व आश्चर्याने ओरडली, ''काय म्हणालीस? प्रेमविवाह? तुझे आई-बाबा तुला फाडून खातील आणि तू हे आज बोलते आहेस? सुलभा तुझ्या साखरपुड्याचं स्वप्न पाहते आहे.''

''हळू, मोठ्यानं बोलू नकोस. आई-बाबा ऐकतील. मला जयंता पसंत नाही.''

''का? त्याच्या वडिलांचा बंगला आहे. त्याच्या वडिलांनी त्याला स्वतंत्र कार घेऊन दिली आहे.''

''आजी, जयंताजवळ स्वतःचं असं काय आहे? हां, फक्त ढोलम ढोल शरीर त्याचं स्वतःचं आहे. मी जयंताशी लग्न करायचं, मी माझी नोकरी सोडायची आणि सासर्‍यांचा मंगल कार्यालयाचा धंदा मी चालवायचा; असंच ना?''

''आजी, हे मला माहीत आहे व मान्यही आहे. तू हेच तर लहानपणापासून मला शिकवलं आहेस. मी मंगल कार्यालयात वाढपीही व्हायला तयार आहे. पण मी जयंताबरोबर लग्न करणार नाही, कारण जयंताची वाढपी होण्याचीही पात्रता नाही. केवळ दादासाहेबांचा मुलगा म्हणून तो कार्यालयाचा मालक होणार व रोज श्रीखंड- पुरी खाणार. ऐतखाऊची पत्नी होऊन श्रीखंड-पुरी खाण्यापेक्षा मी विनायकची पत्नी होऊन मीठ भाकरी खाईन.''

''हा विनायक कोण?''

''विनायक गुळवणी. त्याचं स्टेशनरी स्टोअर्स आहे. मुख्य म्हणजे, तो गुणी आहे.''

''तू स्टोअर्स पाहिलंस; ते दिसतं. पण विनायकमध्ये तुला गुण कोणते दिसले?''

''विनायक रोज रात्री दुकान बंद केल्यावर गरीब मुलांच्याकरता गणिताचे

वर्ग दोन तास चालवतो. तो एका रुपयाचीही फी घेत नाही. दुकानाच्या सुट्टीच्या दिवशी तो दिवसभर गरीब रोग्यांच्या मदतीसाठी पालिकेच्या इस्पितळात हजर असतो. आजी, तूच तर म्हणतेस— जे का रंजले गांजले, त्यासि म्हणे जो आपुले...''

''मी म्हणत नाही, तुकोबा म्हणतात. पण तुला हे कसं समजलं?''

''आपली कामवाली शेवंता पालिकेच्या इस्पितळात आजारी होती. विनायक गुळवणीनं तिला खूप मदत केली. तिच्याचकडून समजलं. माझ्या वर्गातील माझे तीन विद्यार्थी गणितात एकदम तेज आहेत. नेहमी गणितात अव्वल गुण मिळवतात. अंगावरच्या कपड्यांवरून ते गरीब आहेत, हे ओळखायला येत होतं. उत्सुकतेनं मी विचारलं की, तुम्ही क्लासला जाता का? विद्यार्थी म्हणाले, 'विनायक गुळवणी शिकवतात. फी घेत नाहीत.' विनायक गुळवणी हे नाव मी असं ऐकलं आणि त्यांच्या स्टेशनरी स्टोअर्समध्ये गेले. आजी, विनायक एवढा हँडसम आहे, की मी त्याच्या प्रेमात पडले. त्याचं दुकान शाळेच्या वाटेवरच आहे. त्यामुळे येताना व जाताना, दोन्ही वेळा मी त्याच्या दुकानात डोकवत होते. एकदा विनायक मला त्याच्या घरी घेऊन गेला. दुकानाच्या जवळच घर आहे.''

''घरी तुझ्या लग्नाचं बोलणं चालू होतं, तेव्हा का गप्प बसलीस?''

''तेव्हा मला विनायक भेटला नव्हता, मी त्याच्या प्रेमात पडले नव्हते.''

''श्वेता, मला एकदा माझ्या स्वत:च्या डोळ्यांनी तुझ्या विनायकला पाहायचं आहे. त्याचं दुकान, त्याचं घर, त्याचे आई-वडील मी पाहणार. मला माझ्या नातीचा हात येरागबाळ्याच्या हातात द्यायचा नाही.''

आजी सर्वांना भेटल्या. कामवाल्या शेवंताबरोबर पालिकेच्या इस्पितळात गेल्या व मुख्य डॉक्टरांचे विनायकबद्दलचे कौतुकाचे शब्द ऐकून आल्या.

श्वेता ओरडली, ''आजी, तू स्वत:ला पोलीस समजतेस? विनायकची किती चौकशी करतेस? आता चौकशी पुरे.''

''पुरे तर पुरे. फक्त मला एकदा विनायकचं शिकवणं ऐकायचं आहे. मला त्या गरीब वस्तीत घेऊन चल.''

''आजी, विनायक मुलांना गणित शिकवतो! शाळेत असताना तुझं गणित कच्चं होतं, असं तूच मला सांगितलं आहेस!''

''म्हणूनच मला विनायकचं शिकवणं ऐकायचं आहे. माझं समाधान झाल्याशिवाय मी तुझ्या बाजूनं उभी राहणार नाही.''

श्वेताचा नाइलाज झाला. भूमिती-बीजगणित ऐकून आजी संतुष्ट झाली, ''श्वेता, तुझा विनायक मला पसंत आहे. तो इस्पितळात रमतो, गरीब विद्यार्थ्यांकरता

रोज दोन तास खर्च करतो, शिवाय त्याला गणित येतं. या विनायकचं निर्धन पण गुणसंपन्न स्थळ एकदम पसंत आहे. तू घरी तुझ्या प्रेमविवाहाची बातमी दे. विश्वास व सुलभा काही बोलण्यापूर्वीच मी तुझ्या प्रेमविवाहाला विरोध करायचं जंगी नाटक करते. माझा थयथयाट पाहून विश्वास व सुलभा सर्व सूत्रं माझ्या हाती सोपवतील, असं वाटतं. प्रयत्न तर करून पाहू.''

प्रयत्नांती परमेश्वर, हे खरं आहे आणि चांगल्या- मंगल कार्याला परमेश्वर आशीर्वाद देतो, हेही खरं आहे.

-०-०-०-

.१५.

अपघात

क्वालिस गाडी मध्यरात्रीच्या अंधारात सुसाट वेगाने धावत होती. कुमारने मित्रांना विचारलं, "काय रे साल्यांनो, आणखी वेग वाढवू का?" जवळचा आणि मागचे दोघे ओरडले, "नको, नको— खात्री पटली. तुझी कार म्हणजे विमान आहे!"

"मी तुमच्याहून जास्त घेतलेली आहे, तरी मला चढलेली नाही. माझा माझ्यावर ताबा आहे. माझ्या कारवरही ताबा आहे. तुमच्या मनात संशय आहे?"

"नाही, संशय नाही. कुमार, तुला मानलं!"

"मी काय पैज मारली होती? दीडशेच्या वेगानं कार हाणीन. स्पीडोमीटर बघा— एकशेसाठ आहे. यशवंता, तू बघ. नंतर काचकूच नाय पायजे."

यशवंतानं पाहिलं. स्पीडोमीटर कुठं आहे, हेच त्याच्या ध्यानी येईना; स्पीडोमीटर वाचणं, हा फार पुढचा भाग होता! पण त्यानं तरीही मान हलवत साक्ष दिली, "आनंद, प्रमोद, काटा एकशेसाठाच्या पुढंच आहे; मागं नाही."

"वा! वा!" प्रमोद व आनंद यांच्याही माना हलल्या. ड्रीम हेवन बारमधून बाहेर पडल्यापासून या तिघांच्या माना हलत होत्या. त्यामुळं माना हलवण्यासाठी त्यांना खास परिश्रम पडले नव्हते.

"कुमार, तू कार अशी चालवतोस! तू पायलट झाला असतास, तर विमान काय ताबडलं असतंस?" यशवंतानं प्रश्न विचारला.

"विमान चालवायला कुमार कशाला हवा? मीही विमान फुल स्पीडनं चालवीन. आकाशात काय— सर्व मोकळंच असतंय! ट्रॅफिक नाही, सिग्नल नाही, आडवे येणारे पादचारी नाहीत, हवालदार नाही; वरती सगळं ऑटोमेटिक असतं. मुंबईच्या रस्त्यावरून गाडी चालवणं महाकठीण काम आहे!" आनंदानं

विमान चालवण्यातील सोपेपणा सांगितला.

"आनंदा म्हणतोय ते खरं आहे. वरती आकाशात रस्ता एकदम गुळगुळीत... एकसुद्धा खड्डा म्हणून नाही! मी तर विमान डोळे मिटून चालवीन. एकदा दिशा पकडली की झालं. रस्ते वर-खाली असतात, रस्त्यांवर स्पीडब्रेकर लागतात, रस्ते वळणं घेतात. त्यामुळे डोळे उघडे ठेवून कार चालवावी लागते." कुमारनं विमानप्रवासातील सोपेपणा अधिक स्पष्ट केला.

"कुमार, रस्ता काही एकसारखा वळत नाही. रस्ता सरळ असतोच की! सरळ रस्त्यावर तू डोळे मिटून कार चालवशील?"

"छ्या! काही तरीच. कुमार, तू यशवंताचं ऐकू नकोस." प्रमोदनं मोडता घातला.

"प्रमोद, तू पहिल्या क्रमाकांचा भेदरट आहेस! स्वत: धाडस करणार नाही, कुमारला करू देणार नाहीस! पण कुमार डरपोक नाही, बेडर आहे. तो डोळे मिटूनही कार चालवेल!"

"स्पीड कमी न करता?"

"हे म्हणजे फारच झालं! लेका, कुमार म्हणजे काय जादूगार रघुवीर आहे?"

यशवंत, प्रमोद व आनंद यांच्यातील तर्कांना प्रत्यक्ष कृतीनं उत्तर द्यायचं, असं ठरवून कुमारनं जाहीर केलं, "समोरचा रस्ता सरळ आहे. मी डोळे मिटणार आणि गाडी चालवणार. पाहाच. सरळ रस्ता संपला की मला सांगा. मग मी डोळे उघडीन."

कुमारनं डोळे मिटले. कुमार पाटील हा दिल्या शब्दाला जागणारा होता. डोळे मिटले म्हणजे मिटले! एक डोळा उघडा ठेव, डोळे अर्धवट किलकिले करून बघ— असा लबाडीचा व्यवहार त्याच्याकडं नव्हता.

'आंधळ्या' कुमारची गाडी सुसाट वेगानं येत होती आणि त्याच वेळी डॉ. मंडलिकांनी डाव्या गल्लीतून आपली गाडी हळूहळू बाहेर काढली व मुख्य रस्त्यावर आणली. त्यांना आरशात मागून येणारी क्वालिस गाडी दिसत होती. क्वालिसचा चालक डोळे मिटून गाडी चालवत आहे, हे डॉ. मंडलिकांना दिसणे शक्य नव्हते; कल्पनेनंही त्यांना हे समजून घेणं शक्य नव्हतं! डॉ. मंडलिक हे भूल देणारे, सहायक डॉक्टर होते. डॉ. मंडलिक रस्त्याच्या पूर्ण डाव्या बाजूनं आपली गाडी साठाच्या वेगानं चालवत होते.

कुमारला डॉक्टरांची गाडी कशी दिसावी? त्याने डोळे मिटले होते.

घेतलेल्या दारूची म्हणून एक झापड डोळ्यांवर असतेच असते; वरती रात्रीच्या दोन वाजता आपल्या वाटेत यायची हिंमत कोण करेल, असा मग्रूर विचार तरुण मस्तीला बेसावध ठेवत असतो!

चार लेनचा रुंद रस्ता असूनही, डॉ. मंडलिकांची छोटी कार थेट डाव्या बाजूला होती, तरीही क्वालिस गाडीनं डॉ. मंडलिकांच्या गाडीला उडवलं. डॉ. मंडलिकांची गाडी फुटपाथवर चढली, गाडीनं चार पलट्या खाल्ल्या. प्रत्येक पलटीबरोबर चार, असे फूटपाथवर झोपलेले सोळाजण गाडीखाली आले. डॉ. मंडलिक व त्यांची गाडी एका झोपडीत शिरली. हा सारा प्रकार पाहायला डॉ. मंडलिक शुद्धीवर नव्हते व त्यामुळे इस्पितळातील कामाच्या चिंतेने ते कासावीस झाले नाहीत, हे सांगण्याची गरज आहे!

क्वालिस गाडीतील चौघे खाड्कन शुद्धीवर आले. या दणक्यानं क्वालिस गाडीचे पुढचे दिवे फुटले व क्वालिस गाडी उलट दिशेला गर्रकन वळली. हा दिशाबदल कुमारला इष्टापत्ती ठरला. सावध झालेल्या कुमारनं डोळे उघडे ठेवून गाडी उलट दिशेला पळवायला सुरुवात केली. फुटपाथवर हल्लाकल्लोळ उडाला होता. रात्र होती म्हणून काय झालं? अपघातानंतरच्या किंकाळ्यांनी रस्त्यालगतच्या इमारतीतील रहिवाशांची झोप उडाली. चार सावध व जागरूक नागरिकांनी फोन करून क्वालिस गाडी पकडावी, अशी जास्तीची सूचना केली. क्वालिस गाडीचा ड्रायव्हर बदमाष आहे, अपघात करून दिशा बदलून तो म. गांधी रस्त्यावरून पळतो आहे, हेही त्यांनी सांगितलं.

पोलिसांनी नाकेबंदीचे आदेश दिले, पण त्यापूर्वीच कोणाचेही आदेश नसताना धावणाऱ्या क्वालिसच्या मार्गात लगतच्या फूटपाथवाल्यांनी, हातगाड्या-बांबू-बादल्या-प्लॅस्टिकचे टब फेकले. क्वालिसमध्येही काही तरी बिघाड निर्माण झाला असावा. कार खडखड आवाज करू लागली. क्वालिसमधील चौघांचा आत्मविश्वासही ढासळला. चौघं कार सोडून पळू लागले आणि त्यांना समोर पोलिसांची जीप दिसली.

कुमार पाटलांना पोलिसांचं आगमन हे दैवी वरदान वाटलं. कुमार ओरडला, "साहेबऽऽ वाचवा. हे झोपडपट्टीवाले उगाच आमच्या मागं लागले आहेत. आमचा काहीही दोष नाही. रस्त्यावर, एक काळी मारुती अचानक क्वालिसला आडवी आली आणि अपघात झाला. मी कुमार पाटील. मंत्री दाजीसाहेब मोळके हे माझे मेहुणे आहेत, सख्खे मेहुणे. समजलं?"

जीपमधील पोलीस उपनिरीक्षक शिर्के, ड्रायव्हर साटम व हवालदार

सावंत सावध झाले.

धावत येणाऱ्या लोकांना शिर्क्यांनी जरबेच्या आवाजात सांगितलं, "चौघाही जणांना मी अटक करून पोलीस ठाण्यावर घेऊन जातो. ठाण्यावर गेल्या-गेल्या पंचनाम्याकरता माणसं पाठवतो. पोलिसांच्या कामात अडथळा आणू नका."

पोलीस चौकीवर गेल्या-गेल्या शिर्क्यांनी पोलीस निरीक्षक वर्दे यांना फोन लावला, "साहेब, म. गांधी रस्त्यावर ॲक्सिडेंट झाला आहे. मेजर आहे. स्पॉटवर चौकशी करायला माणसं पाठवत आहे. मारुती व क्वालिस यांची टक्कर झाली. मारुतीतील पॅसेंजरमंडळी बहुधा डेड असणार. फुटपाथवर हंगामा माजला आहे. दहा-पंधरांच्या अंगावरून काळी मारुती चार पलट्या खात गेली म्हणे!"

"ठीक आहे. पंचनाम्याकरता तुम्ही स्वतः जा. मी येतो."

"साहेब, क्वालिस गाडीत चार तरुण आहेत. त्यांच्या तोंडाला दारूचा वास येतो आहे. पब्लिक या तरुणांना सोडणार नाही."

"मी निघतो. पब्लिकला शांत करण्यासाठी त्या तरुणांना जरा दमात घ्या. दोन दंडे लगवा जरूर तर!"

"तीच तर अडचण आहे! क्वालिसमधील तरुण कुमार पाटील, हा तर मंत्री दाजीसाहेब मोळके यांचा सख्खा मेहुणा आहे, असं सांगतो आहे!"

"आरं तिच्या! शिर्के म्हणजे चांगलंच त्रांगडं आहे तर. सांभाळा, स्वतःला जपा. मी वरच्या साहेबांना फोन करतो आणि तिकडं येतो. अरे देवा, या अपघातातून आम्हाला सुखरूप काढ म्हणजे झालं."

फुटपाथवर पंचनाम्यासाठी पोलीस हजर झाले. जखमींना जवळच्या पालिकेच्या इस्पितळात पाठवण्यात आलं. डॉ. मंडलिक जिवंत होते. ते अपघातस्थळाजवळच राहणारे होते. त्यांची ओळख लगेचच पटली. त्यांना शुश्रूषा हॉस्पिटलमध्ये हलवण्यात आलं. फुटपाथवर झोपलेल्यांपैकी बरेच तसे अर्धवट जागे होते. जे जागे होते, ते अर्धवट झोपलेले होते. डॉ. मंडलिक रस्त्याची डावी बाजू धरून कार हळू चालवत होते. क्वालिस कारनं मागून येऊन डॉक्टरांच्या गाडीला उडवलं. क्वालिस गाडीला पुढं निघून जाण्यासाठी रस्त्यावर बक्कळ जागा होती, असं शपथेवार व तेही खरं सांगणारे एक-दोन नव्हे तर सहा जण निघाले. अपघाताला क्वालिसमधील तरुण दोषी होते, हे स्पष्ट झालं.

पोलीस ठाण्यावर कुमार पाटीलनं मोबाईलवरून चार नंबर फिरवले. वर्दे, शिर्के हे पोलीस अधिकारी व हवालदार सावंत संभाषण ऐकत होते.

"अक्का, मी कुमार बोलतोय, मी पोलीस ठाण्यावर आहे. आम्ही चौघं मित्र रात्री दोन वाजता मोकळ्या हवेवर फिरत होतो. तेवढ्यात एक भिक्कारडी काळी मारुती आडवी आली. कोणाची? काही कल्पना नाही. कोणी तरी बेवडा असणार! त्यानं दिला माझ्या क्वालिसला धक्का आणि स्वत: फुटपाथवर जाऊन कडमडला. मी क्वालिसची दिशा बदलली आणि अपघाताची बातमी द्यायला पोलीस ठाण्यावर आलो आहे. मारुतीचं पुढं काय झालं? फूटपाथवरच्या मंडळींचं काय झालं? काही कल्पना नाही. फुटपाथवरच्या गरिबांना मदत करावी म्हणून मला ड्रीम हेवनच्या चुगानीकडं जायचं आहे. तो बार रात्री उघडा असतो. पण पोलीस आम्हालाच ठाण्यावर अडकवून ठेवणार, असं दिसतंय! का? कोणास ठाऊक! तू दाजीसाहेबांना सांग. पोलीस ठाणे खारमध्ये आहे. अधिकाऱ्यांची नावं? थांब, विचारून सांगतो."

"अहो साहेब, तुमची नावं काय?" आनंदानं विचारलं.

"वर्दे आणि शिर्के. त्यांच्या बॅचवर नावं आहेत." प्रमोदनं बॅच वाचले. कुमारनं अक्कांना नावं सांगितली. अक्कासाहेबांनी पोलीस ठाण्याचा फोननंबर विचारला. कुमार म्हणाला, "मी मोबाईल वर्देसाहेबांनाच देतो. तू त्यांच्याशी बोल."

फोनवर एका बाजूला वर्दे होते, तोपर्यंत अक्कासाहेबांच्या फोनवर खुद्द मंत्रीसाहेब आले, "मी दाजीसाहेब मोळके बोलतोय. रात्रीच्या वेळेला हा काय गोंधळ आहे? रात्री तरी आम्हाला विश्रांती घेऊ द्या. उगाच घाईगर्दीत काही तरी लिखापढी करू नका. पोरांना मोकळं करा. सकाळी निवांतपणे काम करा."

अक्कासाहेब म्हणाल्या, "फोन करून विरुपाक्षांना बोलावून घ्या. त्यांना चौकीवर जायला सांगा. लाल दिव्याच्या गाडीतूनच पाठवा. पीए प्रत्यक्षात गेले की, वजन पडेल."

"खूळ का वेड? माझ्या मेहुण्याने अपघात केला आहे, ही वार्ताही बाहेर पडता कामा नये. माझ्या राजकीय प्रतिष्ठेचं काय? लाल दिव्याची गाडी घेऊन विरुपाक्ष पोलीस चौकीवर गेले की, वृत्तपत्रांचे ता वरून ताकभात ओळखणारे चार वार्ताहर थेट बंगल्यावर माझ्याकडं येतील! मी इथं माझ्या प्रतिष्ठेला एवढा जपतो आहे आणि तुझा भाऊ दारू पिऊन, गाडी चालवून माणसं मारतो आहे."

"माझा कुमार त्यातला नाही. तो मोकळ्या हवेवर फिरायला गेला होता. त्यानंच मला सांगितलं."

"रात्री दोन वाजता? तो सांगणार आणि तू विश्वास ठेवणार!"

"तो नीट गाडी चालवत होता, तेवढ्यात एक भिक्कारडी मारुती आडवी आली."

"प्रामाणिक माणसाची भिक्कारडी मारुतीच असते. तुझा भाऊ ऐदी अन् ऐतखाऊ आहे आणि म्हणूनच त्याच्याकडं क्वालिस गाडी आहे. मी सांगतो ते लिहून घे. तुझा भाऊ ड्रीम हेवनच्या चुगानीकडं दारू ढोसायला गेला असणार. दारूच्या नशेत त्यानं गाडी चालवली व मारुतीला ठोकरलं."

आपल्या नवऱ्याच्या बुद्धीपुढं अक्कासाहेब मनातल्या मनात झुकल्या. पण प्रत्यक्षात त्या तार आवाजात म्हणाल्या, "तुम्ही कुमारविषयी वाईट बोला, पण तुमच्या मोठ्या भावाचं काय? त्यानं बँकेला बुडवलं. तो सहकारी बँकेचा अध्यक्ष होता."

"पण सगळे पैसे त्यानं एकट्याने थोडेच खाल्ले? तुझ्या वडिलांनी पन्नास लाख रुपयांचं कर्ज उचललं. कर्जाचे हप्ते तर सोडाच, एक रुपयाचं व्याजही तुझ्या वडिलांनी भरलं नाही."

"अहो, पण बँकेचे आठ कोटी रुपये बुडाले आहेत! बाकीच्या साडेसात कोटींचं काय?"

"जाऊ दे. मला झोपायचं आहे."

"जाऊ दे कसं? हे तुमच्या मोठ्या भावाचं झालं. तुमच्या धाकट्या भावानं काय केलं? शासनातर्फे फुकटात वाटायची निरोधची दहा लाख पाकिटं तुमच्या भावानं गोडाऊनमधून ताब्यात घेतली, त्यावरची रॅपर्स फेकून दिली, नंतर त्यावर स्वतःच्या बोगस कंपनीची रॅपर्स लावली आणि नवे दहा लाख निरोध शासनालाच विकले. तुमचा भाऊ खडी फोडायलाच जायचा. तुम्ही त्याला वाचवलं ना?"

"चला, फार बोललात. आता तुम्ही माझ्यावर घसराल."

"तेवढं मात्र मी करणार नाही. कारण तुमची प्रतिष्ठा तीच माझी प्रतिष्ठा! तुमच्या धुतल्या तांदळासारख्या चारित्र्याची जेवढी मला माहिती आहे, तेवढी अलिबागच्या सुगंधाला नाही आणि इस्लामपूरच्या शेवंतालाही!"

"माझे आई, आता थांबा. तुमच्या भावाला मी अपघातातून बाहेर काढतो म्हणजे काढतो. मला दहा गोष्टी ऐकवू नका."

तेवढ्यात इस्पितळातून बातमी आली की, मारुतीखाली चेपटून निघालेल्यांपैकी दोघांचे प्राण गेले. फुटपाथवर राहणारे सर्व गरीब होते. त्यामुळे ते परस्परांना धरून होते. 'ज्याचं तो पाहून घेईल, आपण इतरांच्या भानगडीत नाक का

खुपसावं? प्रत्येकानं केव्हा जन्मायचं व केव्हा मरायचं, हे परमेश्वरानं आधीच ठरवलेलं असतं.' अशा प्रकारचे उच्च विचार करून, इतरांपासून फटकून जगण्याची श्रेष्ठ विद्या या गरिबांना माहीत नसते. त्यामुळं पोलीस ठाण्यासमोर पाहता-पाहता सत्तर-ऐंशी जणांचा प्रक्षुब्ध जमाव गोळा झाला. 'खुन्यांना आमच्या ताब्यात द्या', अशा घोषणा जमावातून उठू लागल्या.

पो. नि. वर्दे अजीजीनं म्हणाले, "तुम्ही चौघं खुर्चीवरून उठा आणि बाजूच्या खोलीत दाराआड बसा. मोबाईलवरून बोलू नका. चेहऱ्यावरची मग्रूरी कमी करा. तुम्हाला अटक केली आहे, असं सांगून मी बाहेरच्या मंडळींचं समाधान करतो. बाहेरचा जमाव तुमच्यासारखा सुशिक्षित व कायद्याचं पालन करणारा नाही. उगाच तुमच्या जिवाला धोका नको."

कुमार मनातून हबकला होता. आपण काय गुन्हा केला आहे याची सुशिक्षित असल्यानं त्याला जाण होती. आपण भेदरलो आहोत, हे मित्रांसमोर दाखवणं त्याला परवडत नव्हतं. मित्रमंडळींत तो बेदरकार व ढाण्या वाघ म्हणून प्रसिद्ध होता. कुमार म्हणाला, "चला रे, आपण खोलीत बसू. आपल्यामागं कारण नसताना हे झंगट लागलं आहे."

वर्दे व शिर्के यांनी हुश्श केलं. हवालदार सावंतला आपल्या साहेबांचा गुळमुळीतपणा आवडला नाही. पण साहेबलोकांना शहाणपणा कसा शिकवणार?

वर्दे यांनी वरच्या साहेबांना फोन लावला. साहेबांनी आवाज वाजवला, "वर्दे, आता किती वाजले आहेत?"

"चार, साहेब."

"ही फोन करायची वेळ आहे का?"

"नाही, साहेब."

"मग फोन का केलात?"

"इमर्जन्सी आहे, साहेब."

"कसली लेका इमर्जन्सी? उद्या सकाळी पाहू. सकाळी फोन करा."

"तोपर्यंत पोलीस ठाणं जाळलं गेलं तर?" वर्दे घुसमटून बोलले.

"म्हणजे?"

"साहेब, पोलीस ठाण्याबाहेर मॉब जमला आहे. दोनशे जण तरी आहेत. आपले मंत्री दाजीसाहेब मोळके— त्यांच्या मेहुण्यांनी दारू पिऊन गाडी चालवून राडा केला आहे. सोळा जण इस्पितळात गेले आहेत. त्यांपैकी दोन खपले. मंत्रीसाहेबांचा फोन आला होता. पोरांना सोडून द्या, म्हणाले! पोरांना बास

सोडणार? बाहेर मॉब आहे. मॉब या चारांना फाडून खाईल. मॉब केव्हाही ठाण्यात घुसेल.'' वर्देसाहेबांनी घाईघाईत सर्व बोलून घेतलं.

आपलं बोलणं पूर्ण व्हायच्या आत साहेबांनी फोन बंद केला तर?

साहेब गंभीरपणे म्हणाले, ''वर्दे, मला समजलं. तू काळजी करू नकोस. मी काय करायचं ते पाहतो. मी ठाण्याकडं बंदोबस्त पाठवतो.''

वर्दे तात्पुरते निवांत झाले. ते उद्गारले, ''शिर्के, बरं झालं. वरच्या साहेबांना साऱ्या परिस्थितीची नीट जाण आली. मी म्हणणं जोरानं मांडलं. हा अपघात साधा नाही. मंत्र्यांचा मेहुणा या अपघातात अडकला आहे. फुटपाथवर झोपणाऱ्यांची पण कमाल आहे. रात्रीच्या वेळेलाच काय ते मुंबईचे रस्ते मोकळे असतात. धनिकांना मुंबईत दिवसा गाड्या वेगात चालवण्याची संधी मिळत नाही. गाडी वेगात चालवण्याचा आनंद त्यांना मिळतो तो रात्रीच! आणि त्याच वेळी हे फुटपाथवाले झोपतात. गाडी एखादे वेळी फुटपाथवर चढते आणि हे कुंभकर्ण गाडीखाली येतात! गाडी चालवणाराही कोणी गरीब असता, तर त्याला गुन्ह्याखाली अडकवला असता; पण मंत्र्यांच्या मेहुण्याला कसा हात लावणार?''

''या अपघातातून आपण सुखरूप सुटलो म्हणजे मिळवलं. ही पोरं आपल्याविरुद्ध वरती तक्रार करणार नाहीत ना? आपण त्यांना थंडा-गरम काही विचारलं नाही. मला आपलीच काळजी वाटते. '' शिर्के चुकचुकले.

वर्दे व शिर्के या साहेबांची चिंतेची बोलणी हवालदार सावंतांना ऐकू येत होती. त्यांची अगतिकता सावंतांच्या ध्यानी आली होती. त्यांचीच का, त्यांच्या वरच्या येचुरीसाहेबांची अडचणही त्यांनी ओळखली. पण तरीही हवालदार सावंतांची सहानुभूती फुटपाथवरच्या गरिबांना होती. हवालदार फुटपाथवर राहत नव्हते, पण ते एका झोपडीत राहत होते. फुटपाथवर राहणाऱ्यांच्या व निजणाऱ्यांच्या वेदना सावंतांच्या पूर्ण परिचयाच्या होत्या; नव्हे, त्या वेदना सावंतांच्याही होत्या.

काही तरी केलं पाहिजे. चिरडणारी धनिक बाळे सुटता कामा नयेत. पोलिसांनी हातावर हात ठेवून बसून कसं चालेल? गरिबांनी बघायचं तरी कोणाकडे? काय करावं? आपण काय करू शकू? आपण तर केवळ हवालदार आहोत!

बाहेरचा गलका वाढत होता. वर्दे म्हणाले, ''सावंत, बाहेर जा. काही तरी सांगून गर्दीची समजूत काढा. थोडा वेळ ही गर्दी थोपवा. जास्तीचा बंदोबस्त मागवला आहे, असं सांगा. कोणत्याही परिस्थितीत ही चार पोरं सुटणार नाहीत, वरचे येचुरीसाहेब स्वत: या पोरांना ताब्यात घेणार आहेत, अशी थाप मारा. जा,

वेळ मिळवा.''

सावंत बाहेर आले. त्यांनी पाहिलं. मधल्या काळात बाहेर खरोखरच दोनशेचा जमाव गोळा झाला होता. जमावाच्या चेहऱ्यावर संताप होता. जमाव अधिकच उतावीळ झाला. समोर असलेल्या चारांना सावंतांनी बाजूला घेतलं व सांगितलं, ''अपघात करणारे मंत्र्यांचे नातलग आहेत. त्यांना कसलाही त्रास होता कामा नये, असा हुकूम वरून आला आहे. मी चोरून ऐकला, म्हणून तर मी गुपचूप बाहेर पडलो आहे. मी तीन फोन नंबर देतो. विरोधी पक्षाचे नेते मल्हारी तुपे, तुकाराम दंदे व शुभा ताकारे यांचे हे नंबर आहेत. यांना फोन करा आणि कळवा की, दाजीसाहेब मोळके या मंत्र्यांचे मेहुणे कुमार पाटील यांनी दारू पिऊन, वेगात कार चालवून फुटपाथवरचे सोळाजण चिरडले आहेत; त्यांपैकी दोघांनी दम तोडला आहे. मंत्री दबाव टाकणार आणि हा पाटील सुटणार. तुम्ही ताबडतोब या. आम्ही दोनशे जणांनी खारच्या पोलीस ठाण्याला घेराव घातला आहे. असं जोरात, ठणकावून सांगा.''

''पण हे पुढारी आमच्या मदतीसाठी धावतील?''

''नक्की धावतील. तुमच्या मदतीसाठी नाही, पण ते मंत्र्यांना अडचणीत आणण्याची संधी गमावणार नाहीत. या तिघांपैकी कोणाच्या नातलगानं उद्या गाडी फुटपाथवर चढवून अपघात केला तर तुमच्या मदतीकरता दाजीसाहेब मोळके त्या वेळी धावतील! पण थांबा, मीच बोलतो. तुम्हाला बोलणं जमणार नाही.''

हवालदार सावंतांनी मोबाईलवर मल्हारी तुपे यांचा नंबर लावला आणि माहिती द्यायला आरंभ केला, ''साहेब, मी आपल्या पक्षाचा कार्यकर्ता आहे. माझं नाव रामदास यादव. खार पोलीस ठाण्याच्या बाहेर आपल्या पक्षाचे दोनशे कार्यकर्ते जमले आहेत. मंत्री दाजीसाहेब मोळके यांच्या मेहुण्यांनी...''

सावंतांनी, नव्हे, रामदास यादवांनी तिसरा फोन शुभा ताकारे यांना केला. सावंतांना एवढंच करणं शक्य होतं. पुढचा कार्यभार विरोधी पक्षाच्या खांद्यावर होता... हवालदार सावंतांसारखा तल्लख पाठीराखा फुटपाथवाल्यांना लाभावा, हा सुखद अपघातच होता!

-०-०-०-

.१६.

विस्मरण

अंबूमावशी आल्या. आल्या-आल्या त्यांनी आपला व यशोदाबाईंचा चहा बनवला. खरं तर त्यांना चहा नको होता. पण यशोदाबाई म्हणायच्या, "मावशी, तुम्ही सकाळी आठला येता, रात्री आठला जाता. दिवसभर तुम्ही माझ्या घरी असता. मी चार वेळा चहा घेते. मला एकटीला चहा घेणं संकोचाचं होतं. माझ्याबरोबर तुम्ही घेतलात, म्हणजे मला बरं वाटतं."

अंबूमावशी उत्तर द्यायच्या, "बाई, मी तुमच्याकडं आज का कामाला आहे? तुमचे यजमान होते, मुलं लहान होती; तेव्हापासून मी तुमच्याकडे काम करते. तुमचं घर हे मला माझंच वाटावं, अशी तुमची वागणूक असते. मला पाहिजे तेव्हा मी चहा करून घेईन. मी कामाची बाई; तरीही मला तुमच्या घरी संकोच वाटत नाही. तुम्ही तर मालकीणबाई; तुम्हाला कशाचा हो संकोच?"

"कशाचा संकोच? मावशी, तुम्ही माझ्याकडं कामाला येता, ते तुम्हाला कामाची गरज आहे म्हणून नाही, हे मला चांगलं माहीत आहे. मी एकटी पडते, माझी प्रकृतीही ठीक राहत नाही, म्हणून तुम्ही मला सोबत देण्यासाठी येता. तुमचा वामन मोठ्या पगाराच्या नोकरीवर आहे. तुम्ही काम करावं, हे त्याला आवडत नाही, हे मला माहीत आहे."

"खरं आहे. पण मी वामनला व माझ्या सुनेला समजावलं आहे. दादासाहेबांच्यामुळं माझा वामन शिकला. माझ्यासारख्या स्वयंपाकिणीला मुलाला शिकवणं काय परवडलं असतं? पण दादासाहेबांनी आपल्या मुलांच्या बरोबरीनं माझ्या वामनला शिकवलं.

"दादासाहेबांनी मला एकदा विचारलं होतं, 'मावशी, तुमच्या वामनलाही अमेरिकेला पाठवता का? तिथं वसंत, नीरज व बेबी आहेतच. वामन कोणाकडे

तरी राहील व शिकेल.’ मी काही बोलायच्या आतच वामन म्हणाला, ‘नको, नको. मी आईशिवाय राहू शकणार नाही. मी इथंच बरा.’ बाई, माझा वामन इंजिनिअर झाला. स्वयंपाकिणीचा मुलगा इंजिनिअर झाला, हा चमत्कारच घडला आहे. वामन या घराचं ऋण विसरला नाही. म्हणून तर त्यानं तुमच्याकडं काम करायची परवानगी आनंदानं दिली आहे. त्याचं म्हणणं एवढंच आहे की...’’

“मला माहीत आहे. तुम्ही माझ्याकडून एक रुपयाही पगार घेऊ नये, अशी वामनची इच्छा आहे. तुमचा मुलगा गुणी आहे. वामन व सुनंदा कर्तव्यबुद्धीनं अधूनमधून इकडं येतात, माझ्याशी गप्पा मारतात, माझी विचारपूस करतात. मावशी, तुमचा वामन हा मला मुलासारखाच आहे. तुमच्या सुनंदात मी माझीही सून पाहते. माझी तीनही मुलं अमेरिकेत आहेत. अमेरिकेत असं आहे तरी काय? माझी मुलं तिथं कशाला भुलली आहेत? आपली आई एकटी आहे, तिला आपण हवे आहोत, हे या मुलांना समजत कसं नाही? मावशी, तुमचा वामन शहाणा आहे. त्याला अमेरिकेहून आई मोठी आहे, हे समजलं. दादासाहेबांच्या माघारी मी हे वैभव भोगायला एकटी उरले आहे. मावशी, मी तुम्हाला महिना पगार देत नाही. मोठी बहीण प्रेमानं धाकट्या बहिणीला भेट देते. तुम्ही व वामन-सुनंदा नसता, तर माझी दुर्दशा झाली असती.’’

“बाई, तुम्ही जी भेट देता, ती फार मोठी आहे. दिवसभर मी काम तरी काय करते? दोघींचा स्वयंपाक, चहा, फोन घेणं, दोन-चार वेळा दार उघडणं— बस्स! दुपारी तुम्ही आडव्या होता, त्या वेळी मीही विश्रांती घेते. तुमच्याबरोबर मी टीव्ही पाहते. भांडी-कपडे धुणं-फरशी पुसणं यासाठी वेगळी बाई आहेच.’’

“आणि दिवसभर तुम्ही माझ्याबरोबर गप्पा मारता ते? तेही एक कामच आहे.’’

“मी गप्पा मारत नाही; तुमचं बोलणं ऐकते. समजलं नाही, तर प्रश्न विचारते. या गप्पांतून मी किती शहाणी झाले आहे, याची तुम्हाला कल्पना नाही. माझी सून मला नावाजते. मला म्हणते, ‘तुम्ही शिकला नाहीत, तरीही तुम्हाला एवढी माहिती कशी काय?’ मी तिला सांगितलं, ‘मी मालकीणबाईंची शिकवणी लावली आहे. मला या शिकवणीची फी द्यावी लागत नाही. मालकीणबाई मला शिकवतात आणि वर त्या पगारही देतात!...’

...अंबूमावशी चहा, बिस्किटं आणि नारळाच्या वड्या घेऊन बाहेर आल्या. यशोदाबाईंनी विचारलं, “केव्हा केल्यात या वड्या? मावशी, तुमच्या स्वीट मार्टमधील मिठाईची मला एवढी सवय झाली आहे; मला बाजारची मिठाई नको

वाटेल!''

तेवढ्यात म्याँव म्याँव आवाज करत मांजरी खोलीत शिरली, लगेच बाहेर आली; मग ती स्वयंपाकघरात शिरली. तिचा म्याँव म्याँव हा घोष वरच्या पट्टीत पोचला होता.

''मावशी, खोलीत कोचाखाली मांजरीनं पिल्लं पुन्हा आणलीत का? त्यांना दूध द्या, मांजरीलाही दूध-भात द्या. बाळंतिणीची नीट काळजी घ्या. पण हिनं पिल्लं परत केव्हा आणली?''

''मांजरीनं पिल्लं परत आणलेलीच नाहीत.''

''मग ही बयो फेऱ्या का मारते आहे?''

''काही कळत नाही.''

''हिची पिल्लं बोक्यानं खाल्लीत की काय? इथं कोचाखाली पिल्लं सुरक्षित होती. पिल्लं घेऊन ही बाहेर गेलीच कशाला?''

मांजरी पुन्हा खोलीत गेली. म्याँव म्याँव करून ती पिल्लांना हाक देत होती, पिल्लांच्या प्रतिसादाची वाट पाहत होती. प्रतिसाद मिळत नव्हता. मांजरी कावरीबावरी झाली.

मावशीनी आतून दूध-भात कालवून आणला व मांजरीपुढं ठेवला. मांजरीनं बशीकडं पाहिलं. बशीजवळ थोडा वेळ थांबली. पण तिनं बशीला तोंड लावलं नाही. मांजरी घराबाहेर पडली. पंधराएक मिनिटं झाली असतील. मांजरी पुन्हा आली आणि म्याँव म्याँव करत, प्रत्येक खोलीत जाऊन तिनं पिल्लांचा धांडोळा घेतला. शेवटी ती मावशींच्याजवळ आली. तिनं केविलवाण्या, हळू स्वरात म्याँव, म्याँव असं रडगाणं गायला सुरुवात केली.

तिच्या अंगावरून हात फिरवत मावशी मायेनं म्हणाल्या, ''हे बघ, तुझी पिल्लं इथं नाहीत. तू आतल्या खोलीत, कोचाखाली बाळंत झालीस. तुझी आणि तुझ्या पिल्लांची चांगली पंधरा दिवस आम्ही काळजी घेतली. परवा तू आलीस आणि एकेक पिल्लू तोंडात पकडून तू आत-बाहेर फेऱ्या मारल्यास. मी तेव्हा विचारलं, की बयो, पिल्लं घेऊन कुठं निघालीस? तुझं आपलं एक म्याँव, दुसरं म्याँव.''

बाईंनीही चौकशी केली, ''पिल्लं कुठं सोडलीस? इथं पिल्लं चांगली सुरक्षित होती. आता दूध पी, विश्रांती घे आणि मग जा पिल्लांकडं. सापडली तर त्यांना घेऊन इकडंच ये.''

मांजरीला काय समजलं, ते मांजरीच जाणे! पण तिनं बाईंच्या शब्दांचा

आदर केला. ती दूध प्यायली, म्याँव म्याँव करत बाहेर गेली.

दोन तासांनी मांजरी पुन्हा आली आणि कोचाच्याखाली घुटमळली. कोचाच्या खालची जागा मोकळी होती. मांजरी पुन्हा घरभर फिरली आणि पुन्हा मावशींच्या जवळ म्याँव म्याँव हे शब्द ढाळत बसली. पिल्लं कोचाखाली नाहीत, हे तिचं गाऱ्हाणं बाईंना नीट समजलं होतं.

बाई म्हणाल्या, "मावशी, संध्याकाळी आसपासच्या घरात एक फेरी मारा व चौकशी करा. हिनं कोणाच्या घरी पिल्लं ठेवली म्हणायची? हिची अन् लेकरांची भेट होईपर्यंत ही आपला पिच्छा काही सोडणार नाही."

"मी संध्याकाळी फेरी मारते आणि पिल्लांचा पत्ता लागतो का ते पाहते. पण पिल्लांना कुठं ठेवलं ही बयो हे, विसरली कशी? मी स्वत: हिला एकेक करून चार पिल्लांना घेऊन बाहेर जाताना पाहिलं. मांजरी अशी जागा बदलते. सध्याची जागा सुरक्षित नाही असं वाटलं की, ती पिल्लं दुसरीकडं नेऊन लपवते."

"पण आपल्याकडं तिची पिल्लं सुरक्षित होती. तुम्ही त्यांची उत्तम बडदास्त ठेवली होती."

"खरं आहे. पण कदाचित तिनं घराबाहेर एखाद्या बोक्याला पाहिलं असावं. आपल्या घरात पिल्लं आहेत, हे बोक्याला माहीत असेल-नसेल; पण या बयोला संशय आला असावा. तिनं पिल्लांना दुसरीकडं हलवलं आणि आता आपण पिल्लांना कुठं हलवलं, हे ती विसरली असणार!"

"काय? मांजरीला पण माणसाप्रमाणे विस्मृती असते? मावशी, मांजरी ही आई आहे. ती आपल्या बाळांना कसं विसरेल? आई म्हातारी होईल, सर्व विसरेल; पण आपल्या बाळांना विसरणार नाही. बदललेल्या जागेवरून कोण्या बोक्यानंच हिची पिल्लं गिळली असणार! आपण पिल्लं हलवली की नाही याचा मांजरीला संभ्रम पडला असावा!"

बाईंच्या चेहऱ्यावर वेदनांचं जाळं पसरलं. मावशी म्हणाल्या, "बाई, काळजी करू नका. मी संध्याकाळी पिल्लांचा शोध घेते. मी पाणी आणते."

मावशींनी आणलेलं पाणी घेत बाई म्हणाल्या, "मावशी, आई पिल्लांना विसरत नाही; पिल्लंच आईला विसरतात. अमेरिकेत माझी मुलं आहेत. त्यांची आठवण माझ्या मनात सदैव जागी आहे, पण त्यांना मी आठवते का हो? या मांजरीप्रमाणे माझं मन या घरातील प्रत्येक खोलीत फिरत असतं अन् त्यांच्या बाललीला पाहत राहतं."

-०-०-०-

.१७.

चेन

गोपाळराव केळकर हे माध्यमिक शाळेतील नामवंत व धनवंत शिक्षक होते. नामवंत म्हटल्यावर ते शिकवण्यात तरबेज होते हे तर झालंच; धनवंत म्हटल्यावर ते गणित व शास्त्र या विषयांचे शिक्षक होते व त्यांच्या शिकवण्या जोमात चालत होत्या, हेही आलंच.

गोपाळराव भाग्यवंत होते, असंही म्हटलं पाहिजे. गोपाळरावांना शंभरांत एक अशी पत्नी लाभली होती. लीला लाल-गोरी, उंच, घारी, नाकेली, लांब केसांची आणि मुख्य म्हणजे नवऱ्याचं ऐकणारी व नवऱ्याचं मन लडिवाळ शब्दांनी वळवणारी अशी होती.

गोपाळरावांना लीला आवडायची. तिच्याकरता पैसा मिळवण्यात व तिच्यावर तो खर्च करण्यात त्यांना आनंद वाटायचा. ते फुलांच्या दोन वेण्या रोज विकत घेत. दुधाचा कसा रतीब असतो, तसा गोपाळरावांनी फुलवेण्यांचा रतीबच लावला होता. रतीब घालणारे खुद्द गोपाळराव होते. एक फुलवेणी लीला सकाळी माळायची, दुसरी संध्याकाळी गोपाळराव लीलाच्या केसांत स्वतःच्या हातांनी माळायचे. दोन शिकवण्यांच्यामध्ये गोपाळराव पाच मिनिटांचं अंतर ठेवत. त्या वेळेत पहिल्या गटाचे विद्यार्थी जात व दुसऱ्या शिकवणीचे विद्यार्थी जागेवर येत. या अंतरात गोपाळराव स्वयंपाकघरात जात, आकर्षक केशरचना केलेल्या लीलाला डोळे भरून पाहत व तिच्या केसांतल्या फुलवेणीचा वास मनात वागवत, दुप्पट उत्साहानं गणित-शास्त्र शिकवण्यात रमत.

लीलाही या पाच मिनिटांची वाट पाहत तिष्ठत असे. या पाच मिनिटांच्या आधारावर लीला पुढचा तास सहन करत असे.

काहीही न्यून नसलेली परिपूर्ण लक्ष्मी-नारायणाची जोडी स्वर्गात असते;

इहलोकावर कशी असणार?

गोपाळराव-लीला यांच्या सुखी जीवनाला गालबोट लागलं होतं. त्यांच्या विवाहाला सहा वर्षं झाली होती; पण संसारवेलीवर किंवा लीला या वेलीवर म्हणा, फूल फुललेलं नव्हतं. आपण आई नाही, हा विचार लीलाच्या मनात दिवसातून दहा वेळा यायचा. तिच्या मोहक चेहऱ्यावर विषादाचा काळा ढग पसरायचा, मुखचंद्र झाकोळून जायचा. आपण नवऱ्याला मूल देऊ शकत नाही, हा आपला अपराधच आहे, असं लीलाला वाटायचं.

मूल नाही याचा गोपाळरावांना खेद नव्हता असं नाही, पण ते तर्काचा विचार करत. आता नाही मूल होत, तर नाही होत! काय करणार? आपली व लीलाची वैद्यकीय तपासणी, एक नाही तर दोन तज्ज्ञ डॉक्टरांकडून करून घेतली आहे. आपण एका डॉक्टरांचं मत दुसऱ्या डॉक्टरांना सांगितलं नव्हतं. दोन्ही डॉक्टरांनी स्पष्टपणे सांगितलं होतं, "तुम्हा नवरा-बायकोत काही म्हणजे काही दोष नाही. कोणतेही उपचार करण्याची गरज नाही. मूल का होत नाही याचं वैद्यकीय कारण सापडलं, तर त्यावर इलाज करता येईल; दोषच नाही म्हटल्यावर आम्ही डॉक्टर काय करणार?"

दोन्ही डॉक्टरांची मतं ऐकून लीला निराश झाली. ती म्हणाली, "आपण तिसऱ्या डॉक्टरकडं जाऊ, चवथ्याकडं जाऊ...कोणी ना कोणी आपल्यातील दोष शोधेल, त्यावर उपचार करेल व मी आई होईन."

"लीला, तू खुळी आहेस का? आजकाल सचोटीचे डॉक्टर कमी झाले आहेत. सुदैवाने आपल्याला दोन्ही डॉक्टर प्रामाणिक मिळाले. तिसरा डॉक्टर लबाड निघाला तर? तो तुला व मला नसलेला दोष चिकटवेल; त्यावर गोळ्या लिहून देईल, इंजेक्शनचा कोर्स लादेल. गुण येण्याचा प्रश्नच नाही, कारण आपल्यात दोषच नाही. औषधांचे काही ना काही दुष्परिणाम असतातच म्हणे! ते निश्चित होतील. तू शिडशिडीत, प्रमाणबद्ध शरीराची आहेस; गोळ्यांमुळे तू लठ्ठ होऊन बसशील. तुझे केस चमकदार, मऊ, लांबसडक आहेत. औषधांमुळं तुझे केस गळून पडले तर? मी शिकवण्यांच्या पाच तुकड्या घेतो. सकाळी तीन व संध्याकाळी दोन. मी एवढे परिश्रम घेऊ शकतो; कारण माझी प्रकृती उत्तम आहे. औषधांच्या परिणामांनी माझी प्रकृती ढासळली व मी पाप्याचं पितर झालो तर? मूल होणं बाजूलाच राहिलं, आपण म्हातारे होऊन बसू. आपल्याला देवानं तसं भरपूर दिलं आहे. दिलं आहे त्याचा उपभोग घेऊ. जे मिळालेलं नाही, त्याचा विचारच करायचा नाही. तुला मुलाची एवढी हौस आहे, तर आपण मूल दत्तक

घेऊ.''

लीलाला मूल दत्तक घेण्याचा विचार मान्य नव्हता. तिला गोपाळरावांचंच मूलं हवं होतं. एवढं प्रेम करणारा कर्तबगार नवरा आपल्याला मिळाला आहे; त्याच नवऱ्यापासून मूल व्हायला हवं. ते मूलच आपल्या नवऱ्याप्रमाणे हुषार व प्रेमळ निघेल. आपण काय म्हणून आपल्या संसाराला दत्तक मुलाची साल चिकटवून घ्यायची?

लीलाला मैत्रिणी - शेजारणी होत्या, आई होती, वहिन्या-नणंदा होत्या, या साऱ्यांना लीलाविषयी प्रेम व आपुलकी होती. मुख्य म्हणजे, त्या न विचारताही लीलाला सल्ला द्यायला उत्सुक होत्या.

या साऱ्यांच्या सल्ल्यात समान सूत्र होतं. साऱ्या म्हणायच्या, ''लीला, डॉक्टरांना जन्माला घालणारा वरती बसला आहे. देवाच्या इच्छेशिवाय पान हलत नाही. तू उपास धर, सोळा सोमवार कर, नवस बोल, गुरुचरित्र वाच, सत्यनारायणाची पूजा कर...हे कर आणि ते कर.''

गोपाळराव शास्त्र आणि गणित या विषयांचे केवळ पुस्तकी शिक्षक नव्हते. ते विषय त्यांच्या मनात भिनलेले होते. ते लीलाला म्हणायचे, ''लीला, या उपायांचा व मूल होण्याचा काही संबंध आहे का? गर्भधारणा कशी होते, ही माहिती देणारं पुस्तक मी तुला वाचायला आणून देतो. तू सल्ले विचारायला जातेसच कशाला?''

''मी जात नाही; सारे आपणहून मला सल्ला देतात. सल्ला देण्यात त्यांचा स्वार्थ थोडाच आहे? मला मूल व्हावं, म्हणून त्या अनुभवावर आधारलेला सल्ला देतात.'' लीला फुरंगटून बोलायची.

कोण म्हणेल की, आपल्या बायकोचं वय सव्वीस आहे म्हणून! किती छान मुलीप्रमाणे फुरंगटते आपली बायको? हिचं वय अजून वीसच वाटतं, फार तर एकवीस.

गोपाळराव लीलाची हनुवटी वर उचलायचे, तिच्या केसांची जाड व लांब तिपेडी मागून पुढं ओढायचे आणि विचारायचे, ''लीला, प्रत्येकीनं सांगितलेला उपाय वेगळा आहे. आपण एकामागोमाग एक उपाय करायचे, का सारेच उपाय एकाच वेळी करायचे? तू म्हणशील त्याचप्रमाणे. पण सारेच उपाय एका वेळी केले आणि तुला तिळं झालं तर? तर, मला दोष देऊ नकोस. तुझ्या चेहऱ्यावरचं हास्य कोमेजता कामा नये. हो! पण तुझ्या सल्लागारांना एक मात्र विचार— हे उपवास, व्रते, गुरुचरित्राचं वाचन वगैरे वगैरे करताना नवरा-बायकोनं एका

खोलीत झोपायचं, का वेगवेगळ्या खोल्यांत? मूल होण्याचे हे धार्मिक उपाय आचरणात आणत असताना जर तुला माझी अडचण होत असेल, तर मी बापडा वेगळ्या खोलीत निजेन!"

"चावट कुठले!" असं म्हणून लीला खुदकन् हसली व गोपाळरावांच्या मिठीत सुखात भिजण्यासाठी आपणहून बंदिस्त झाली. केसांचा शेपटा आपल्या नजरेत राहावा म्हणून गोपाळरावांनी तो पुढून मागे लीलाच्या पाठीवर आणला.

...आणि लीलाला एकदम खात्रीशीर दैवी उपाय समजला. खात्रीशीर म्हणजे, खात्रीशीर!

स्वामी सदयानंद हे नेहमी भारतभर हिंडते राहणारे स्वामी. फक्त एका महिन्यासाठी त्यांच्या गावी आले आहेत. ते महिनाभरच राहणार आणि जाणार.

नवरा-बायकोनं जोडीनं स्वामींचं दर्शन घ्यायचं. स्वामींनी दिलेला अंगारा नवरा-बायकोनं अंगाला लावायचा, स्वामींनी दिलेले ताईत दंडावर बांधायचे व स्वामींच्या मुक्कामाच्या काळात दर गुरुवारी आरतीला हजर राहायचं. बस्स, एवढंच! स्वामींची दक्षिणा पूज्य, ताइताची किंमत पूज्य. स्वामींच्या दर्शनाला, गुरुवारच्या आरतीला जाताना बरोबर फळं, मिठाई, फुलं काहीही घेऊन जायचं नाही— अशी जगावेगळी अट आहे. फक्त मनात भक्ती व श्रद्धा हवी. स्वामींच्या कृपेमुळे आतापर्यंत बाराशे तेहतीस दांपत्यांना पुत्रलाभ झालेला आहे. बाराशे तेहतीस हा आकडा 'ठोकून देतो ऐसाजे' या पद्धतीचा नाही. स्वामींच्या मठीत सोनेरी पानांची भाग्यवही आहे. त्यावर पुत्र लाभार्थी दांपत्यांची पत्त्यांसह नावे आहेत. पाहा व खात्री करून घ्या.

स्वामी हिमालयात बारा वर्षे तपश्चर्या करत होते. भगवान शंकराची कृपा झाल्यावर स्वामींनी पार्वतीमातेकडून स्वत:साठी काहीही न मागता त्यांच्या भक्तांसाठी पुत्रकामनापूर्तीची सिद्धी मागून घेतली.

लीलाकडं सर्व माहिती होती. गोपाळरावांच्या सर्व शंकांना व प्रश्नांना उत्तरे होती.

शंका पहिली—

"काय गं, हे स्वामी लबाड कशावरून नाहीत?"

"लबाड? यात लबाडी कोणती आहे? स्वामीजी एक पैसाही मागत नाहीत. नव्हे, बरोबर काहीही न घेता यायचं, हीच त्यांची अट आहे."

"लीला, स्वामींच्या उपचारापासून काही इजा झाली तर?"

"स्वामीजींचे उपचार आध्यात्मिक आहेत, डॉक्टरी नाहीत. अंगारा कपाळाला

लावायचा आहे, ताईत दंडावर बांधायचा आहे. डॉक्टरांची औषधे पोटात घ्यायची असतात, त्यामुळं दुष्परिणाम होण्याची शक्यता असते.''

"बाईसाहेब, यातून काहीही निष्पन्न होणार नाही. वेळ फुकट का घालवायचा?''

"अहो, बाराशे तेहतीस दांपत्यांना लाभ झाला आहे. त्यांची यादी आहे, पत्ते आहेत. ही दांपत्ये भारतभर पसरलेली आहेत.''

"हे स्वामी काही घेत नाहीत असं तू म्हणतेस; मग या स्वामींचा चरितार्थ कसा चालतो? ताईत, अंगारा, गुरुवारची आरती, भारतभर फिरण्यासाठी होणारा प्रवासखर्च यासाठी लागणारे पैसे स्वामी कोठून आणतात? पार्वतीमातेनं त्यांना सिद्धी दिली आहे, हे ठीक आहे; पण सुवर्णमुद्राही दिल्या आहेत की काय?''

"अहो, असं काय करता? एवढ्या जणांना पुत्रप्राप्ती झाली— ते कृतज्ञतेनं फुलाची पाकळी नाही तर फूलच स्वामीजींना आनंदाने अर्पण करणारच की! डॉक्टरांना आपण उपचारासाठी पैसे देतो. गुण तर येतच नाही, उलट काही वेळा औषधाचे दुष्परिणामच होण्याची शक्यता असते. तरीही डॉक्टर चोपून पैसे घेतातच ना? स्वामी एकही पैसा घेत नाहीत, अंगारा - ताईत व त्यांचे आशीर्वाद मोफत देतात. तुम्हाला पुत्रप्राप्ती झाली, हे तुम्हीच आनंदानं स्वामीजींना कळवता. तेव्हाही स्वामीजी काही मागत नाहीत. भाग्यवंत नवरा-बायको स्वामीजींना कृतज्ञतेनं देतात. स्वामीजी ते पैसेही स्वतःकरता घेत नाहीत, हिमालयातील आश्रमाकरता घेतात. आता बोला!''

गोपाळरावांकडे बोलण्याकरता त्या वेळी तर काहीच नव्हतं. परिणामी, त्यांना लीला या लाडक्या बायकोबरोबर स्वामी सदयानंदांकडे जावंच लागलं.

तिथं चांगली आठ अपत्यहीन जोडपी आलेली होती. येणाऱ्या जोडप्यांचं व्हिडिओ चित्रण होत होतं.

"हे चित्रण कशासाठी?'' गोपाळरावांनी विचारलं.

"मला माहीत नाही. पण या चित्रणाचे पैसे द्यायचे नाहीत, हे नक्की!'' लीला फणकारली.

"लीला, यापुढे एकही शंका काढणार नाही.'' गोपाळरावांनी घाईघाईनं आश्वासन दिलं.

गोपाळरावांनी एका किरकोळ निळ्या रंगाच्या नोंदवहीत आपलं व लीलाचं नाव, पत्ता वगैरे सर्व लिहिलं. दुसरी सोनेरी रंगातील भारदस्त, जाड भाग्यवही जवळच दुसऱ्या मेजावर होती. त्यात पुत्रलाभ झालेल्या बाराशे तेहतीस जणांची

नोंद अत्यंत सुवाच्य अक्षरात केलेली होती. गोपाळरावांनी आधी ठरवल्याप्रमाणे बाराशे तेहतीस नावांपैकी पन्नासावे, एकशे पन्नासावे याप्रमाणे अकराशे पन्नासावं— अशी बारा 'सोनेरी' नावे पत्त्यांनिशी नोंदवून घेतली.

सर्व जोडप्यांनी स्वामींचे दर्शन घेतलं. व्हिडिओ चित्रण चालू होतं.

"व्हिडिओ चित्रण कशासाठी?" गोपाळरावांनी विचारलं.

गोपाळरावांचा संशयी, विज्ञानप्रेमी स्वभाव उफाळून आला. लीला ऐकत होती.

त्यानं उत्तर मिळालं, "या, जवळच्या हॉलमध्ये या. ज्या दांपत्यांना मूल नव्हतं आणि ज्यांना स्वामीजींच्या कृपेमुळं अपत्यलाभ झाला, त्यांचं चित्रण पाहा. त्यांच्या चेहऱ्यावरचा कष्टी भाव कसा आनंदात बदलतो, तेही पाहा. आज तुम्ही पती-पत्नी चिंतेत आहात. हे चित्रण आम्ही आज करत आहोत. तुम्हालाही मूल होईल. तुम्ही सहकुटुंब म्हणजे पत्नी व मुलासह, ज्या शहरी स्वामी असतील, त्या शहरी त्यांच्या दर्शनासाठी स्वयंस्फूर्तीनं याल. स्वामींच्याच आशीर्वादानं व कृपादृष्टीनं बाळाचं भाग्य उजळत जाईल. त्या वेळी आम्ही तुमचं पुन्हा चित्रण करू. तुमचं आजचं व भविष्यातील पुत्रप्राप्तीनंतरचं चित्रण तुम्ही जेव्हा एकत्र पाहाल, तेव्हा तुम्हालाच धन्य-धन्य वाटेल."

"पण हे सारं कशासाठी? याची जरूर काय?"

"स्वामीजींच्यासाठी. स्वामीजींना तुमच्या चेहऱ्यावर फुललेला आनंद पाहायचा असतो. स्वामीजींना यातून एवढंच मिळवायचं असतं; याहून काहीही त्यांना मिळवायचं नसतं."

गोपाळरावांचा स्वामींच्या दैवी सामर्थ्यावर विश्वास नव्हता. ते केवळ लीलाच्या इच्छेखातर आले होते. स्वामींचा अंगारा-ताईत व पुत्रप्राप्ती यांच्यात काहीही संबंध नाही, याची गोपाळरावांना निश्चिती होती.

बाराशे तेहतीस भाग्यवंतांपैकी अहेतुकपणे निवडलेल्या बारा जणांना गोपाळरावांनी पत्रे लिहिली. बाराही जणांनी स्वामीजींच्या सामर्थ्याची ग्वाही दिली. स्वामीजी तुमचे दुःख दूर करतील व तुम्हाला अपत्यलाभ होईलच होईल, अशी खात्री दिली. गोपाळराव संभ्रमात पडले, 'ताईत-अंगारा गुणकारी आहे?'

दोन वर्षे गेली. लीला आई झाली. लीलानं हट्ट धरला, "स्वामीजींच्या दर्शनाला जायचं. मला पाच किलोंचं चांदीचं बाळ करून स्वामीजींच्या चरणांवर वाहायचं आहे. आपण डॉक्टरी उपचार केले असते, तर किती तरी निरर्थक खर्च झाला असता. स्वामीजींनी आपल्याकडून अंगारा-ताईत याचेही पैसे घेतले नाहीत.

आपल्याला मुलगा झाला आहे, याची स्वामीजींना वार्ताही नाही. आपण स्वामीजींकडे गेलो नाही, तर हे त्यांना समजणारही नाही. हे समजावं, ही स्वामीजींची इच्छाही नाही. त्यांच्या आशीर्वादाने आपण आई-वडील झालो. पण हे श्रेयही त्यांना नको आहे! पण आपण कृतज्ञता दाखवायला नको का? स्वामीजींचा मुक्काम सध्या बंगलोरला आहे. आपण तिकडं जायचं.''

लीलाचं बोलणं सयुक्तिक होतं. लीला व अद्वैतसह गोपाळराव बंगलोरला गेले. त्यांनी येण्याचं प्रयोजन सांगितलं. गोपाळराव व लीला यांनी स्वामींच्या पायी चांदीचं बाळ अर्पण केलं. स्वामीजींनी अद्वैतला आशीर्वाद दिले. या प्रसंगाचं व्हिडिओ चित्रणही झालं. गोपाळरावांनी केलेला नमस्कार श्रद्धापूर्ण होता.

लीलानं दिलेल्या माहितीवरून स्वामीजींच्या शिष्योत्तमानं दोन वर्षांपूर्वीची गोपाळरावांच्या गावची निळी नोंदवही शोधून काढली. त्या वेळचे व्हिडिओ चित्रण शोधून काढलं. ते चित्रण व आजचं चित्रण भाग्यवान जोडप्यांच्या चित्रणसंग्रहात सामील होणार होतं.

गोपाळरावांप्रमाणेच शंकेखोर असणाऱ्या कोणा कोटियन, मोहनसिंग व शेलार यांची गोपाळरावांना पत्रं आली. त्यांच्या पत्न्यांनाही मुले होत नव्हती. स्वामीजींचा अंगारा, ताईतामुळं पुत्रप्राप्ती होते, हे खरं आहे का, असं त्यांनी विचारलं होतं. गोपाळरावांनी लीलाच्या भावुक नजरेखाली उत्तरे लिहिली— 'माझा अनुभव आहे', हे त्यांना स्पष्टपणे लिहावंच लागलं. खोटं कसं लिहिणार?

स्वामीजींच्या भक्तांच्या 'चेन'मध्ये गोपाळरावांमार्फत तिघांची भर पडली होती.

स्वामीजींच्या शिष्याने गोपाळरावांचे नाव पुत्रप्राप्ती झालेल्या दैववान मातापित्यांच्या सोनेरी भाग्यवहीत सुवाच्य अक्षरात दाखल केलं. हे नाव अठराशे तेरा या क्रमांकावर होतं.

स्वामीजींच्या बंगलोरच्या मुक्कामात निळ्या रंगाच्या किरकोळ नोंदवहीत शंभरएक जणांची नावे होती. दर गावागणिक, प्रत्येक नव्या मुक्कामाला निळी नोंदवही बदलली जात असे. सोनेरी पृष्ठांची भाग्यवही अर्थातच एकच एक होती.

अशा किती निळ्या वह्या बदलल्या गेल्या हे फक्त स्वामीजी व त्यांचा पट्टशिष्य यांनाच माहीत होतं. या सर्व निळ्या वह्यांतील नावांची एकत्रित, एकोणीस हजार सातशे ही बेरीजही या दोघांनाच माहीत होती. त्यापैकी अठराशे

तेरा जणांना अपत्यलाभ झाला होता.

अठराशे तेरा जणांना दिलेला अंगारा व ताईत स्वामीजींना पावला होता. त्यांचे दुकान चालवण्याकरता त्यांना अठराशे तेरा बिनपगारी व स्वामिनिष्ठा एजंट मिळाले होते. गोपाळराव दुप्पट उत्साहाने गणित व शास्त्र हे विषय शिकत होते. स्वामीजींच्या व्यापाराचा उलगडा गोपाळरावांच्या शिकवण्याच्या विषयांना होण्यासारखा नव्हता.

- ० - ० - ० -

लेखक परिचय

नाव : भालचंद्र लक्ष्मण महाबळ (जन्म - ३ ऑगस्ट १९३२)

व्यवसाय : एम. ई. (सिव्हिल इंजिनिअरिंग), व्ही. जे. टी. आय. मुंबई-१९ या इंजि. कॉलेजातून प्राध्यापक व खातेप्रमुख म्हणून निवृत्त.

लेखन : खालील पुस्तके प्रसिद्ध झाली आहेत

कथासंग्रह : अस्सा नवरा (१९९२) ते जपून चाल (२०१०) असे १९ कथासंग्रह

कादंबरी : दत्ता दि ग्रेट, अपराध

लेखसंग्रह : संसाराचा सारीपाट, आई रिटायर झालीच आहे!, रुबाबदार वार्धक्य, आजी-आजोबा : आधार की अडचण, जमवाजमव, किस्से नोकरांचे, किस्से धन्यांचे

एकांकिका : नांदा सौख्यभरे

विनोदी चुटके : हसरी चोरी, हसरे किस्से, हास्यविनोद, हास्यतुषार, हास्यतारे, हास्यवारे, हास्यझरे, हास्यपाठ, खळखळ, गडगड, फसफस, खसखस

पुरस्कार :
- महाराष्ट्र साहित्य परिषद, पुणे, १९९३-९४, चिं. विं. जोशी पुरस्कार ('नवरा बनवावा तसा बनतो' - या कथासंग्रहासाठी)
- महाराष्ट्र शासन (प्रौढ वाङ्मय - विनोद, १९९९३-९४, ('नवरा बनवावा तसा बनतो' - या कथासंग्रहासाठी)
- सार्वजनिक वाचनालय, नाशिक, १९७७-७८, वि. मा. दि. पटवर्धन पुरस्कार ('शंभर धागे प्रेमाचे' या कथासंग्रहाकरता)
- पुणे मराठी ग्रंथालय, पुणे, राजेंद्र बनहट्टी कथा पुरस्कार, २००८ ('विनंती विशेष' या कथासंग्रहाकरता)
- दै. खानदेश स्मिता पाटील ललितगद्य पुरस्कार, २००९ (आजी-आजोबा : आधार की अडचण या लेखसंग्रहाकरता)
- कोकण महाराष्ट्र साहित्य परिषद वैचारिक वाङ्मय पुरस्कार, २०१२
(आजी-आजोबा : आधार की अडचण या लेखसंग्रहाकरता)

www.ingramcontent.com/pod-product-compliance
Lightning Source LLC
Chambersburg PA
CBHW030548030726
47495CB00004B/1179
* 9 7 8 8 1 7 2 9 4 9 5 9 4 *